எழுதாக் கிளவி
வழிமறிக்கும் வரலாற்று அனுபவங்கள்

எழுதாக் கிளவி
வழிமறிக்கும் வரலாற்று அனுபவங்கள்

ஸ்டாலின் ராஜாங்கம் (பி.1980)

திருவண்ணாமலை மாவட்டம் செங்கம் வட்டம், முன்னூர் மங்கலத்தைச் சேர்ந்த ஸ்டாலின் ராஜாங்கம் மதுரை அமெரிக்கன் கல்லூரி, தமிழ்த் துறையில் உதவிப் பேராசிரியர். தமிழ்ச் சமூக வரலாறு, பண்பாடு தொடர்பாகக் களஆய்வு செய்தும் எழுதியும் வருபவர். அயோத்திதாசர் குறித்து முனைவர் பட்ட ஆய்வு மேற்கொண்டவர். *காலச்சுவடு* ஆசிரியர் குழு உறுப்பினர்.

மின்னஞ்சல்: stalinrajangam@gmail.com

ஆசிரியரின் பிற காலச்சுவடு வெளியீடுகள்

- ❖ சாதியம்: கைகூடாத நீதி (சமூக - அரசியல் விமர்சன கட்டுரைகள், (2011)
- ❖ விழுப்புரம் படுகொலை 1978 (பதிப்பாசிரியர்), (2012)
- ❖ அயோத்திதாசர்: வாழும் பௌத்தம் (கட்டுரைகள், 2016)
- ❖ ஆணவக் கொலைகளின் காலம்: காதல் – சாதி – அரசியல் (2016)
- ❖ பெயரழிந்த வரலாறு: அயோத்திதாசரும் அவர்கால ஆளுமைகளும் (2019)
- ❖ நெடுவழி விளக்குகள்: தலித் ஆளுமைகளும் போராட்டங்களும் (2022)

ஸ்டாலின் ராஜாங்கம்

எழுதாக் கிளவி
வழிமறிக்கும் வரலாற்று அனுபவங்கள்

காலச்சுவடு பதிப்பகம்

அன்பார்ந்த வாசகருக்கு,

வணக்கம்.

காலச்சுவடு நூலை வாங்கியமைக்கு நன்றி.

நூலின் உள்ளடக்கம், உருவாக்கம், அட்டைப்படம் இன்ன பிற அம்சங்கள் பற்றிய உங்கள் கருத்துகளையும் ஆலோசனைகளையும் காலச்சுவடு வரவேற்கிறது. தகவல், எழுத்து, வாக்கியப் பிழைகள் தென்பட்டால் கட்டாயம் தெரிவித்து உதவுங்கள். நூல் தயாரிப்பில் கடும் குறைபாடு இருப்பின் மாற்றுப் பிரதி உங்களுக்குக் கிடைக்கக் காலச்சுவடு ஏற்பாடு செய்யும்.

மின்னஞ்சல்: publisher@kalachuvadu.com

காலச்சுவடு நாகர்கோவில் அலுவலகத்திற்குக் கடிதம் அனுப்பலாம்.

தங்கள்
எஸ்.ஆர். சுந்தரம் (கண்ணன்)
பதிப்பாளர் — நிர்வாக இயக்குநர்

எழுதாக் கிளவி ❖ கட்டுரைகள் ❖ ஆசிரியர்: ஸ்டாலின் ராஜாங்கம் ❖ © ஸ்டாலின் ராஜாங்கம் ❖ முதல் (குறும்) பதிப்பு: ஏப்ரல் 2017, ஆறாம் பதிப்பு: டிசம்பர் 2023 ❖ வெளியீடு: காலச்சுவடு பப்ளிகேஷன்ஸ் (பி) லிட்., 669, கே.பி. சாலை, நாகர்கோவில் 629001

ezutaak kiLavi ❖ Essays ❖ Author: Stalin Rajangam ❖ © Stalin Rajangam ❖ Language: Tamil ❖ First (Short) Edition: April 2017, Sixth Edition: December 2023 ❖ Size: Demy 1 x 8 ❖ Paper: 18.6 kg maplitho ❖ Pages: 208

Published by Kalachuvadu Publications Pvt. Ltd., 669 K.P. Road, Nagercoil 629001, India ❖ Phone: 91-4652-278525 ❖ e-mail: publications@kalachuvadu.com ❖ Printed at Clicto Print, Jaleel Towers, 42 KB Dasan Road, Teynampet Chennai 600018

ISBN: 978-93-5244-098-6

12/2023/S.No. 773, kcp 4969, 18.6 (6) 1k

குமரன்தாஸ், மேகவண்ணன்,
ஹவி, இளம்பரிதி, அசோக்
ஆகிய *புதியதடம்* தோழர்களுக்கு.

பொருளடக்கம்

என்னுரை 11

முன்னுரை 15

I நினைவுகளில் நிலைபெறும் வரலாறு

1. சிந்து, சிலை, சின்னம் 25
2. வரலாற்றை வழிமறிக்கும் வெகுமக்கள் நினைவுகள் 35
3. கக்கன், சிவாஜி சிலைகள்: பணிவும் பெருமிதமும் 49
4. டி.எம். மணி என்றொரு தலித் தலைவர் 59
5. பொன்னுத்தாய் ஸ்கூல் 67
6. பௌர்ணமி குப்புச்சாமி: தலித் வரலாற்றின் அறியப்படாத மற்றுமொரு ஆளுமை 75

II வாசிப்பில் வசப்படும் வரலாறு

7. இந்தி எதிர்ப்புப் போராட்டம்: தலித் தலைமையும் தமிழ் அடையாளமும் 85
8. தங்கை வீரம்மாளும் தமையன் வீராசாமியும் 110
9. கருங்காலிகளும் நன்றிகொன்றவர்களும் 123
10. டி.எம். நாயர் கலந்துகொண்ட ஸ்பர்டாங்க் சாலைக் கூட்டம் 140
11. நந்தனும் நந்தனாரும் 152
12. திராவிடன் பறையன் தமிழன் 182

என்னுரை

வரலாறு - அனுபவம் - கதை. இவற்றில் ஏதாவ தொன்று அல்லது இவையெல்லாம் கலந்த ஒன்று கட்டுரைகளாக விரிந்துள்ளன. பத்தாண்டுகளுக்கும் மேலாக தலித் வரலாறு தொடர்பாகத் தேடவும் எழுதவும் செய்கிற தொடர்பயணத்தில் என்னிடம் சில மாற்றங்கள் ஏற்பட்டுள்ளன. எனினும், இத்தகைய மாற்றம் திட்டமிட்டதல்ல. தேடல், வாசிப்பு, உரையாடல் ஆகியவை வழியாகக் கண்டடைந் தவையே அவை. வரலாற்றைத் தம் / தம் குழுவின் சமகால அதிகார இச்சைக்குத் தீனியாக்கித் தருவதன் மூலம் அவற்றை எழுதுகிறவனே அதிகாரமாக மாறிவிடுகிற சூழ்நிலையில் அப்படியாகிவிடக் கூடாது என்ற எச்சரிக்கையுணர்வைத் தவிர வேறெதையும் இவற்றை எழுதும்போது, நான் கவனத்தில் கொள்ளவில்லை. தலித் வரலாறு தலைவர்கள், பிம்பங்கள் பற்றியதாக அமைந்து தகவல்களாகத் தேங்கிவிட்ட நிலையில் அவற்றை ஒற்றையாகச் சாராம்சப்படுத்தாமல் அதில் ஒன்றுக்கொன்று வேறு பட்ட அனுபவங்களையும் பேசவேண்டியுள்ளது. அதாவது, இதுவரையிலான தலித் செயற்பாடுகள் என்பன பல்வேறு முரண்களாலும் உறவுகளாலும் உருகிவந்தவையாக இருந்திருக்கின்றன. அறிமுக மான எந்தவொரு கருத்தும் அடையாளமும் அப்படியே ஏற்கப்படாமல் அதையொட்டிய எதிரும் புதிருமான நிலைப்பாடுகள் ஊடாகவே அவை நிலைபெற்றுள்ளன.

அரசியல் நிலைப்பாடு என்ற உடனடிக் கண்ணோட்டத்திற்கு அப்பாற்பட்டுப் பார்த்தால் இப்போக்கு இயல்பானது; அவற்றை இனங்கண்டிருப்பதுதான் இத்தொகுப்பிலுள்ள கட்டுரைகளின் தனித்துவம் என்பேன். பரந்த சமூக அனுபவங்களிலிருந்து தேர்ந்தெடுத்துக்கொள்ளும் 'உண்மை'களின் பதிவே வரலாறு என்று ஆக்கப்பட்டுள்ளது. இந்நிலையில் வரலாற்றிற்கு வெளியே நிறுத்தப்பட்ட அனுபவங்களைத் திரும்ப அழைத்து வருவதன் மூலம் நிலவிவரும் வரலாற்றை எதிர்கொள்ள விரும்புகின்றன இக்கட்டுரைகள். அப்பொருளிலேயே நூலின் தலைப்பு இடப் பட்டுள்ளது.

வரலாற்றுப்போக்கினூடாகக் காணப்படும் மௌனங்கள், விடுபடல்கள், மறைப்புகள் போன்றவற்றைப் புரிந்துகொள்ள இக்கட்டுரைகளில் முயற்சி மேற்கொள்ளப்பட்டுள்ளது. ஆவணக் காப்பகத் தரவுகள் அடிப்படையில் ஆய்வுகள் அமைவது ஒருவகை. ஆனால், இக்கட்டுரைகள் அதற்கு மாறாக, பொது வெளியில் உலவும் அடையாளங்களையே அதிகம் தரவுகளாக எடுத்தாண்டுள்ளன. சிலை, சுவரொட்டி, நாட்டாரிசை, பாடல், புகைப்படம், பெயர், கடிதம், விண்ணப்பம், வெகுமக்கள் ஞாபகங்கள் ஆகியவையே அத்தரவுகள். இத்தரவுகளின் வழி வரலாற்று அனுபவங்களை ஒப்பிட்டுப் பார்க்கும்போது கிடைக்கும் புரிந்துகொள்ளல்கள் வரலாற்றை அரசியலாக மட்டுமே உறையவைப்பதிலிருந்து விலகுகிறது என்பது எம் நம்பிக்கை.

இதுவரையில் தலித் தொடர்பான வரலாற்றுப் பக்கங்களில் அறியப்படாத முற்றிலும் புதியவர்கள் இந்நூலில் பேசப்பட்டுள்ளனர். ஆனந்த தீர்த்தர், பொன்னுத்தாய் அம்மாள், வீரம்மாள், தொண்டு வீராசாமி, வஞ்சி நகரம் கந்தன் ஆகியோர் இவ்வரிசையில் அடங்குவர். ஏற்கெனவே பிறரால் எழுதப்பட்ட மீனாம்மாள், ஜார்ஜ் ஜோசப், பென்னிகுயிக், சகஜானந்தர் போன்றோர் பற்றி புதிய தரவுகளும் புரிதல்களும் வெளிப்படும் வண்ணம் முறையே இந்தி எதிர்ப்புப் போராட்டம், குற்றப் பரம்பரைத் தடைச்சட்ட எதிர்ப்பு, முல்லைப்பெரியாறு அணை பணி, தலித்துகளுக்கான கல்வி போன்றவற்றின் வரலாற்றில் புதிய தரவுகளோடு அதற்கான தர்க்கங்களும் இத்தொகுப்பில் உருக்கொண்டிருக்கின்றன. அதேபோல மீனாம்மாள், பொன்னுத்தாய், வீரம்மாள் ஆகிய தலித் பெண்களின் வரலாறுகளும் புதுச்சித்திரம் பெற்றிருக்கின்றன. 'நந்தனும் நந்தனாரும்' என்கிற கட்டுரையின் தொடக்க வடிவம் மதுரை அருளானந்தர் கல்லூரியில் நடந்த தத்துவத் துறை கருத்தரங்கில் வாசிக்கப்பட்டது. அக்கட்டுரையின் விரிந்த வடிவம் இத்தொகுப்பில் இடம்பெற்றுள்ளது. இக்கட்டுரையின்

ஒரு பகுதி *அதிர்வெண்* காலாண்டிதழில் இடம்பெற்றது. 'இந்தி எதிர்ப்புப் போராட்டமும் தலித் தலைமையும்' என்கிற கட்டுரை *காலச்சுவடில்* வெளியாகியிருந்தாலும் பல புதிய தகவல்கள் இணைக்கப்பட்டு இத்தொகுப்பில் சேர்க்கப்பட்டுள்ளது.

திராவிட இயக்க வரலாறு, தலித் வரலாற்றுச் செயல்பாடுகளை மறைத்ததை, அரைகுறையாக்கியதைப் பற்றி நிறைய எழுதியிருக்கிறேன். ஆனால், இத்தொகுப்பின் கட்டுரைகளில் அப்போக்கு தானாகவே குறைந்திருக்கிறது. தலித் வரலாற்றை எதிர்மறையாக அமையும் விமர்சன வரலாறாகவே சுருக்கிவிடக்கூடிய அபாயத்திலிருந்து விலகி தனக்கான சுயமான தரவுகளிலிருந்து தலித் வரலாற்றியல் தன்னை இங்கு கட்டமைத்துக் கொண்டிருக்கிறது. இவ்வாறு தலித்துகளின் வரலாற்றை விரிந்த தளத்தில் விவாதிப்பதேகூட இன்றைய திராவிட இயக்க விடுபடல்களுக்கான பதிலாக இருக்க முடியும். அதற்கேற்ப இத்தொகுப்பில் அடங்கியுள்ள கட்டுரைகளை எழுதிய காலம் முக்கியமானது. 2012ஆம் ஆண்டைத் திராவிட இயக்க நூற்றாண்டு என்று அறிவித்தபோது, சில கட்டுரைகளும் அறிக்கைகளும் வெளியாயின. அச்சூழலில் தலித்துகளின் வரலாற்று இருப்பை விளக்கி 'இந்தி எதிர்ப்புப் போராட்டமும் தலித் தலைமையும்', 'டி.எம். நாயர், கருங்காலிகளும் நன்றிகொன்றவர்களும்' ஆகிய மூன்று கட்டுரைகளைக் *காலச்சுவடு* இதழில் எழுதினேன். பின்னர், 2016ஆம் ஆண்டை நீதிக்கட்சியின் நூற்றாண்டு என்று அறிவித்திருக்கும் நிலையில் நான்காண்டுகளில் எழுதப்பட்ட 12 கட்டுரைகளோடு இத்தொகுப்பு உருவாகியுள்ளது. எனவே, இந்நூலை ஒரு குறியீடாகவும் பார்க்கலாம்.

நூலிலுள்ள கட்டுரைகளை வெளியிட்ட *காலச்சுவடு, உயிர்எழுத்து, அடவி, அதிர்வெண்* ஆகிய இதழ்களுக்கும் அதன் ஆசிரியர்கள் சுகுமாரன், தேவிபாரதி, சுதீர்செந்தில், தில்லைமுரளி, பூவிழியன் ஆகியோருக்கும் நூலை வெளியிடும் *காலச்சுவடு* கண்ணனுக்கும் தட்டச்சுப்பணியிலும் பிழை திருத்தங்களிலும் ஈடுபட்ட வள்ளியூர் வி. பெருமாள், செந்தூரன் ஆகியோருக்கும் இவ்வேளையில் நன்றி கூறிக் கொள்கிறேன்.

வரலாறு பற்றிய என் பார்வை மாறியதற்கு ஒரு பாதிக் காரணம் படிப்பும் கள அனுபவமும்தான் என்றால் அழகரசனோடு நடந்த உரையாடலை மீதிக் காரணம் என்பேன். எனவே, அவரையும் இத்தருணத்தில் நினைத்துக்கொள்கிறேன். மற்றபடி தொகுப்பிலுள்ள கட்டுரைகள் உருப்பெறுவதில் பல்வேறு வகையிலும் உதவிய நண்பர்களுக்கு நன்றி.

இந்நூலைச் சார்ந்து நான் சொல்ல வேண்டிய நன்றிகளும் உள்ளன. அட்டைப்படத்தை வடிவமைத்த ஓவியர் – நாவலாசிரியர் சீனிவாசன் நடராஜன், அட்டைப் படத்தில் இடம்பெற்ற ரெட்டியூர் பாண்டியனின் சிலையைப் படமெடுத்து அனுப்பிய காட்டு மன்னார்குடி சுபாஷ் சந்திரபோஸ், ஆனந்ததீர்த்தரின் படத்தை மிகத் துல்லியமாக வரைந்து தந்த நண்பர் ரவி பேலட் ஆகியோருக்கு நன்றி சொல்லிக்கொள்கிறேன். அடுத்ததாக, முன்னுரை வழங்கியிருக்கும் கவிஞர் சுகுமாரனுக்கு நன்றி. எழுத்தில் அதிகமாகப் புனைவுசார்ந்த வடிவங்களில் இயங்கிவரும் கவிஞர் சுகுமாரன் இதுபோன்ற வரலாற்று ஆய்வு நூலுக்கு முன்னுரை தந்திருப்பது பலருக்கு வியப்பளிக்கலாம். ஆனால், அவரிடம் முன்னுரை கேட்டமைக்கு எனக்குக் காரணங்கள் இருக்கின்றன. பத்திரிகையாளராகவும் படைப்பாளியாகவும் விளங்கிவரும் அவர் இதுபோன்ற கட்டுரைகளைப் பற்றி எழுதாவிட்டாலும் அவற்றைத் தொடர்ந்து கவனித்துவருபவராக இருக்கிறார். அந்த வகையில் கூர்மையான அரசியல் பார்வையைக் கொண்ட அவர் இந்நூலுக்கு முன்னுரையளித்திருப்பது என்பது என் எழுத்து முயற்சிக்குக் கிடைத்த அங்கீகாரமாகக் கருதுகிறேன்.

என் எழுத்து முயற்சி *புதிய தடம்* இதழில் வரலாறு தொடர்பான கட்டுரை எழுதுவதோடுதான் தொடங்கியது. இதழ் பின்னர் நின்றுபோனது. எனினும், அத்தோழர்களோடு நடந்த உரையாடல்களும் அவற்றைப் புரிந்துகொண்டமையும் முக்கியமானவை. இன்றைக்கு அந்நண்பர்கள் வெவ்வேறுவிதமான பார்வையில் செயற்படுகிறார்கள். முற்றிலும் எதிர்மறையான நிலைப்பாட்டில் இருக்கும் நிலைமையும்கூட இருக்கிறது. ஆனாலும், அம்முரண்கள் கருத்தியலைக் கையாளும் முறை சார்ந்தவை என்றே புரிந்துகொண்டிருக்கிறேன். எனவே, கடந்த காலத்தின் ஞாபகமாகப் *புதியதடம்* தோழர்களுக்கு இந்நூலைச் சமர்ப்பிக்கிறேன். இறுதியாக, குடும்ப சூழலிலிருந்து காப்பவர் என்ற முறையிலும் எனை குற்றவுணர்விலிருந்து விடுவித்துக்கொள்வதற்காகவும் பூர்ணிக்கு நன்றி சொல்லிகிறேன்.

ஸ்டாலின் ராஜாங்கம்

மதுரை
5 மே 2017

முன்னுரை

ஸ்டாலின் ராஜாங்கத்தின் ‘எழுதாக் கிளவி’ வரலாற்று ஆய்வு நூலுக்கு முன்னுரை எழுத இரண்டு தகுதிகள் எனக்கு இருப்பதாகக் கருது கிறேன். எனது வாசிப்பில் பெரும்பான்மையாக இடம்பெறுபவை படைப்பிலக்கிய நூல்களும் கலை இலக்கியம்சார்ந்த நூல்களுமே. எனது தனிப்பட்ட ஆர்வமும் முதன்மையான அக்கறையும் இங்கு குறிப்பிட்ட துறைகளைச் சார்ந்தவை என்பது காரணம். ஆனால், சமூக உறுப்பினனாக எனது கரிசனங்கள் இவற்றை உள்ளடக் கியவையும் இவற்றைக் கடந்தவையும் கூட. அந்தக் கரிசனங் களைப் பற்றி விரிவாக அறிந்துகொள்ளவும் ஆழமாக விளங்கிக்கொள்ளவும் அவற்றை விழுமி யங்களாக நிலைநிறுத்திக்கொள்ளவும் தொடர்ந்து ஆய்வு நூல்களை நாடுகிறேன். அந்த நூல்களின் எண்ணிக்கை என் வரையில் குறைவு. முன்சொன்ன சிந்தனைச் செயல்பாட்டிற்கு வலுச்சேர்க்கும் ஆய்வுத் துறை எழுத்தாளர்கள் மிகச் சிலரே தொடர்ந்து எனது வாசிப்பிலும் கவனத்திலும் இருக்கிறார்கள். அவர்களில் ஒருவர் ஸ்டாலின் ராஜாங்கம். அவர் பதிப்பித்தவையும் எழுதியவையும் தொகுத்த வையுமான ஏறத்தாழ எல்லா நூல்களையும் வாசித் திருக்கிறேன் என்ற ‘தற்பெருமை’யே இந்த நூலுக்கு முன்னுரை எழுத எனக்குள்ள முதல் தகுதி.

பதினைந்து ஆண்டுகளுக்கும் மேலாக ஸ்டாலின் ராஜாங்கம் எழுதி வருகிறார். சிற்றிதழ்களிலும் மாற்று இதழ்களிலும் அவரது ஆக்கங்கள் தொடர்ந்து வெளி வந்திருக்கின்றன. அவற்றைத் தொடர்ந்து வாசித்து

மிருக்கிறேன். குறிப்பிட்டுச் சொல்லக்கூடியவை *காலச்சுவடு* இதழில் வெளிவந்த அவரது கட்டுரைகள். ஆய்வு நேர்மையும் நுட்பமான நோக்கும் தெளிவான நிலைப்பாடுகளும் கொண்ட கட்டுரைகள் வாசகனாக ஈர்த்தவை; சிந்திக்க வைத்தவை. சமகாலத் தமிழ்ப் பண்பாட்டுச் சூழலில் ஸ்டாலின் ராஜாங்கம், தவிர்க்கமுடியாத கோட்பாட்டாளரும் எழுத்துச் செயல் பாட்டாளரும் ஆவார் என்ற எண்ணத்தை வலியுறுத்தியவை. ஐந்து ஆண்டுகளுக்கு முன்பு *காலச்சுவடு* இதழின் பொறுப்பு அளிக்கப்பட்டபோது தொடர்ந்து எழுத வாய்ப்பளிக்கப்பட வேண்டியவர்கள் என்று அந்தரங்கமாக உருவாக்கிய வரிசையில் அவரை இயல்பாகவே சேர்க்கக் காரணம் இந்த எண்ணமே.

ஆனால், ஸ்டாலினை நம்பி இந்த எண்ணத்தை நடைமுறைப் படுத்துவது பொறுப்பாசிரியன் என்ற நிலையில் எப்போதும் பதற்றத்தைத் தரும் அனுபவமாக இருந்திருக்கிறது. இதழுக்கான பணிகள் தொடங்கும் கட்டத்தில் பேசும்போது இன்ன பொருளைப் பற்றிக் கட்டுரை தருவதாக உறுதி அளிப்பார். அதைக் கணக்கில் வைத்துக்கொண்டு இதழுக்கான வேலைகள் நடக்கும். இதழை அச்சுக்கு அனுப்புவதற்கான கெடு நெருங்கும்போதும் கட்டுரை கைக்குக் கிடைத்திருக்காது. அந்தத் தருணங்களில் ஒன்று அவர் தொடர்பு எல்லைக்கு அப்பால் இருப்பார்; அல்லது அவரது கைப்பேசியைச் சுகவீனம் பீடித்திருக்கும். கெடு முடியும் நேரத்தில் கட்டுரை வந்து சேர்ந்து பதற்றத்தை மேலும் அதிகரிக்கச் செய்யும். கட்டுரையையும் சேர்த்துப் பணி நடக்கும் இறுதிக் கட்டத்தில் கட்டுரையின் திருத்தப்பட்ட பிரதி வந்துசேரும். அதைச் சரிபார்த்துப் புதிய பக்கங்களை அமைக்க நேரும். பத்திரிகைப் பொறுப்பாளனாக ஸ்டாலின் ராஜாங்கம் தொல்லை தரும் பங்களிப்பாளர். ஆனால், கட்டுரையைப் பார்வையிடும்போது அந்தத் தொல்லை மறைந்துபோகும். அந்த இதழின் முக்கியமான பங்களிப்புகளில் ஒன்றாகவே ஸ்டாலினின் கட்டுரை இருக்கும். சிந்தனையை ஈர்க்கும் கட்டுரையை வெளியிடுகிறோம் என்ற பெருமிதத்தைத் தரும் ஆக்கமாகவே இருக்கும். ஸ்டாலின் ராஜாங்கம் தரும் இதழியல் அனுபவத்தையொட்டி இப்படி அவரை உருவகப்படுத்தி வைத்திருக்கிறேன். 'நுனிக் கரும்பின் அரை அங்குல இடைவெளியில் அடிக்கரும்பின் இனிமையை வைத்திருப்பவர்'. அவரிடமிருந்து அரிதின் முயன்று - நயந்தும் இரந்தும் செல்லமாக அச்சுறுத்தியும் - பெற்று வெளியிட்ட கட்டுரைகள் பல. இந்த நூலில் இடம்பெறும் கட்டுரைகளில் சில *காலச்சுவடு* இதழில் வெளியானவை. அவை வெளியாக உவந்து பங்காற்றியவன் என்பதும் அதைவிட முக்கியமாக அவற்றை ஈடுபாட்டுடன் முதலில் வாசித்தவன் என்பதும் பெருமை அளிக்

கின்றன. இந்த இரண்டாவது தற்பெருமைதான் முன்னுரை எழுதுவதற்கான இரண்டாவது தகுதி.

எழுத்தாளர் என்ற நிலையில் ஸ்டாலின் ராஜாங்கத்தைச் சமகாலச் சூழலின் வரலாற்றுப் பிரதிநிதியாகவே பார்க்க விரும்புகிறேன். ஆர்வத்தின் காரணமாகவோ ஆர்வக் கோளாறு காரணமாகவோ எழுத வந்தவர் அல்லர் என்பது என் கணிப்பு. 'சொல் என்பது செயல்' என்ற வாசகத்தின் அடையாளமாகவே அவரை முன்னிருத்த வேண்டும். எழுத்துக்கு அளிக்கும் அதே முக்கியத்துவத்தை அதைச் சார்ந்த செயல்பாட்டுக்கும் விளைவுக் கும் அளிப்பவர். இது தன்னிச்சையான நடவடிக்கை அல்ல; சூழலின் தேவை. அந்தத் தேவையைத் தொடர்ந்து நிறைவேற்று பவராகவே அவரை வழிமொழிகிறேன்.

1991இல் நடைபெற்ற டாக்டர் அம்பேத்கரின் நூற்றாண்டு விழாவைத் தொடர்ந்து அவரது கருத்துக்களும் சிந்தனைகளும் இந்தியப் பண்பாட்டு அரங்கில் புத்துயிர் பெற்றன. அந்த அலைவீச்சு தமிழிலும் பரவியது. அதுவரை அரசியல் அமைப்பை உருவாக்கியவர் என்று மட்டுமே புகழப்பட்டிருந்த அம்பேத்கரின் சிந்தனைகள் மறுவாசிப்புப் பெற்றன. அடித்தள மக்களின் வாழ்வையும் இருப்பையும் அவர்களது வரலாற்றுப் பங்களிப்பையும் குறித்த புதிய விவாதங்கள் எழுந்தன. சமகாலத்தில் நிகழ்ந்த மறுமலர்ச்சி என்று இதைச் சொல்ல விரும்புகிறேன். 1999இல் அயோத்திதாசப் பண்டிதரின் சிந்தனைகள் தமிழகச் சூழலில் பரவலாகப் பேசவும் விவாதிக்கவும் பட்டதல்லாமல் பல புதிய கண்ணோட்டங்களுக்கும் புதிய நிலைப்பாடுகளுக்கும் புதிய விளக்கங்களுக்கும் அடிப்படையாக அமைந்தன. தலித் அரசியல் என்ற நிகழ்வுக்கு இவை இரண்டும் தோற்றுவாயாக அமைந்தன. இந்த மாபெரும் வரலாற்றுத் தருணத்தின் சந்ததியே ஸ்டாலின் ராஜாங்கம். நிறுவனமயமாக்கப்பட்டிருந்த சிந்தனைகளைத் தலித்திய மாற்றுச் சிந்தனைகள் எதிர்கொள்ளும் திருப்புமுனையே ஸ்டாலின் ராஜாங்கத்தின் இடம். காலத்தின் நிபந்தனையற்ற இந்தக் கட்டாயமே அவரை இன்றைய தலைமுறைச் சிந்தனை யாளர்களில் ஒருவராக முன்னிருத்துகிறது.

ஸ்டாலினின் எழுத்துக்களும் அவற்றுக்கு முகாந்திரமான சிந்தனைகளும் தெளிவான நிலைப்பாட்டைக் கொண்டவை. தலித்திய அரசியல் அடிப்படையிலேயே அவர் எதையும் அணுகு கிறார். ஒரு புனைகதையையோ திரைப்படத்தையோ ஆய்வையோகூட அந்த நிலைப்பாட்டிலிருந்தே எதிர்கொள் கிறார். அதிலிருந்து பெறும் மதிப்பீட்டையே முன்வைக்கிறார். எடுத்துக்காட்டாக ஒன்றைச் சொல்லலாம். தமிழகத்தில்

நடைபெற்ற முதல் இந்தி எதிர்ப்புப் போராட்டத்தில் களப்பலியான வர்கள் என்று தாளமுத்து, நடராசன் ஆகிய இருவரின் பெயர்கள் குறிப்பிடப்படுகின்றன. இந்த வரிசைப்படுத்தலில் தெளிவான அரசியல் இருப்பதைச் சுட்டிக்காட்டுகிறார் ஸ்டாலின். அவ்வப்போது ஆய்வு நூல்களை நாடுபவன் என்ற நிலையிலேயே கூட திராவிட இயக்கம் சார்ந்த நூலொன்றில் இடம்பெற்றிருந்த இந்த வரிசை சரியல்ல என்று தோன்றியதுண்டு.

அப்போது *குங்குமம்* வார இதழின் பொறுப்பாசிரியராகப் பணியாற்றிக்கொண்டிருந்தேன். அலுவலகம் *முரசொலி* வளாகத்தில் இருந்தது. *முரசொலியில்* பணியாற்றிக் கொண்டிருந்த மூத்த பத்திரிகையாளரும் திராவிட இயக்க எழுத்தாளர்களில் ஒருவருமான சின்னக் குத்தூசி தியாகராஜனிடம் பகல்வேளை அரட்டை ஒன்றில் சந்தேகத்தைச் சொல்லி விளக்கம் கேட்டேன். 'போராட்டத்தில் முதலில் கொல்லப்பட்டவர் நடராசன். அவர் பெயர்தானே முதலில் வரணும்? இரண்டாவதாக பலியான தாளமுத்து பேர் ஏன் வரணும்?' என்று பின்னணி புரியாத எளிய கேள்வியாகவே கேட்டேன். 'அதிலே என்ன இருக்கு தோழர், அகர வரிசைப்படி எழுதினால் தானாவுக்கு அப்புறமாகத்தானே நானா வரணும், அப்படி வர்றதுதானே சரி?' என்று குறிப்பிட்டார். அந்த விளக்கம் பொருத்தமாக இருப்பதாகவே அன்று அமைதியடைந்தேன். ஆனால், அது சரியான விளக்கமல்ல; சாக்கு என்பது ஸ்டாலின் ராஜாங்கத்தை வாசிக்கும்போது தெளிவானது. அகராதி வரிசை அல்ல அந்த வைப்பு, அதிகார வரிசை என்பதை ஸ்டாலினின் கட்டுரை தக்க ஆதாரங்களுடன் விவரிக்கிறது. நடராசன், தலித் என்பதால் வரிசை இறக்கப்பட்டதில் அரசியல் இருப்பதைச் சுட்டிக்காட்டுகிறது. அதன் தொடர்ச்சியாக அதே போராட்டத்தில் தலித்துகளின் பங்களிப்பு இருந்ததையும் அவை அதிகம் வெளிப்படுத்தப்படவோ பேசப்படவோ இல்லை என்பதையும் தனது கட்டுரைகளில் எடுத்துக்காட்டுகிறார் ஸ்டாலின். எடுத்துக் காட்டுவதுடன் அந்தப் பங்களிப்புக்கான தரவுகளையும் தேடித் தொகுத்து அளிக்கிறார். இந்தச் செயல்பாடு ஓர் உண்மையை உரக்கச் சொல்கிறது. தலித்துகளின் போராட்டம் என்பது வெறும் சலுகைக்கானவையோ உரிமைக்கானவையோ மட்டுமல்ல, முழுமையான பண்பாட்டையும் வரலாற்றையும் உருவாக்கு வதற்குமானவை என்ற உண்மையை!

வரலாறு அப்படியொன்றும் நேரானதும் வெகுளித்தன மானதும் அல்ல. அதிகாரத்திலிருப்பவர்கள் தங்கள் விருப்பத்துக்கும் தேவைக்கும் ஏற்ப சமைத்த ஒன்று. அதில் ஒதுக்கப்பட்டவர்கள்

அதிகம். வரலாற்றின் பெயரால் ஒடுக்கப்பட்டவர்களும் மறக்கப் பட்டவர்களும் நிறைய. அவர்களின் மறக்கப்பட்ட வரலாற்றை அதன் உண்மையின் ஒளியில் மீண்டும் கொண்டுவருவதே ஸ்டாலின் ராஜாங்கத்தின் நோக்கம். அதற்காக விரிவான களஆய்வுகளை மேற்கொள்கிறார். அதிலிருந்து தரவுகளை உருவாக்குகிறார். அவற்றைச் சார்ந்து தனது கருத்துக்களையும் மதிப்பீடுகளையும் நிறுவுகிறார். ஏற்கனவே புழக்கத்திலிருக்கும் ஆய்வுமுறைகளையோ சான்று நூல்களையோ மட்டுமே சார்ந்திராமல் தனது அனுபவத்தின் துணையுடனேயே ஆய்வை மேற்கொள்கிறார் என்பது அவரது தனிச் சிறப்பு. ஒடுக்கப்பட்டவர்கள், விளிம்பு நிலைக்குத் தள்ளப்பட்டவர்கள் ஆகியோர் பற்றிய ஆய்வுகளுக்கு இன்று பண்பாட்டுப் புலத்திலும் கல்விப் புலத்திலும் செலாவணி அதிகம். இவை தொடர்பான கோட்பாடுகள் உருப்பெற்று எளிதாகக் கிடைப்பனவாகவும் உள்ளன. முன்னுதாரணமான ஆய்வுநெறிகளும் புழக்கத்தில் உள்ளன. அவற்றைச் சார்ந்து இன்னொரு ஆய்வை மேற்கொள் வதும் பெயர் ஈட்டுவதும் மிக எளிது. ஆனால் தனது இடையறாத தேடல் வாயிலாகவும் தனது சொந்த அனுபவத்தின் வலுவிலுமே ஸ்டாலினின் ஆய்வுகள் அமைந்திருக்கின்றன. இந்தப் பொருளில் அவர் தனித்துவமான ஆய்வாளர். அதே சமயத்தில் உண்மை நாடுபவர்களின் பொதுக்குணத்தைக் கொண்டவர்.

காமராஜர், பக்தவத்சலம் ஆகியோரது அமைச்சரவையில் பங்கேற்றிருந்த கக்கன் ஒரு தலித். காந்தியவாதி. எளிமையும் நேர்மையும் கொண்ட அரசியல்வாதி. தனது சுய சாதிக்கும் சலுகை காட்டாமல் செயல்பட்டவர். இவை அனைத்தும் அவர் கொண்டிருந்த பெருமைகள் எனினும் அவர் இணைந்து இயங்கிய காங்கிரஸ் கட்சிக்குத் தேவைப்படுவது அவரது செயல் திறமை சார்ந்த படிமம் அல்ல. ஆதிக்க சாதியினர் மத்தியில் அவர் கொண்டிருந்த எளிமையும் பணிவுமே அவரது அடையாளமாகச் சித்தரிக்கப்படுகிறது. காலில் செருப்புக்கூட அணிந்திராத தோற்றத்திலேயே கக்கனின் சிலை வடிக்கப்படுகிறது. தங்களுக்கு இணையாக அதிகாரத்தைப் பெறும் ஆளுமைகளை ஆதிக்கச் சாதியினர் அனுமதிப்பதில்லை. இவ்வாறு ஸ்டாலின் ராஜாங்கம் எழுதுகிறார். இதில் வெளிப்படும் உண்மை, தலித் அரசியல் பேசுவோரையும் தலித் அரசியலைப் பயன்படுத்துவோரையும் ஒரே சமயத்தில் கேள்வியின் நிழலில் நிறுத்துகிறது. வரலாற்றை விளக்குவதையோ நம்பச் செய்வதையோ ஸ்டாலின் மேற் கொள்வதில்லை. மாறாக, வரலாற்றின் இடைவெளிகளில் மறைந்திருக்கும் உண்மைகளையும் முரண்களையும் விரிவான ஆய்வுக்கு உரியவையாக்குகிறார். நூலின் பெரும்பான்மையான

கட்டுரைகள் இந்த நோக்கத்தில் எழுதப்பட்டவையாகவே தோன்றுகின்றன.

எழுதப்பட்டவை மட்டுமல்ல வரலாறு. எழுதாமல் மறைக்கப் பட்டவையும் அதில் சேர்த்தி. ஸ்டாலின் ராஜாங்கத்தின் இந்நூல் அதையே துலக்கமாக்குகிறது. வரலாற்றின் வழியை மறித்த அனுபவங்களை முன்னிலைப்படுத்துகிறது. கேள்விப்பட்ட வரலாற்றில் உள்ள கேளாச் செய்திகளை வெளிக்கொணர்கிறது. சமகாலக் கேரள வரலாற்றில் சமுதாய மறுமலர்ச்சியாளர்கள் என்று சிலரது பெயர்கள் குறிப்பிடப்படுகின்றன. நாராயண குரு, சட்டம்பி சுவாமிகள், அய்யங்காளி ஆகியோர். பட்டியலில் ஒரு பெயராக ஆனந்த தீர்த்தரும் இடம்பெறுகிறார். குறிப்பிட்ட சமுதாயத்தைச் சேர்ந்த இவர்கள் தத்தம் சமுதாய மேம்பாட்டுக்கும் அதன் வழியே பொதுவான சமூகநீதிக்கும் பாடுபட்டவர்கள். நாராயண குரு ஈழவர்களுக்காகவும் சட்டம்பி சுவாமிகள் நாயர்களுக்காகவும் அய்யங்காளி புலையர்களுக்காகவும் பாடுபட்டனர். இவர்களுடன் இணைத்துப் பேசப்படும் ஆனந்த தீர்த்தர், சுயசாதியினருக்காகக் களமிறங்கியவர் அல்லர். தீண்டப்படாதவர்கள் என்று அன்றைய காலப்பகுதியில் ஒடுக்கப்பட்டிருந்தவர்களுக்காகப் போராடினார். தீண்டாமை ஒழிப்புப் போராட்டத்தில் மிக அதிக முறை சிறை சென்றவர் என்றும் ஹரிஜனங்களின் சுவாமி என்றும் பாராட்டப் பட்டார். ஆனந்த தீர்த்தர் வாழ்ந்த தலைசேரிப் பகுதிக்குச் சென்றிருக்கிறேன். கண்ணூர் பல்கலைக் கழகம் அமைத்திருக்கும் வளாகமான சுவாமி ஆனந்த தீர்த்தன் காம்பஸுக்குச் சென்று பார்த்திருக்கிறேன். கேரளத்தில் வடக்கு மாவட்டங்களில் அவரது அடையாளங்களாகக் காட்டப்படும் இடங்களையும் அமைப்புகள் சிலவற்றையும் பார்க்கும் வாய்ப்பும் கிடைத்திருக்கிறது. எனினும் அவரை, கேரளத்தைத் தாண்டி யோசிக்கவில்லை. அவரது செயல்பாட்டுக் களம் மதுரையாக இருந்தது என்பதையும் அவரது பெயர் மதுரைப் பகுதிக் குழந்தைகளுக்குச் சூட்டப்பட்டது என்பதையும் ஸ்டாலினின் கட்டுரை வாயிலாக அறிந்தபோது ஏற்பட்ட வெட்கமும் பெருமிதமும் அளவில்லாதது. ஏறத்தாழ இருபது ஆண்டுகளாக மலையாள மொழி பண்பாட்டுச் சூழலில் வாழ்ந்தும் இதை அறியாமல் விட்டது வெட்கத்தையும் ஸ்டாலின் மூலம் இதை அறிய நேர்ந்தது தோழமையார்ந்த பெருமிதத்தையும் அளித்தது.

பிற துறைகள் சார்ந்தும் எழுதியிருப்பவர், எழுதிவருபவர் என்றாலும் ஸ்டாலின் ராஜாங்கத்தை வரலாற்று ஆய்வாளர் என்றும் தலித்திய சிந்தனையாளர் என்றும் களப் பணியாளர் என்றும் குறிப்பிடவே விரும்புகிறேன். இவை மூன்றும் ஒன்றுக்கொன்று இடைவெளியில்லாமல் இணைந்திருக்கும்

எழுத்தாளுமை அவர். தலித் அரசியல் பார்வையிலிருந்தே அவரது ஆய்வுகளும் விமர்சனங்களும் அமைகின்றன. தலித்தியத்தின் முன்னெடுப்பை மட்டுமல்லாமல் முந்திய காலங்களில் அதில் நேர்ந்துவிட்ட பின்னடைவுகளையும் நிகழ்காலத்தில் நேரும் குறைகளையும் அவரது ஆய்வுகளும் விமர்சனங்களும் கணக்கில் கொள்கின்றன. இந்நூலின் பல கட்டுரைகளில் அதைக் காண முடிகிறது. பன்னிரண்டு கட்டுரைகளைக் கொண்ட இந்த நூலை வாசித்து முடித்தபோது பின்வரும் வாசகம் நினைவுக்கு வந்தது. 'உண்மையே, மகத்தான செயல்பாடுகளைப் பேணும் வரலாற்றின் தாய். எனவே ஒரு வரலாற்றாளன் மறதிக்கு எதிரியாகவும் கடந்தகாலத்துக்குச் சாட்சியாகவும் எதிர்காலத்தை வழி நடத்துபவனாகவும் இருப்பது அவசியம்.' குறிப்பிட்ட மேற்கோளுடன் இந்த நூல் சரியாகப் பொருந்துவது தற்செயலான தல்ல.

திருவனந்தபுரம்   சுகுமாரன்
14 ஏப்ரல் 2017

I
நினைவுகளில் நிலைபெறும் வரலாறு

1

சிந்து, சிலை, சின்னம்
சாதி எதிர்ப்புப் போராட்டங்களின் வட்டார வரலாறு

1928ஆம் ஆண்டு ஆகஸ்ட் 11ஆம் நாள் காஞ்சிபுரத்திற்கு அருகேயிருந்த அங்கம்பாக்கம் கிராமத்தின் சேரிக்குள் அதிகாலை ஒரு கும்பல் நுழைந்தது. 70க்கும் மேற்பட்டவர்களைக் கொண்டிருந்த அக்கும்பல் அங்கிருந்த தலித் மக்களைக் கண்மூடித்தனமாகத் தாக்கத் தொடங்கியது. எதிர்பாராத தாக்குதலால் நிலைகுலைந்த மக்கள் சிதறி ஓடத் தொடங்கினர். தாக்குதலை முடித்த கும்பல் குடிசைகளைக் கொளுத்தி விட்டு அங்கிருந்த குப்புசாமி என்பவரின் வீட்டை நோக்கி முன்னேறியது. அந்த வீட்டின் வெளிப்புறக் கதவை உடைத்துக்கொண்டு உள்ளே நுழைய முயன்றது. அப்போது வெளியூரிலிருந்து ஊர் திரும்பிக் கொண்டிருந்த குப்புசாமி சேரி மக்களின் நிலைமையை அறிந்ததோடு தம்வீடு சேதப்படுத்தப் பட்டிருந்ததையும் கண்டார். தன் குடும்பத்தினரின் நிலைமையை அறிய வீட்டிற்கு உள்ளே ஓடிய அவரை மறைந்திருந்த கும்பல் கடுமையான ஆயுதங்களோடு சூழ்ந்தது. நிலைமையின் தீவிரத்தை உணர்ந்த அவர் கதவைத் தாளிட்டுக்கொண்டு வீட்டிலிருந்த துப்பாக்கியால் தற்காப்பிற்காகக் கூரையை நோக்கிச் சுட்டார். ஆனால், கும்பல் வீட்டை வைக்கோலிட்டுத் தீயிட முயன்று கொண்டிருந்தது. பிறகு வேறுவழியில்லாத குப்புசாமி உள்ளிருந்த வாறே கும்பலை நோக்கித் துப்பாக்கியால் சுட ஆரம்பித்தார். மொத்தம் இருபத்தோருமுறை சுட்டார். இதில் 15 பேர் காயமடைந்தனர். 9 பேர்

படுகாயமுற்றனர். ஐந்து உயிர்களும் போயின. இவையெல்லாம் முடிந்தபோது காலை மணி ஆறாகியிருந்தது. பிறகு சென்னை போலீஸ் கமிஷ்னருக்கும் கலெக்டருக்கும் தந்தி அனுப்பிய குப்புசாமி, போலீசார் வந்தபின்பு துப்பாக்கியை ஒப்படைத்தார். அவரோடு ஏழு தலித்துகளும் கைதுசெய்யப்பட்டனர்.

இவ்வாறு அங்கம்பாக்கம் குப்புசாமிமீது தாக்குதல் தொடுக்கப்பட்டதற்குக் காரணம் சாதி உணர்ச்சியேயாகும். தாழ்த்தப்பட்ட வகுப்பைச் சேர்ந்த குப்புசாமி ஆங்கிலேயரின் ராணுவத்தில் அவுல்தாராகப் பணியாற்றிச் சொந்தக் கிராமத்திற்கு திரும்பிவந்து தலித் மக்களுக்கான முன்னேற்றப் பணிகளில் தம்மை ஈடுபடுத்திக்கொண்டவர். ராணுவப் பணியிலிருந்து திரும்பிய பலரும் ராணுவ வாழ்வு தந்த ஒழுங்கைத் தம் சமூக மக்களுக்கான நடைமுறையாக மாற்றுவதை அம்மக்களின் சுயமரியாதைக்கான வழியாகக் கருதியிருப்பதைப் பரவலாகப் பார்க்க முடியும். இம்மானுவேல் சேகரன் இவ்வாறான போராளிதான். நவீனத்துவம் ஏற்படுத்தித் தந்த வெளிகளில் ஒடுக்கப்பட்ட மக்களின் முன்னேற்றத்திற்கான முயற்சிகள் பல்வேறு வழிகளில் மேற்கொள்ளப்பட்டன.

அந்தவகையில் கல்வி அபிவிருத்திச் சங்கம் ஒன்றைத் தொடங்கி அங்கம்பாக்கத்தில் பாடசாலைகளைக் குப்புசாமி ஏற்படுத்தினார். அயோத்திதாசர் வழியில் ஏற்கெனவே பௌத்த நெறியை ஏற்றிருந்த அவர் தனக்கிருந்த தொடர்புகள் மூலம் நிதிதிரட்டிப் பள்ளிக்கெனக் கட்டடங்கள், கருவிகள், ஆசிரியர்களுக்கான ஊதியம் போன்றவற்றை வழங்கிவந்தார். ஆங்கிலேய அதிகாரிகளோடு தொடர்புகொண்டு கூட்டுறவுச் சங்கம் மூலமாகத் தலித் விவசாயக் கூலிகளுக்குப் பண உதவி கிடைக்கச் செய்து புறம்போக்கு நிலப்பகுதிகளை வாங்கி விவசாயம் செய்ய உதவினார். அதுவரையிலும் வட்டிக் கடனாலும், விவசாய அடிமைநிலைமையாலும் இடருற்று வந்த தலித்துகள் அவற்றிலிருந்து ஓரளவு விடுபட்டனர். தலித்துகளின் பொருளாதாரத் தற்சார்பு, அதன் மூலமாக உருவான சுயமரியாதை நடைமுறைகள் பாரம்பரியச் சாதிய வழக்கங்களுக்குச் சவாலாக மாறின. எனவே, இப்பகுதியில் விவசாய நிலங்களை உரிமையாகக் கொண்டிருந்த முதலியார், வன்னியர் முதலிய சாதியினரைத் திரட்டிக்கொண்டு தலித்துகளையும் அவர்களின் மேம்பாட்டுக்குக் காரணமாயிருந்த குப்புசாமியையும் தாக்குவதென சாதி இந்துக்கள்வந்தபோது, நடந்த சம்பவம்தான் மேலே விவரிக்கபட்ட நிகழ்ச்சி. வெறும் 60 குடிசைகளைக் கொண்டிருந்த சேரி மீது 150 வீடுகளைச் சேர்ந்த ஊரார் தொடுத்த வன்முறை இது.

தற்காப்பு சிந்து.

குப்புசாமி கைதுசெய்யப்பட்ட பின் ஆதிக்க வகுப்பினர் தரப்பில் பதினெட்டுப் பேர் கைது செய்யப் பட்டனர். வழக்கு நடந்தது. மற்றவர் களுக்குப் பல்வேறு பிரிவுகளின்கீழ் தண்டனை வழங்கப்பட்டாலும் ஐந்து கொலைகளுக்குக் காரணமானவர் என்ற முறையில் குப்புசாமிக்கு ஆயுள்தண்டனை விதிக்கப்பட்டது. இத்தீர்ப்பு தலித் மக்களால் அதிர்ச்சி யோடு எதிர்கொள்ளப்பட்டது. அக்காலப் பகுதியில் சென்னையை ஒட்டி விழிப்புணர்வு பெற்றிருந்த தலித் அரசியல் சூழல்மீது இவ்வழக்கு பெரும்தாக்கத்தை ஏற்படுத்தியது. இதில் தலித் முன்னோடிகளும் மக்களும் தங்களை ஈடுபடுத்திக் கொண்டனர். இவ்வழக்கில் இறுதிவரையிலும் குப்புசாமியின் தரப்பை விலாவாரியாக எடுத்துரைத்துவந்த கோலார் ‘தங்கவயல் தமிழன்’ இதழ் தன் வாசகப் பரப்பினரிடையே இத்தகவலை பரவலாகக் கொண்டு சேர்த்திருந்தது. முதலில் அங்கம்பாக்கம் துக்க நிவாரணச் சங்கம் ஒன்று வி.பி.எஸ். மணி தலைமையில் தொடங்கப்பட்டு இவ்வழக்கில் மேல்முறையீடு செய்யும் நோக்கில் நிதி திரட்டப்பட்டது. இதற்கென 20.3.1929 ‘தங்க வயல் தமிழன்’ இதழில் நீண்டதொரு அறிக்கை வெளியானது. ஜி. அப்பாதுரை, எம்.சி. ராஜா, சுவாமி சக ஞானந்தர், வி.ஜ. முனுசாமிபிள்ளை உள்ளிட்ட பல்வேறு முன்னோடிகளும் இவ்வழக்கிற்கென நிதியுதவியும் பங்களிப்பும் செலுத்தினர்.

வழக்கு சைதாப்பேட்டை நீதிமன்றத்திலிருந்து உயர் நீதிமன்றத்திற்குக் கொண்டுசெல்லப்பட்டது. வழக்கு விசாரணைக்கு வந்தபோதெல்லாம் மக்கள் கூட்டம் கூட்டமாகத் திரண்டனர். வழக்கின் நிலைமை குறித்து அவ்வப்போது துண்டுப் பிரசுரங்கள் மூலம் தகவல்கள் பரப்பப்பட்டன. குப்புசாமி சார்பாக வழக்கறிஞர் வி.எல். எத்திராஜ் திறமையாக வாதாடினார். வழக்கின் முடிவில் 1929 மே மாதம் 23ஆம் தேதி குப்புசாமி முற்றிலுமாக விடுவிக்கப்பட்டார். அவரது விடுதலை தலித் மக்களின் வெற்றியாகவே கருதப்பட்டது. அவருக்காகத் திரட்டப்பட்ட நிதியின் செலவினம் குறித்து அங்கம்பாக்கம் துன்ப நிவாரணச் சங்கத்தின் வரவு சிலவு கணக்கு புத்தகம் என்ற பெயரில் 12.7.1929 என்னும் தேதியிட்டுச் சிறுநூல் வெளியிடப்பட்டது. மேலும் 1929 இல் ‘அங்கம்பாக்கம் ஸ்ரீமான் எபயன் குப்புசாமியருக்கு ஜாதி இந்துக்களால் நேர்ந்த

ஆபத்தின் தற்காப்பு சிந்து' என்னும் தலைப்பில் ஜே. ஐ. பால் வண்ணம் என்பவரால் பாடப்பட்ட சிந்து சென்னையிலும் சென்னையிலிருந்து பெங்களூர் செல்லும் ரயிலிலும் பாடப்பட்டு நிதி சேகரிக்கப்பட்டது. தூத்துக்குடி ஆதி திராவிட யூனியன் பேரால் அச்சிடப் பட்டுப் பரப்பப்பட்ட இச்சிந்துதான் வெகுசில துண்டுப் பிரசுரங்களைத் தவிர்த்து இச்சம்பவம் பற்றித் தற்போது விரிந்த அளவில் கிடைத்துள்ள ஆதாரமாகும்.

❍

மதுரை மேலூரிலிருந்து திருச்சி நோக்கிச் செல்லும் நெடுஞ் சாலையில் கக்கன் பிறந்த தும்பைப்பட்டிக்கு முன் அமைந்திருக்கும் கிராமம் வஞ்சிநகரம். ஊரின் தலித் பகுதிக்குள் நுழைந்து சற்றுத் தொலைவு சென்றதும் தெருப்பகுதியில் அரையாள் உயர சிமெண்ட் பலகை ஒன்றில் மார்பளவு ஆண் உருவம் வரையப்பட்டிருப்பதைப் பார்க்கலாம். அந்த உருவம் யாரென்பதைத் தியாகி செம்மல் *V.* கந்தன் *(03.09.1959 – 08.10.1987)* என்று பதியப்பட்டிருக்கும் குறிப்பின் மூலம் அறியலாம். இங்கிருக்கும் வீடுகளின் எந்த விசேசமும் இந்த சிமெண்ட் பலகையின் முன் வழிபட்ட பிறகே தொடங்கப்படுகிறது. திருவிழாவும்கூட அப்படியே எனச் சொல்லப்படுகிறது. நம்முடைய பழமரபான நடுகல் வழிபாட்டை ஒத்ததாக இந்நடைமுறை அமைந்திருப்பதைப் பார்க்க முடிகிறது. தம்முடைய குழுவிற்காக எதிரிகளுடன் போரிட்டோ கொடிய விலங்கு உள்ளிட்ட அச்சுறுத்தல்களுடன் போராடியோ இறந்துபட்ட ஒருவரை வீரனாகக் கருதி அவர் உருவத்தைக் கல்லில் வடித்து வழிபடுவதே நடுகல் மரபாகும். எனில் கந்தன் நடத்திய போராட்டமும் இழப்பும் எவை?

மதுரை மேலூர்ப் பகுதியில் நிலவிய சாதிய ஒடுக்குமுறைகள் ஒப்பீட்டளவில் மற்ற பகுதிகளைக் காட்டிலும் இறுக்கமானவை. இங்கிருக்கும் சாதிய முறை பிராந்தியத் தனித்தன்மை கொண்டது. இப்பகுதியில் நிலவிய சாதிய முறைகள் குறித்து அம்பேத்கரே எழுதியிருக்கிறார். (அம்பேத்கர் நூல்தொகுதி *9* – தமிழ்). காந்தியின் அரிசன சேவாசங்கம் பணியாற்றத் தேர்ந்தெடுத்த ஊர்களுள் இதுவும் ஒன்று. *1992*இலும் *1997*இலும் முறையே சென்னகரம்பட்டி வேலு அம்மாசி, மேலவளவு முருகேசன் உள்ளிட்ட ஆறுபேர் ஆதிக்க வகுப்பினரால் வெட்டிக் கொல்லப்பட்ட பகுதி இதுவாகும்.

இப்பகுதியின் பெரும்பான்மையான ஊர்களில் குடிகள்ளர் முறை நிலவியது. அதாவது ஒவ்வொரு கள்ளர் குடும்பமும் தங்கள் வீட்டிலோ நிலம் உள்ளிட்ட பிற பணியிடங்களிலோ வேலைசெய்ய ஊரின் ஏதாவதொரு தலித் குடும்பத்தைச் சொந்தமாக்கிக்கொள்ளும். அத்தகைய தலித் குடும்பத்தின்

‘நல்லதையும் கெட்டதையும்’ அக்கள்ளர் குடும்பமே பார்த்துக்கொள்ளும். தலித் ஒருவரின் ‘தவறை’க் கண்டிக்க விரும்பும் யாரும் முதலில் அக்குடி கள்ளர்களிடம் முறையிடும் வழக்கம் உண்டு. இந்நிலையைக் கடந்து தலித்துகள் படிக்கவோ மற்ற இழிவான நடைமுறைகளிலிருந்து விடுபடவோ முடியாத நிலையிருந்தது. சாதாரண சிவில் உரிமையைக்கூடப் பின்பற்ற வாய்ப்பிருக்கவில்லை.

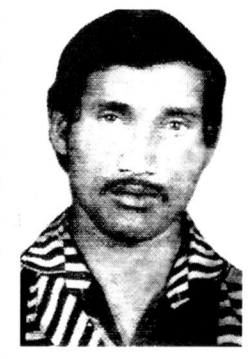

இந்நிலையில் இவ்வூரில் 1959ஆம் ஆண்டு பிறந்து எட்டாம் வகுப்பு வரை படித்துப் படிப்புக்கு முற்றுப் புள்ளி வைத்திருந்த கந்தன் என்பவரும் அவருடைய அண்ணன் சுப்பையாவும் கிடாரிப்பட்டி என்னும் ஊரில் கல்குவாரியில் கல் உடைக்கும் வேலைசெய்தனர். குவாரிகளில் கூலிகளாய் இருக்கும் தலித்துகள் அவற்றைச் சொந்தமாக்கிக்கொள்ளும் நிலைமைக்கு இன்றுவரையிலும் முன்னேறவில்லை. இந்நிலையில் கந்தனின் மற்றொரு சகோதரர் முருகன் வாகன விபத்தொன்றில் இறந்ததால் இழப்பீடாக ரூபாய் ஒண்ணே முக்கால் லட்சம் கிடைத்தது. நான்கு வருடக் குவாரி அனுபவத்தையும் அப்பணத்தையும் வைத்துச் சகோதரர்கள் குவாரி ஒன்றைத் துணை காண்டிராக்ட் எடுத்தனர். தலித்தொருவர் காண்டிராக்ட் எடுத்தது இப்பகுதியில் இதுவே முதல்முறையாகும். இவ்வாறு சொந்தமாகக் குவாரி பணி தொடங்கியதும் குவாரிக்கான கருவிகளையும் பணியாட்களாகத் தலித்துகளையும் ஒருங்கிணைக்க முடிந்தது. இவற்றின் மறுதலையாகத் தலித்மக்கள்மீது திணிக்கப்பட்டிருந்த சாதிக்கட்டுப் பாடுகள் பற்றிய கேள்விகளும் எழத் தொடங்கின. இச்சூழல் சாதி இந்துக்களை எத்துணை தொந்தரவிற்கும் கோபத்திற்கும் ஆளாக்கியிருக்கும் என்பதைச் சொல்லத் தேவையில்லை. செருப்பணிவது, குடிநீர் எடுப்பது தொடர்பான கட்டுப்பாடுகளைச் சுட்டிப் பல்வேறு விண்ணப்பங்கள் எழுதப்பட்டு அரசிடம் முறையிடப்பட்டது. இவ்வூரில் நிலவிய சாதிப்பாகுபாட்டை ஆராய்ந்து முடிவெடுக்கும் அமைதிக் குழு ஒன்றை அரசு அமைக்கும் அளவிற்கு அந்த விண்ணப்பங்கள் நெருக்கடியை உருவாக்கின. தொடர்ந்து விண்ணப்பங்கள் அனுப்புவதில் கந்தன் முதன்மைக் காரணியாகச் செயற்பட்டார்.

அமைதிக் குழுவில் சிவில் உரிமைகள் மட்டுமல்லாது ஊர்ப் பொதுச்சொத்துகள்மீதான உரிமைகளும் தலித் இளைஞர்களால் கோரப்பட்டன. முதலில் சிவில் உரிமைகள் பற்றிய முடிவுகள் மட்டுமே எடுக்கப்பட்டன. அமைதிக் குழு முடிவின் படி செருப்பணிந்து செல்வது போன்ற முயற்சிகள்

நடந்தன. தொடர்ந்து பொதுக்குளத்தில் தலித்துகள் நீரெடுக்க முயன்றார்கள். இம்முயற்சியில் கந்தனின் குடும்பமே முதலில் ஈடுபட்டது. பிறகு சில ஆண்டுகள் கழித்துக் கோவில் கட்டுவதென்று முடிவெடுக்கப்பட்டது. இதற்கிடையில் குவாரி மறு ஏலத்தின் டெண்டர் சாதி இந்து ஒருவருக்கே கிடைத்தது. டெண்டர் பெற்ற அவர் அதுவரை உடைக்கப்பட்ட கற்களைத் தனக்கே தர வேண்டுமெனக் கோரியதும் கந்தன் தரப்பு மறுத்துவிட்டது. இதே வேளையில் படிப்படியான போராட்டங்கள் மூலம் தலித்துகள் பெற்றுவந்த வாய்ப்புகளால் அவர்கள் சுயமரியாதை மேம்பட்டு நிலவிவந்த சாதியதிகாரம் கேள்விக்குள்ளானது. இதனால் சாதி இந்துக்களின் கோபம் 'இயல்பாக'க் கூடியது.

இதற்கிடையில் கந்தனைக் கொல்வதென்று திட்டமிட்டுப் பணமும் ஒதுக்கப்பட்டது. முதலில் ஜல்லிக்கட்டு ஒன்றின்போது, கந்தன்மீது ஏவப்பட்டது. அக்கொலை முயற்சியிலிருந்து அவர் தப்பியிருந்தார். அடுத்து கந்தனுக்குத் திருமணம் நிச்சயிக்கப்பட்டிருந்த நிலையில், பக்கத்து ஊருக்குத் தனியாகச் சென்றிருந்தபோது, 08.10.1987ஆம் நாளில் அவர் 27 வெட்டுக் காயங்களோடு கொடூரமான முறையில் கொல்லப்பட்டு மலையில் வீசப்பட்டிருந்தார். அவரது உடல் அவயங்கள் மோசமாகச் சிதைக்கப்பட்டிருந்தன. கந்தன் கொலைவழக்கு உள்ளிட்ட பிற ஆதரவுக் காரியங்களில் தலித் தலைவர்களான எல். இளையபெருமாள், வை. பால சுந்தரம் ஆகியோர் ஓரளவு உதவியிருந்தனர். இவ்வாறு அவ்வூரில் நடந்த தலித் உரிமை முயற்சிகளுக்காகப் போராடியவர் என்ற நினைவின் காரணமாக இம்மக்கள் கந்தனுக்கு அவர் உருவம் பொறித்த இப்பலகையைப் பின்னர் எழுப்பிக்கொண்டனர்.

◯

கடலூர் மாவட்டம் காட்டுமன்னார்குடிப் பேருந்து நிலையத்தின் வாயிலில் மார்பளவுச் சிலை ஒன்று அமைக்கப் பட்டுள்ளது. அது போன்ற சிலையை வேறெங்கும் பார்த்ததாக அறிய முடியாது. ஏனெனில், தமிழகத்தில் 'பிரபலங்களாக' அறியப்படுவோருக்கான எந்த அடையாளமும் அச்சிலையில் இல்லை. சிலைக்குக் கீழே இருக்கும் பெயர்ப்பலகையில் ரெட்டியூர் பாண்டியன் என்று பொறிக்கப்பட்டிருப்பதால் அவர் பெயரை அறியலாம். மற்றபடி அவர் பெயரை மட்டுமல்ல அவர் இறந்து சிலையான காரணமும் அரசியல் ஞானமுள்ளவர்களுக்கும் தெரியாது என்பதே உண்மை. பாண்டியன் எனப்படும் அவர் தலித் என்பதும் தலித்துகள்மீதான இழி தொழில் மறுப்புப் போராட்டத்தில் ஈடுபட்டு 15.8.1985இல் மாண்டார் என்பதும் குறிப்பிடத்தக்கனவாகும்.

நம்முடைய சாதியமைப்பு பிறப்பு அடிப்படையில் தீர்மானிக்கப்பட்டுச் சாதிகளுக்கெனத் தொழில், குடியிருப்பு என்று காப்பாற்றப்பட்டுவருகிறது. விரும்பும் தொழிலைத் தேர்ந்தெடுப்பதற்கான உரிமை முடக்கப்பட்டு ஒவ்வொரு சாதிக்கென மேலிருந்து கீழாகத் தொழில்கள் வகுக்கப்பட்டு நிறுவப்பட்டிருக்கின்றன. இவற்றில் அடிநிலை மக்களுக்குச் சுகாதாரமற்ற அழுக்கான தொழில்கள் நிர்ப்பந்திக்கப்பட்டுள்ளன. எனவே, விதிக்கப்பட்ட தொழில் முறையிலிருந்து விடுபடுவதும் அதற்கு மாறாகக் கல்வி வேலை வாய்ப்பு என மாறுவதும் சாதி மறுப்பின் அடிப்படைகளாகின்றன. இந்நிலையைச் சாத்தியப் படுத்துவதில் நவீன கால அரசியலுக்குப் பங்கிருந்ததால்தான் தலித் முன்னோடிகள் நவீன அரசியலின் ஆதரவாளர்களாக இருந்தனர். தமிழகம் என்ற அளவில் இழிதொழில் மறுப்புப் போராட்டங்கள் பகுதியளவில் ஆங்காங்கே சிறிதும் பெரிதுமாக நடந்திருக்கின்றன. ஏறத்தாழ நூறாண்டுப் போராட்ட வரலாற்றைக் கொண்ட இவற்றுக்குப் பதிவுகள் இல்லை. அவ்வாறான பதிவுகளில் ஒன்றுதான் காட்டு மன்னார்குடியிலுள்ள பாண்டியனின் இச்சிலை. இன்றைய கடலூர் மாவட்டம் உள்ளடங்கியுள்ள பழைய தென்னாற்காடு மாவட்டத்தில் 1946 முதல் 2000 வரையிலும் மாட்டுத் தோலால் செய்யப்பட்ட பறைமேள எதிர்ப்புப் போராட்டங்கள் நடந்ததற்கான பதிவுகள் கிடைக்கின்றன. இதேபோன்று செத்த மாடெடுக்க மறுப்பு, பிணக்குழி தோண்ட மறுப்பு போன்ற போராட்டங்களும் நடந்த பகுதிகளாக வடமாவட்டங்கள் அறியப்படுகின்றன. இவ்வகைப் போராட்டங்கள் உள்ளூர் சார்ந்தவை. மாநிலம் தழுவிய பேரளவு அரசியல் முழக்கமாக இருப்பதில்லை. அவ்வாறான கவனமும் கிடைப்பதில்லை. மக்களை ஓரிடத்தில் கூட்டித் தலைவர் ஒருவரால் நடத்தப்படுவதாக இருப்ப தில்லை. மக்களால் தனியாகவோ கூட்டாகவோ நடத்தப்படுபவையாக இருக்கின்றன.

காட்டுமன்னார்குடி வட்டாரத்தில் யாரும் பறை அடிக்கக் கூடாது; மற்ற சாதியினருக்கும் அடிக்கப்போகக் கூடாது என்று 1962ஆம் ஆண்டு தீர்மானம் போடப்பட்டது. இவ்வாறுதான் இப்பகுதியில் இழிதொழிலுக்கு எதிரான விழிப்புணர்வை எல். இளையபெருமாள் ஏற்படுத்தியிருந்தார். இந்நிலையில் காட்டுமன்னார்குடிக்கு அருகில் 1985ஆம் ஆண்டு ஆகஸ்ட் 15ஆம் நாளில் தீமிதித் திருவிழா தொடங்கியது. அதில் உள்ளூர் தலித்துகள் பறையடிக்க வராததால் மாவட்டத்திற்கு வெளியிலிருந்து ஆட்கள் வரவழைக்கப்பட்டிருந்தனர். எனினும், மொத்தத்தில் பறைமேளத்திற்கு இப்பகுதி தலித்துகள் எதிர்ப்பு தெரிவித்தனர். இதனால் போலீஸ் குவிக்கப்பட்டது. பதினாறு கிராமங்களைச் சேர்ந்த தலித்துகள் கோவிலை நோக்கி வந்தனர்.

காவல்துறை தடுத்தது. தடியடி நடத்தியது. கண்ணீர்ப் புகைக்குண்டு வீசியது. இறுதியாகத் துப்பாக்கிச் சூடும் நடத்தியது. எதிர்த்தரப்புக்கோ காவல் துறைக்கோ சிறிதும் சேதாரமில்லை. ஆனால், தலித்துகளில் பத்துப் பேர் காயம்பட்டனர். துப்பாக்கிச் சூட்டில் தலித் இளைஞர் பாண்டியன் மரணமடைந்தார். அவரது மரணம் போராட்டத்தைச் சூடாக்கியது. இத்தகு தொடர்ச்சியில் இப்பகுதியில் பறை மேளம் அடிப்பது கிட்டத்தட்ட முடிவுக்கு வந்தது.

பிறகு, பாண்டியனின் தியாகம் மக்களால் பலவாறாக நினைவில் கொள்ளப்பட்டது. அதாவது துப்பாக்கிச் சூடு நடந்த வடவாற்றின் தென்கரையில் (பூவிழுந்த நல்லூர்) நினைவுக் கம்பம், காட்டுமன்னார் குடியில் சிலையும் கம்பமும் அமைக்கப்பட்டுள்ளன. அதோடு பாண்டியனின் இழப்பைப் பற்றி அவர் தாயார் சின்னப்பொன்னு பாடுவதாக வீரானநல்லூர் முருகானந்தம் எழுதிய பாடல் மேடைகளில் பாடலாகவும் சாவில் ஒப்பாரியாகவும் வயற்காட்டில் நடவுப்பாட்டாகவும் இன்றளவும் பாடப்படுகிறது. இவ்வாறுதான் பாண்டியனின் நினைவு வெகுமக்களால் காப்பாற்றப்படுகிறது. பாண்டியனின் புகைப்படம்கூடக் கிடைக்காத நிலையில் செய்யப்பட்டதாகச் சொல்லப்படும் இன்றைய சிலையைப் பற்றித் தகவலாளி ஒருவர் கூறுவதாவது: “பாண்டியன் உருவத்தின் அசல் தன்மையைவிட அவரது தியாகத்திற்கும் போராட்டத்திற்கும் நாங்கள் தந்த உருவமாகவே அதைக் கொள்கிறோம்.”

❍

பொதுவாகத் தலித்துகளின் போராட்டங்கள் பற்றிப் பேசும்போது, அவை மற்றவற்றைப் போலத் தனிமனிதர்களின் செயற்பாடுகளை / கருத்துகளைச் சார்ந்தவையாக அமைந்து விடுவதைப் பார்க்கிறோம். போராளி, தியாகி என்றாலே நமக்குப் பெரிய பிம்பங்களே நினைவுக்கு வருகின்றன. பல வேளைகளில் ‘சிறிய’ அளவில் செய்யப்பட்ட தியாகமும் போராட்டமும்கூடத் தலைவர் என்ற பிம்பத்திற்காகப் பெரிதாக்கப்படுகின்றன. தனிமனிதர்களின் பங்கை முற்றிலும் புறக்கணித்துப் புரிந்துகொள்ள வேண்டியதில்லை என்றாலும் நம்மில் குடிகொண்டிருக்கும் மரபான நாயக பிம்பம் பற்றிய

ஈர்ப்பே இதில் அதிகமும் பங்காற்றுகிறது. சாதியால் ஒடுக்கப்பட்ட ஒவ்வொருவரும் தம் வாழ்நாளில் வெளிப்படையாகவோ மறைமுகமாகவோ சாதியையோ அது தரும் இழிவையோ ஏதோவொருவகையில் எதிர் கொண்டுவிடுகிறார். இந்த நிலைமையில் அவர் அதை எதிர்ப்பவராகவோ ஏற்பவராகவோ இருக்க வேண்டியுள்ளது. இவ்வாறு எதிர்கொள்ளுகிறவர் அதைப் பற்றி முன்திட்டமில்லாதவராகவோ யோசித்திராதவராகவோகூட இருக்கலாம். ஆனால், அவர் பிரச்சினைகளை எதிர்கொண்டேயாக வேண்டும். மேலே விவரிக்கப்பட்ட மூன்று சம்பவங்களிலும் அப்போராளிகள் பெரிய கருத்தியல் பின்னணியோ இயக்கத் தொடர்ச்சியோ கொண்டிருக்கவில்லை. வஞ்சிநகரம் கந்தன் எந்த அரசியல் பின்னணியும் இல்லாத, எம்.ஜி.ஆர். அபிமானியாக இருந்தவர்தான். ரெட்டியூர்ப் பாண்டியன் தந்தையை இழந்தவர். கூலி வேலைக்குச் சென்ற எளிய குடும்பப் பின்னணி கொண்டவர். அவரின் அரசியல் செயற்பாடுகளைச் சொல்லும் எந்தக் குறிப்பும் கிடைக்கவில்லை. கடலூர்ப் பகுதியில் இழிதொழில் மறுப்பு விழிப்புணர்வு எல். இளையபெருமாளால் ஏற்படுத்தப்பட்டிருந்தாலும், அதன் தாக்கம் பாண்டியனிடம் ஏற்பட்டிருந்ததா என்பதைக் கூறும் குறிப்புகள் இல்லை. ஆனால், கல்லூரியிலிருந்து வந்து அப்போராட்டத்தில் ஈடுபட வேண்டுமென அவரைப் போராட்டவுணர்வு உந்தியிருந்ததைப் பார்க்கிறோம். இங்கே சாதிக்கு எதிராக யோசிப்பதற்குப் பெரிய தர்க்கங்கள் தேவைப்படவில்லை. அவர் ஒடுக்கப்பட்டவராக இருந்த அனுபவமே போதுமானதாக இருந்திருக்கிறது.

இவ்வாறு இந்தியா / தமிழகம் எங்கும் கிராமங்கள் தொடங்கி நகரங்கள்வரை பிரச்சினைகள் இருக்கின்றன. இத்தகைய எதிர்கொள்ளலில் பெறக்கூடிய அனுபவங்கள் அதிகம். இதில் பலவகைப் போராட்டங்கள் ஊடகங்களின் கவனத்திற்கு வராமலே போய்விடுகின்றன. பலவும் செய்திமதிப்பு அளிக்கப்படாமலேயே மறைக்கப்படுகின்றன. அதேபோல உள்ளூர் அளவிலேயே தங்கி விடுகின்றன. கட்சிகளாலோ அரசாங்கத்தாலோ போற்றப்படாமல் விடப்படுகின்றன. ஆனால், இவ்வாறு கவனப்படுத்தப்படாத அனுபவங்களும் போராட்டங்களே. இவையெல்லாவற்றையும் விட இப்போராட்டங்கள் வரலாறு என்ற சொல்லாடலுக்குள் கொண்டுவரப்படுவதில்லை.

சாதி வட்டாரங்களுக்கும் உள்ளூர் நிலைமைகளுக்கும் ஏற்ப அமைந்திருப்பதைப் போலவே அதை எதிர்கொள்ளும் போராட்டங்களும் வட்டார அளவில் நிலவுகின்றன. இவ்வாறான போராட்ட வரலாற்றை ஒவ்வொரு பகுதியிலும் உள்ளூர் சார்ந்து தொகுக்க முடியும். மேலே விவரிக்கப்பட்ட மூன்று

சம்பவங்களும் வெவ்வேறு காலங்கள், இடங்கள், அனுபவங்கள் சார்ந்து நடந்தவையாகும். ஒன்றுக்கொன்று அறிமுகமானவை அல்ல. எனினும், இவை சாதியை எதிர்கொள்ளுவதில் நடந்த அனுபவங்கள். இவற்றை வரலாறு எழுதுபவர்கள் மட்டுமல்ல; அரசியல் இயக்கங்கள்கூட நினைவில் கொள்ளுவதில்லை. ஆனால், இவற்றை அப்பகுதி மக்கள் தங்களுக்குகந்த/ தெரிந்த வழிகளில் நினைவில் கொள்கின்றனர். இவ்வாறுதான் மேற்கண்ட மூன்று சம்பவங்கள் சிந்துப் பாடல், சிலை, நினைவுக்கல் என்ற அளவில் நினைவில் கொள்ளப்பட்டிருப்பதைப் பார்க்கிறோம். இதில் இயக்கங்களின் ஆதரவு என்பது அவ்வப்போனதாக மட்டுமே அமைந்திருப்பதையும் அறிகிறோம். இக்கட்டுரையில் குறிப்பிட்ட ஒரு தலித் சாதிப் பதிவுகள் மட்டுமே காட்டப்பட்டுள்ளன. ஆனால், தமிழகம் எங்கும் வட்டாரரீதியாக இவ்வகைப் பதிவுகளைத் திரட்ட முயன்றால் பல தாழ்த்தப்பட்ட சாதிகளின் போராட்டங்களைத் தொகுக்க முடியும். அவையே சாதி மறுப்புப் போராட்டங்களின் வட்டார வரலாறாக விளங்கும்.

உதவிய நூல்கள்

1. உரிமைகாக்கப் போரிட்ட உத்தமர் அங்கம்பாக்கம் குப்புசாமியார் – அன்பு பொன்னோவியம், சித்தார்த்தா பதிப்பகம், சென்னை, 2009.

2. வஞ்சிநகரம் கந்தன் – ஸ்டாலின் ராஜாங்கம், வணங்காமுடி பதிப்பகம், அலங்காநல்லூர், மதுரை, 2008.

3. ரெட்டியூர் பாண்டியன் பறை எதிர்ப்பு வரலாறு – பூவிழியன் கொதிப்பு வெளியீடு, சீர்காழி, 2007.

4. அயோத்திதாச பண்டிதர் இதழ்ப் பணி – புலவர் வே. பிரபாகரன், திருவள்ளுவர் ஆய்வு நூலகம், சென்னை, 2008.

(இக்கட்டுரை தூத்துக்குடி செயிண்ட்மேரீஸ் மகளிர் கல்லூரி வரலாற்றுத் துறை 2012 அக்டோபர் 4, 5ஆம் நாட்களில் நடத்திய தேசியக் கருத்தரங்கில் வாசித்தளிக்கப்பட்டது.)

காலச்சுவடு, ஏப்ரல் 2013

2

வரலாற்றை வழிமறிக்கும் வெகுமக்கள் நினைவுகள்

ஆனந்த தீர்த்தர் – ஜார்ஜ் ஜோசப் – பென்னிகுயிக்

கிராமப்புறங்களில் நிலவும் தீண்டாமை வடிவங்கள் பற்றி ஓரிடத்தில் எழுதிச் செல்லும் அம்பேத்கர் அதைக் காட்டுவதற்கான மூன்று பின்னிணைப்புக் கட்டுரைகளையும் தருகிறார். (நூல் தொகுதி: 9) மூன்றும் பிறரால் எழுதப்பட்டவை. அதில் தமிழ்நாட்டு அனுபவங்களை விவரிக்கின்ற இரண்டு கட்டுரைகளையும் எழுதியவர் பெயர், காந்தி தொடங்கிய அரிஜனசேவா சங்கத்தின் மேலூர் வட்டார மண்டலச் செயலாளர் ஆனந்த தீர்த்தர் என்று குறிப்பிடப்பட்டுள்ளது. மதுரை மாவட்டம் மேலூர் வட்டாரக் கிராமங்களின் தீண்டாமைக் கொடுமைகளை இவ்விரண்டு கட்டுரைகளும் ஆனந்த தீர்த்தரது சொற்களில் விவரித்துள்ளன. அரிஜன சேவா சங்கம் தொடங்கப்பட்ட 1930கள் முதலே மதுரை வட்டாரத்தில் அது தீவிரமாகச் செயற்பட்டு வந்தது. குறிப்பிடும்படியான சங்கச் செயற்பாட்டாளர்கள் இங்கிருந்தனர். ஆனால், சங்கப் பணிகள் பற்றியும் அதன் விளைவுகள் பற்றியும் முறைப்படுத்தி ஆதாரபூர்வமாகவும் விமர்சன பூர்வமாகவும் எழுதப்பட்ட நூல்கள் ஏதுமில்லை.

தலித் விழிப்புணர்வில் அம்பேத்கர் – காந்தி ஆகியோருக்கிடையேயான முரணின் தாக்கம் ஒரு பக்கம்; தமிழக தலித்துகளுக்குத் தாங்கள் மட்டுமே பாடுபட்டோம் என்று திரும்பத்திரும்ப பேசித் தக்கவைத்துவரும் திராவிட இயக்க வரலாற்றியலின் தன்முனைப்பு மறுபக்கம்; இவற்றால் தலித்துகள் மத்தியில் காந்தி தொண்டர்கள் செயற்பட்டிருக்கலாம் என்று யோசித்துப் பார்க்கக்கூட யாருமில்லை. அப்படியே இருந்தார்கள் என்று அறியப் பட்டாலும் அவற்றை உள்நோக்கமாக மட்டுமே பார்த்துக் 'கட்டுடைத்து'விட்டு, அதுபற்றி தலித்துகளின் நினைவுகள் எவை என்று ஆராயாமலேயே விட்டிருக்கும் அரசியல் வரலாறுகளே இங்குண்டு. இந்நிலையில்தான் மதுரையில் வைத்தியநாதய்யர், என்.எம்.ஆர். சுப்புராமன், கக்கன் ஆகிய செயற்பாட்டாளர்களை உள்ளூர் மேடைகள் மூலம் பெயரளவிலாவது அறிகிறோம். ஆனந்த தீர்த்தர் என்ற பெயரை இன்னுமே அறிய முடிந்ததில்லை. ஆனால், தமிழ்நாட்டுப் பின்புலம் கொண்ட இவரை அம்பேத்கர் மூலமே அறிய முடிகிறது என்பது வியப்பே.

வைத்தியநாதய்யர் உள்ளிட்ட அரிஜன சேவா சங்கப் பணியாளர்கள் பற்றிய நூல்களிலோ மதுரை காந்தி அருங்காட்சியக வட்டாரங்களிலோ ஆனந்த தீர்த்தர் பற்றி தகவல் எவையுமில்லை. அப்படியொருவர் இருந்தாரா என்று எதிர்வினவுவோரே பெரும்பான்மையினர். அரசியல் செல்வாக்குடைய அதிகாரச் சாதிகளின் வழக்காறுகளும் எழுத்துப் பதிவுகளும் மட்டுமே மதுரையின் வரலாற்று அடையாளங்களாகக் கட்டமைக்கப்படும் இன்றைய வரலாற்று நூல்களிலும் புனைவுகளிலும்கூட அரிஜன சேவா சங்கப் பணிகளே இடம்பெற முடியாதபோது, ஆனந்த தீர்த்தர் இடம்பெறுவாரென்று எதிர்பார்ப்பது நியாயமில்லைதான்.

பத்தாண்டுகளுக்குமுன் சிவகங்கைக்கு அருகிலுள்ள குருகாடிப்பட்டி என்ற கிராமத்தில் வாழ்ந்துவரும் அம்பேத்கரிய வாதியும் பௌத்தப் பெரியவருமான எக்ஸ்ரே மாணிக்கம் அவர்களை நேர்காணல் செய்ய நண்பர்களோடு சென்றிருந்தேன். தம் இளம் பருவத்தை விவரித்துவந்த அவர் சுவாமி ஆனந்த தீர்த்தர் என்ற பெயரைக் கூறினார். புதிதாய் இருந்தமையால் அப்பெயர் பற்றி மேற்கொண்டு கேட்டபோது, மேலூர் தொடங்கி சிவகங்கை வரையிலான கிராமங்களில் தீண்டாமை ஒழிப்புப் பணிகளில் ஈடுபட்ட அரிஜன சேவா சங்கச் செயற்பாட்டாளர் ஆனந்த தீர்த்தர் என்று கூறியதோடு, காந்தியின் தொண்டரான அவரின் பணிகளை அம்பேத்கரியவாதியான மாணிக்கம் மதிப்பு இயைப் பேசினார். அதோடு எக்ஸ்ரேயின் துணைவியார்

ஆனந்ததீர்த்தர்

பென்னிகுயிக்

ஜார்ஜ் ஜோசப்

பாக்கியம் அம்மையார் தான் அந்நாளில் படித்த காலத்தில் அரிஜன சேவா சங்கம் நடத்திவந்த தீர்த்தரை மேலூர் பெண்கள் விடுதியில் பலமுறை பார்த்ததாகவும் விடுதிக்கு அடிக்கடி வந்து குழந்தைகளோடு விளையாடியும் பேசியும் செல்வார் என்றும் கூறினார்.

இப்பெயரை அடுத்ததாக அறியத் தந்தவர் கவிஞர் தேவேந்திரபூபதி. ஆய்வாளர் ஜெகநாதனோடு அவரைச் சந்தித்துப் பேசிக்கொண்டிருந்தபோது, தன்னுடைய தந்தையின் கல்வி முயற்சியில் உதவியவர் ஆனந்த தீர்த்தர் என்றும் அவர் கையொப்பமிட்ட ஆவணமொன்று அண்மையில் காணாமல் போய்விட்டதைப் பற்றியும் பகிர்ந்துகொண்டார். தன் தந்தை யிடமிருந்து ஆனந்த தீர்த்தர் பற்றிய தகவல்களை ஆவணப்படுத்தத் தவறிவிட்டதாகவும் வருத்தப்பட்டார். ஆனந்த தீர்த்தர் பற்றிய நூலொன்றை வெளியிட வேண்டுமென்பது தன் கனவு என்றார் அவர்.

மூன்றாவதாக, வாடிப்பட்டி பொட்டலுபட்டியில் 1950களில் பொன்னுத்தாய் என்ற தலித் பெண்மணியால் தொடங்கப்பட்டு இப்போதும் இயங்கிவரும் தொடக்கப் பள்ளி ஒன்றிற்குச் சென்றிருந்தபோது, பொன்னுத்தாயோடு துணை நின்றவர்களில் ஒருவராக ஆனந்த தீர்த்தர் பெயரைத் தற்போதைய தாளாளரான அவருடைய மகன் சொன்னார்.

நான்காவதாக, கடந்த ஆண்டு மேலூரில் மார்க்சிஸ்ட் கட்சியின் தீண்டாமை ஒழிப்பு முன்னணி நடத்திய கூட்ட மொன்றில் அம்பேத்கர் நூலில் காட்டப்படும் ஆனந்த தீர்த்தரின் மேலூர் அனுபவங்களைக் குறிப்பிட்டுப் பேசி முடித்தபின்

ஆனந்த தீர்த்தர் பெயர் அந்நாளில் குழந்தைகளுக்குச் சூட்டப் பட்டன என்றும் இவர் உள்ளிட்ட அரிஜன சேவா சங்கப் பெயர்களை வீதிகளுக்குச் சூட்டிக்கொண்ட தலித் கிராமங்களும் இருக்கின்றன என்றும், அங்கு என்னைச் சந்தித்த ஒருவர் கூறினார். பிறகு மேலூர் பகுதியில் செல்ல முடிந்த சில கிராமங்களில் தெற்குத்தெரு என்ற ஊரைக் குறிப்பிட்டுச் சொல்ல வேண்டும்.

மேலூர் பகுதியில் விடுதலைச் சிறுத்தைகள் கட்சி பரவும் வரையிலும் தலித்துகள் மத்தியில் காங்கிரஸ் கட்சியே செல்வாக்குப் பெற்றிருந்தது. காங்கிரஸ் கொடியும் சின்னங்களும் இடம் பெற்றிருக்கும் வீடுகள் சில இப்போதும் உண்டு. அதுவொரு கட்சி என்ற அளவில் அறிமுகமானதைவிட அரிஜன சேவா சங்கப் பணிகளினூடாகவே நிலைபெற்றிருக்கிறது. தெற்குத்தெரு கிராமத்தில் தலித்துகள் வாழும் மூன்று தெருக்கள் அரிஜன சேவா சங்கப் பணியாளர்களின் பெயர்களாலேயே அறியப்படுகின்றன. அறுபது வயதைத் தாண்டியிருக்கும் தலித் பெரியவர்கள் எல்லோருக்கும் ஆனந்த தீர்த்தரைத் தெரிந்திருக்கிறது. நேரில் பார்த்துப் பழகியவர்கள், கேள்விப்பட்டவர்கள் என்றெல்லாம் இருக்கிறார்கள். முன்பெல்லாம் அவர் பெயரை சுவாமி என்றும் ஆனந்த தீர்த்தர் என்றும் குழந்தைகளுக்குச் சூட்டியதாகக் குறிப்பிட்டார்கள்.

தெற்குத்தெரு கிராமத்தில் கிடைத்த தகவலின்படி மதுரையில் ஆண்டியப்பன் என்பவரைச் சந்திக்க முடிந்தது. காங்கிரஸ் தலைவர்களோடு இருக்கும் பழைய படங்கள் மாட்டப்பட்ட ஒற்றை அறையில் 85 வயதை எட்டிய ஆண்டியப்பன் தனியாக வாழ்கிறார். முதுமை காரணமாக நினைவுகள் எழுவதும் தப்பு வதுமாக இருக்கிறார். அடிப்படையில் பாடகராக விளங்கியவர். வாலிபப் பருவத்தில் அரிஜன சேவா சங்கப் பணியாளர். தீண்டாமை ஒழிப்புக் கூட்டங்களில் ஆனந்த தீர்த்தர் பேசுவதற்கு முன் இவர் பாடுவது வழக்கம். நாளடைவில் அவரோடு எல்லா ஊர்களுக்கும் செல்லுபவரானார். 'சுவாமி பற்றியா' என்று கேட்டு விழிவிரியப் பேசினார்.

இவ்வாறு கடந்துவந்த ஒவ்வொரு நிலையிலும் தகவல்கள் கிடைத்தனவே ஒழிய தகவல்களைச் சரிசெய்ய எழுத்துப் பதிவுகள் கிடைக்கவில்லை. தமிழக அரசியல் வரலாற்றுப் பக்கங்களில் ஒரு பெயராகக்கூடக் காண முடியாத ஆனந்த தீர்த்தர் பற்றிப் பின்னர் ஏ.எம். ஆப்ரஹாம் ஆழியூர்குழியில் என்பவர் எழுதியிருக்கிற *Swami Ananda Thirth - Untouchability: Gandhian Solution on Trail* என்ற நூலில்தான் தகவல்கள் கிடைத்தன.

1905ஆம் ஆண்டு ஜனவரி இரண்டாம் நாளில் வடகேரளத்தின் தலைசேரியில் கௌட சரஸ்வதா பிராமணர் குடும்பத்தில் பிறந்த ஆனந்த தீர்த்தர் நாராயணகுரு இயக்கத்தின் பின்புலத்தில் சமூகப் பணியாற்ற வந்தவர். தீண்டாமைக் கொடுமைகளுக்கு எதிராகச் சட்டரீதியாகவும் போராட்டங்கள் மூலமும் இயங்கி வந்த காந்தியவாதி அவர். இந்த அனுபவத்தின் பின்புலத்தில் தென்தமிழகத்தில் தென்பகுதியில் நிலவிய தீண்டாமை நடைமுறைகளுக்கு எதிராகச் செயற்பட அரிஜன சேவா சங்க மத்திய குழுவால் 1952ஆம் ஆண்டு மதுரைக்கு அனுப்பி வைக்கப்பட்டார். தெற்கு, கிழக்கு மாவட்டங்களில் ஏற்கெனவே பயணம் செய்து தீண்டாமை வடிவங்களை ஆராய்ந்திருந்த அவர், இம்முறை மதுரை மேலூர் வட்டாரத்தின் 30 கிராமங்களைத் தேர்வுசெய்து செயற்படத் தொடங்கினார். தொடக்கத்தில் சாதி இந்துக்களின் மனமாற்றத்தை வலியுறுத்திப் பிரசுரங்களை வெளியிட்ட அவர் பிறகு இதில் காலம் செலவழிப்பதைக் காட்டிலும் சமூகப் பொருளாதார வாழ்வில் தலித்துகளைத் தற்சார்புள்ளவர்களாக மேம்படுத்துவதே சரியானது என்று கருதிச் செயற்படலானார். கோவில் நுழைவு, குளத்தில் நீரெடுத்தல், பொதுவீதியில் சைக்கிளில் செல்லல், டீக்கடை சலூன் ஆகியவற்றில் நுழைதல் போன்ற உரிமைகளுக்காக நிறையப் போராட்டங்களை முன்னெடுத்தார். இவற்றைக் காவல்நிலையப் புகாராகவும் வழக்காகவும் மாற்றிச் சட்டரீதியான வழிமுறைகளிலும் போராடினார். இந்த வட்டாரத்தில் மட்டும் இவ்வகையில் வருடத்திற்கு 400 வழக்குகள் வரை பதிவாயின. மேலூர் மாங்குளத்தில் இவ்வாறான போராட்டம் ஒன்றை நடத்த முயன்றபோது தாக்கப்பட்டதால் காலில் எலும்பு முறிவு ஏற்பட்டு மூன்று மாதம் வரையிலும் சிகிச்சை மேற்கொள்ள வேண்டியிருந்தது. அரசாங்க நிலத்தைக் குத்தகைக்கு எடுத்து தலித்துகள் சுயமாகப் பயிர்செய்யவும் உதவினார். ஆனால், மெல்லமெல்ல இவரின் வேலைத்திட்ட அணுகுமுறை தொடர்பாக அரிஜன சேவா சங்கத்திற்குள் ஏற்பட்ட முரணான பார்வையை ஒட்டி அவர் 1958ஆம் ஆண்டு கேரளாவிற்குத் திரும்பினார். தமிழகத்தில் அவர் ஆறு வருடங்கள் பணியாற்றியிருக்கிறார். இக்கால கட்டம் பற்றிய பதிவோ இவரைப் பற்றிய நினைவுகளோ காப்பாற்றப்படாததால் இவரின் பெயரைக்கூடக் புதிதாகப் பார்க்கும் நிலைதான் இன்றைக்கு உருவாகி இருக்கிறது.

எழுதப்பட்ட தமிழக அரசியல் வரலாற்றில் ஆனந்த தீர்த்தர் பற்றிய தகவல்கள் இல்லாத இந்நிலையில்தான் அவர் குறித்த செய்திகள் எளிய மக்களால் ஏதோவொரு வகையில் அவர்களுக்கு உகந்த வகையில் நினைவுகளாகத் தக்கவைக்கப்

பட்டிருக்கின்றன. எக்ஸ்ரே மாணிக்கம் தொடங்கி ஆண்டியப்பன் வரையிலும் எவரிடமும் காட்டுவதற்கான எழுத்து ஆதாரங்கள் இல்லை. மாறாக, நினைவுகளையே பகிர்ந்து கொள்கின்றனர். குறிப்பிட்ட தலைமுறையின் கூட்டு நினைவு களில் அவர் இருக்கிறார். எல்லோரும் அவரை சுவாமி என்ற பெயரிலேயே அழைக்கின்றனர். தோற்றம், மலையாளம் கலந்த தமிழ், குணாதிசயங்கள் என்றொரு சித்திரம் அவர்களின் நினைவுகளில் விரிகின்றன. மாங்குளம் கிராமத்தில் அவர் தாக்கப்பட்டுக் காலொடிந்துபோன சம்பவம் எல்லோராலும் தவறாமல் குறிப்பிடப்படுகிறது. இவ்வாறு மையநீரோட்ட வரலாற்றுச் சொல்லாடல்கள் கைவிட்டாலும் தங்களுக்குப் பணிசெய்த ஒருவரின் வரலாற்றைப் பெயர், வீதியின் பெயர், நினைவுகள் என்று இம்மக்கள் பின்னிவைத்துள்ளனர்.

O

இனி இக்கட்டுரையின் அடுத்த பகுதி; மதுரை சிம்மக்கல்லி லிருந்து புதுப்பாலம் ஏறும் யானைக்கல் என்ற இடத்தில் வைகையின் தெற்குக்கரையில் இரண்டு மார்பளவுச் சிலைகள் வைக்கப்பட்டிருக்கின்றன. ஒன்றைக் காந்தி சிலை என்று பார்த்தவுடன் சொல்லிவிட முடியும். மற்றொரு சிலையின் தலையில் தொப்பி இருப்பதால் அதை நேரு சிலை என்றே பலரும் சொல்லக்கூடும். ஆனால், அது நேரு சிலை அல்ல. சிலைப் பீடத்தில் பெயரிருந்தும் மாநகராட்சி நட்டிருக்கும் பூச்செடி களால் அவை மறைக்கப்பட்டிருக்கின்றன. ஒன்றிரண்டு ஆண்டு களாக மாணவர்களிடமும் நண்பர்களிடமும் ஆய்வுகருதி அச்சிலைக்குரியவரின் பெயரை நான் கேட்பதுண்டு. கேட்கும் போதுதான் பலரும் யோசனை செய்து பார்ப்பார்கள். நேருவின் பெயரைச் சிலரும், தெரியவில்லை என்று சிலரும் சொல்வார்கள். ஆனால், அவர் பெயர் ஜார்ஜ் ஜோசப் (1887 – 1938) என்பதாகும்.

வெகுமக்கள் நினைவுக்குக் கொணருவதற்கும் தக்க வைப்பதற்கும்தான் பொதுவெளியில் சிலைகள் நிறுவப்படுகின்றன. சிலையை நிறுவிவிட்டால் மட்டும் போதாது. அத்தலைவர்களின் பிறந்த, இறந்த நாட்களில் மாலை, ஊர்வலம், கோஷம் என்றெல்லாம் நிகழ்த்திக்கொண்டால்தான் மக்கள் பரப்பின்மீது 'தாக்கம்' ஏற்படுத்த முடிகிறது. இத்தகு பெருமைகளைப் பெறவேண்டுமானால் இங்கு அது சாதியத் தலைவர்களின் சிலைகளாக மட்டுமே இருக்க முடியுமென்பதைத் தனித்துச் சொல்ல வேண்டியதில்லை. இதைப் புரிந்துகொள்ள வைகை வடக்குக் கரையில் நிற்கும் பசும்பொன் முத்துராமலிங்கத்

தேவருக்குக் கிடைத்துவரும் மரியாதையோடு ஜார்ஜ் ஜோசப் சிலைக்குக் கிடைக்காத கவனமின்மையையும் ஒப்பிட்டுக் கொள்ளலாம்.

விடுதலைப் போராட்டக் காலத்திலிருந்து இயங்கிவந்த முத்துராமலிங்கத் தேவருக்குப் பிரமலைக் கள்ளர் சாதிமீது ஆங்கிலேய அரசால் கொணரப்பட்ட கைரேகைச் சட்டத்தை எதிர்த்த போராட்டத்திலும் குறிப்பிடத்தக்க இடமுண்டு. அதுசார்ந்த நன்றியுணர்வு அம்மக்களுக்குண்டு. இந்த அம்சங்களின் பேரில் உருவான நன்றியுணர்வு பின்னுக்குப்போய் இன்றைக்கு முக்குலத்தோர் சாதிக் குறியீடாக அவர் கொண்டாடப்படுகிறார். இந்த அதீதக் கொண்டாட்டம் பற்றிக் கேள்வியெழும்போது, அரசியல்ரீதியாக நியாயப்படுத்திக் காட்டுவதற்கான கேடயமாக மட்டுமே இந்தக் கடந்தகால வரலாற்றுத் தகவல்கள் பாதுகாத்து வைக்கப்பட்டிருக்கின்றன. இந்த வகையில்தான் இன்றைக்கு மதுரை வைகை வடகரை தேவர் சிலைக்கான மரியாதை தரப்பட்டுவருகிறது.

இத்தகைய பின்னணியில்தான் வைகை தென்கரையிலுள்ள ஜார்ஜ் ஜோசப் சிலை மட்டுமல்ல; பெயரையும்கூட மறக்கடித்திருப்பதைப் பார்க்க வேண்டும். கேரளத்தில் பிறந்து இங்கிலாந்து எடின்பரோவில் படிப்பை முடித்த ஜார்ஜ் ஜோசப் மதுரையில் வழக்கறிஞர் பணியை மேற்கொண்டு அங்கேயே மரணமடைந்தார். விடுதலைப் போராட்டம், சமூகச் சீர்த்த செயல்முறைகள் ஆகியவற்றில் ஈடுபட்டு இந்திய அளவில் காந்தி, நேரு, அன்னிபெசன்ட், ராஜாஜி ஆகியோரோடு தொடர்புகொண்டிருந்தார். இவை தவிர மதுரையில் அவருடைய இரண்டு பணிகள் குறிப்பிடத்தக்கன. 1918ஆம் ஆண்டுமுதல் மதுரை தொழிற்சங்கப் பணிகளில் முன்னோடியாகப் பணியாற்றியமை ஒன்று. பிரமலைக் கள்ளர் சாதிமீது போடப்பட்ட குற்றப்பரம்பரைச் சட்டத்திற்கு எதிரான முயற்சிகளில் தொடக்கக் காலத்திலேயே ஈடுபட்டார் என்பது மற்றொன்றாகும். பாதிக்கப்பட்டவர்களின் புகார்களை வழக்கு மன்றத்திற்குக் கொண்டுசென்றதோடு பாதிக்கப்பட்ட பிறருக்கும் உற்சாகம் அளிக்கும் பொருட்டு வழக்கின் வெற்றிகளைப் பத்திரிகைகளில் விளம்பரமாகவும் வெளியிட்டார். தொழிற்சங்கத் தொடர்பில் பிரமலைக் கள்ளர்களைத் தொழிற்சாலைகளில் சேர்ப்பதிலும் ஆர்வம்காட்டினார்.

கைரேகைச் சட்டம் பற்றிய குறிப்பொன்றில் “செப்டம்பர் 1915 மாவட்ட உரிமையியல் நீதிபதி பாடிஸன், வழக்குரைஞர்

ஜார்ஜ் ஜோசப் மூலமாகச் சமர்ப்பிக்கப்பட்ட மேலஉரப்பனூர் கள்ளர்களின் மனுவை அரசாங்கத்திற்கு அனுப்பிவைத்தார். தம்மிடையே மதிப்பு மிகுந்தோருக்குப் பதிவதினின்றும் விலக்களிக்குமாறு அது பரிந்துரைத்தது. இதனை ஒட்டி மாவட்ட உரிமையியல் நீதிபதி நம்பகத்தன்மையினையும் கண்ணியமிகு வாழ்க்கையினையும் நிரூபணம் செய்திருந்த மேலஉரப்பனூர் கள்ளர்களுக்கு அச்சட்டத்தின் பிரிவு 5ன்படி விலக்களித்தார்" ('குற்றப் பரம்பரை அரசியல்' – முகில் நிலவன்) என்று ஜார்ஜ் ஜோசப்பின் முயற்சி குறிப்பிடப்படுகிறது.

ஆனால், இன்றைக்குக் குற்றப்பரம்பரைச் சட்டத்திற்கு எதிரான போராட்டத்தோடு தொடர்புடையவருக்கான சிலைகளில் ஒருவருக்கு மிகு மரியாதை; மற்றொருவர் கண்டு கொள்ளப்படவில்லை. சமகால அரசியலின் தேவை வெகுமக்கள் நினைவுக்குத் தேவரைக் கொணருகிறது, ஜார்ஜ் ஜோசப்பைக் கொணர மறுக்கிறது. யார் அதிகம் போராடியது, யாருடைய போராட்டம் முன்னோடியானது, யார் கடைசிவரை போராடியது போன்ற கேள்விகள் வரலாற்றுத் தர்க்கம் சார்ந்தவை. பங்களிப்பு யாருடையது அதிகம் என்ற வாதமாக இவற்றைப் பார்க்காமல் பிம்பங்கள் எவ்வாறு கட்டமைக்கப்படுகின்றன என்பதற்கான புரிதலாகப் பார்க்கலாம். ஏனெனில், பிம்பங்களுக்கான இன்றைய மரியாதையும் கண்டுகொள்ளப்படுதலும் அவரவரின் வரலாற்றுப் பங்களிப்பு சார்ந்ததாக இல்லாமல், சமகால அதிகாரத்திற்கு உதவக்கூடிய பிம்பமாக இருந்தால் மட்டுமே அதற்கேற்ப அப்பிம்பம் ஆராதிக்கப்படுகிறது. பிறகு, அதற்குகந்த வகையில் வரலாறு உருவாக்கப்படுகிறது அல்லது சிறிய பங்களிப்பு திரும்பத் திரும்பப் பேசிப் பெரிதாக்கப்படுகிறது. அதிகாரத்திற்கு உதவ முடியாத பிம்பமாக இருந்தால் பங்களிப்பு கண்டு கொள்ளாமல் விடப்படுகிறது. ஜார்ஜ் ஜோசப் உள்ளூரின் ஏதாவதொரு செல்வாக்கான சாதியின் பிம்பமாக இருந் திருப்பாரேயானால் சிலை மட்டுமல்ல; வரலாறுகூடக் கட்டமைக்கப்பட்டுக் கொண்டாடப்பட்டிருக்கும்.

காங்கிரஸ் தேசியவாதியான ஜார்ஜ் ஜோசப்பின் இச்சிலை காங்கிரஸ் ஆட்சியில் கக்கனால் 1966ஆம் ஆண்டு திறக்கப்பட்டி ருக்கிறது. அவரின் கல்லறைகூட மதுரை கீரைத்துறை கிறிஸ்தவக் கல்லறையில்தான் இருக்கிறது. அவரைப் பற்றிய ஆவணங்கள் கிடைக்க வாய்ப்பிருந்தும் நூல் எதுவும் இல்லாமல் இருந்தது. 2003ஆம் ஆண்டில்தான் அவர் பேரன் ஜார்ஜ் ஜிவர்கிஸ் ஜோசப் எழுதிய 'George Joseph: The Life and Times of a Kerala Christian

Nationalist' என்ற ஆங்கில நூல் வெளியானது. தமிழில் 1943ஆம் ஆண்டு வ.ரா. எழுதிய 'தமிழ்ப் பெரியார்கள்' நூலில் ஜார்ஜ் ஜோசப் பற்றி எழுதப்பட்டிருக்கும் ஒரு கட்டுரை மட்டுமே அவர் பற்றிய ஒரே பதிவாக இருந்தது. பிறகு 2007ஆம் ஆண்டு பழ. அதியமான் 'அறியப்படாத ஆளுமை: ஜார்ஜ் ஜோசப்' என்ற தனி நூலை எழுதியுள்ளார். (காலச்சுவடு – கடவு வெளியீடு). இதையும்கூட முழுமை கொண்ட நூல் அல்ல என்றே பழ. அதியமான் குறித்துள்ளார்.

இவ்வாறு அறிவுலகிலும் அவர்பற்றிய பதிவுகள் நீண்டகாலம் இல்லாதிருந்தமை, பிறகு ஓரளவாய் உருப்பெற்றுள்ள விதம் போன்றவையெல்லாம் ஒருபுறமிருக்க அவருடைய சிலையும் கல்லறையும் உள்ளூரிலேயே இருந்தும் அரசியல் உலகினரால் வெகுமக்கள் பரப்பின் நினைவுக்குக் கொணருவது என்ற யோசனையே இல்லாமலிருக்கிறது. (இந்த ஆண்டுதான் ஜார்ஜ் ஜோசப் பிறந்த ஜூன் 5ஆம் தேதி மதுரை மாவட்ட தமிழ்நாடு சிறுபான்மை மக்கள் நலக்குழு சார்பாக அவர் சிலைக்கு மாலையணிவிக்கும் சிறிய நிகழ்ச்சி நடந்திருக்கிறது). இத்தகைய சூழ்நிலையில்தான் ஜார்ஜ் ஜோசப் பற்றிய நினைவு கடந்த காலத்தில் வேறொரு வகையில் அடித்தள மக்களின் ஞாபகங்களில் தக்கவைக்கப்பட்டிருந்தது என்ற செய்தி முக்கியமானதாகிறது.

மதுரை மாவட்டத்தில் குறிப்பிட்ட வட்டாரங்களில் ரோசாப்பூ என்கிற பெயர் உண்டு என்பதை அறிந்திருந்த நான் ஒருமுறை முத்துராமலிங்கத்தேவர் படத்தோடு கூடிய பிரமலைக் கள்ளர் வீட்டுத் திருமண பேனரொன்றில் பல்வேறு பெயர்களில் ஒன்றாக இப்படியொரு பெயரிருப்பதைக் கண்டிருக்கிறேன். தங்களுக்காகப் போராடிய அல்லது உதவிய ஜார்ஜ் ஜோசப் பெயரையே கடந்தகாலத்தில் பிரமலைக் கள்ளர்கள் ரோசாப்பூ என்ற பெயராகப் புரிந்துகொண்டு தங்கள் குழந்தைகளுக்கு அப்பெயரைச் சூட்டியிருக்கின்றனர். இது நம்முடைய மரபின் கதைப்பாடல் நாயகர்கள், உள்ளூர்த் தெய்வங்கள், நடுகல் வழிபாடு போன்றவற்றை ஒத்ததாகும். ஜார்ஜ் ஜோசப் உயிரோடு இருந்த காலத்திலேயே ரோசாப்பூ என்ற உச்சரிப்பு தொடங்கிவிட்டது என்றே தெரிகிறது. கைரேகைச் சட்டத்தோடு ஜார்ஜ் ஜோசப்பின் தொடர்பு பற்றித் தன் கட்டுரையில் எதுவும் கூறாத வ.ரா. ரோசாப்பூ துரை என்றழைப்பதை மட்டும் பதிவுசெய்திருக்கிறார். பெயர் சூட்டியவர்களை மதுரைவாசிகள் என்று பொதுவாகக் குறிப்பிடுகிறார். யார் சூட்டினார் என்பதைத் தேட முடியாது. அது மக்கள் வழக்கு; அதுவொரு கூட்டு நினைவு. இந்த உச்சரிப்பை

வரலாற்றுத் துல்லியம் என்பதிலிருந்து பாராமல் மக்கள் எவ்வாறு புரிந்துகொள்கிறார்கள் என்பதாகப் பார்க்கலாம். பிரமலைக் கள்ளர் சாதியினரின் சமூக நினைவுகளில் இதேபோன்று வெவ்வேறு ஞாபகங்கள் உள்ளன. சான்றாக, அவர்கள்மீது குற்றப் பரம்பரைத் தடைச்சட்டம் கொண்டுவரப்பட்டபோது முதல் சூப்பிரண்டாக வந்தவர் ராஜா அய்யர். இப்பெயரே பின்னால் அம்மக்களிடம் ராஜா அய்யர் என்றும் அய்யர் என்றும் பெயர் சூட்டலாக மாறியது. அதேபோல இரண்டாவது சூப்பிரண்டாக இருந்த ஜனார்த்தனராவ் பெயரும் பரவலாக சூட்டப்பட்டதென்று கூறப்படுகிறது. தங்கள் வாழ்பரப்பில் நுழையும் புதிய வடிங்களையோ மனிதர்களையோ இம்மக்கள் புரிந்து கொண்டதற்கான சான்றுகளாகவே ஏட்டுச்சாமி போன்ற பெயர்கள் அவர்களிடமிருப்பதைப் பார்க்க முடிகிறது.

❍

இனி சொல்லப்போவது மூன்றாவது கதை. தமிழக எல்லையை ஒட்டிக் கேரளாவின் மேற்கு மலைத் தொடர்ச்சியில் கட்டப்பட்டிருக்கிறது முல்லைப் பெரியாறு அணை. தமிழகத்தின் தேனி, திண்டுக்கல், மதுரை, சிவகங்கை, ராமநாதபுரம் மாவட்டங்கள் பயன்பெறும்வகையில் இந்த அணை ஆங்கிலேயர் களால் கட்டப்பட்டது. அணையின் உயரத்தை அதிகரிக்கும் விசயத்தில் இப்போது இரு மாநிலங்களுக்குமிடையே அவ்வப் போது பிரச்சினைகள் எழுவதும் அடங்குவதுமாக இருக் கின்றன. இத்தருணங்களிலெல்லாம் இம்மாவட்டப் பகுதிகளில் போராட்டங்கள் உணர்ச்சிபூர்வமான நிலையை எட்டிவிடுகின்றன. அண்டை மாநிலத்தைக் கண்டித்து முழக்கங்கள் எழும் இப்போராட்டப் பந்தல்களிலும் பதாகைகளிலும் வெள்ளைக்காரர் ஒருவரின் உருவமும் அவர் பற்றிய பேச்சுகளும் இடம்பெறுவது சுவாரஸ்யமான முரணாகும். முல்லைப் பெரியாறு அணையைக் கட்டிய இங்கிலாந்து நாட்டைச் சேர்ந்த பொறியாளர் 'பென்னிகுயிக்'தான் அந்த வெள்ளைக்காரர். இவ்வாறு அரசியல் மேடைகளில் அவர் இடம்பெற்று வருவது ஒருபுறமிருக்க வெகுமக்கள் நினைவுகளிலும் வெவ்வேறு நிலைகள் சார்ந்த ஒரு பிம்பமாகச் செல்வாக்குப் பெற்றிருக்கிறார் அவர். கடந்த காலம் தொடங்கி அவரைப் பற்றித் தக்கவைக்கப்பட்டுவந்த நன்றியுணர்வு குறிப்பான அரசியல் பின்னணியை ஒட்டிக் கடந்த 20 ஆண்டுகளில் அதிகரித்துள்ளது.

1790ஆம் ஆண்டு ஆங்கிலேயர் நிர்வாகத்தின் கீழ் ஒன்றுபட்ட மதுரை மாவட்டம் உருவானது. 1882ஆம் ஆண்டு அணையைக்

கட்டுவதற்கான பொறுப்பு பொறியாளர் பென்னிகுயிக்கிடம் ஒப்படைக்கப்பட்டது. 1887ஆம் ஆண்டு அணை கட்டும் பணி தொடங்கியது. பல்வேறு இடையூறுகளுக்கு மத்தியில் 1895ஆம் ஆண்டு இன்றைக்கிருக்கும் 155 அடியோடு அணைகட்டும் பணி முடிவுற்றது. பென்னிகுயிக் பற்றிய தகவல்கள் ஆங்கிலேயர் ஆவணங்களிலிருந்து எடுத்துத் தரப்படுகின்றன. இதன்படி அணையின் உருவாக்கம் பற்றியும் பென்னிகுயிக் பங்களிப்புப் பற்றியும் ஆதாரபூர்வமான நூலை யாரும் எழுதிவிட முடியும். ஆனால், மக்கள் அவரை நினைவில் கொள்ளும் முறையைப் புரிந்துகொண்டதை அறிவது அதைவிட சுவாரஸ்யமானதாக இருக்கும். கடைகளின் பெயர் பலகைகளில் திருமண பேனர்களில் வாகனங்களில் அவர் பிம்பம் கையாளப்பட்டு வருகிறது. மதுரையில் சுற்றுலா வேன் ஒன்றின் வெளிப்புறத்தில் அணையின் தோற்றமும் பென்னிகுயிக் உருவமும் ஸ்டிக்கராகப் பதிக்கப்பட்டிருக்கிறது. அந்த பென்னிகுயிக் உருவத்தின் மேல் 'நீயின்றி நீரில்லை' என்ற வாசகமும் எழுதப்பட்டுள்ளது.

பென்னிகுயிக் அணையைக் கட்டியது பற்றிய வரலாற்றுத் தகவல்கள் மக்களிடம் கதைகளாய் விரிந்துள்ளன. அணை கட்டும்போது நோயாலும் அட்டைக்கடி உள்ளிட்டவற்றின் தாக்குதலாலும் விபத்தாலும் கட்டுமானப் பணியில் ஈடுபட்ட மக்கள் இறந்தார்கள் என்று கூறப்பட்டாலும் பென்னிகுயிக்கின் அர்ப்பணிப்பு பற்றியே அதிகம் பகிர்ந்துகொள்ளப்படுகின்றன. மக்களின் நினைவுகூரல்களுக்கும் நிகழ்கால அரசியல் சொல்லாடல்களுக்கும் தொடர்புண்டு என்றாலும் மக்கள் தங்கள் நினைவுகூரல்களை எவ்வாறு கட்டமைத்துக்கொள்கின்றனர் என்று பார்ப்பது அவசியம். பெரும் அரசியல் வரலாற்றுச் சொல்லாடல்களிலிருந்து விலகி அவர்களுக்கேற்ற விதத்தில் அவற்றைக் கட்டமைத்துக் கொள்கின்றனர்.

தேனிப் பகுதியில் அக்காலத்தில் பென்னிகுயிக் பெயர் மட்டுமல்லாது அவர்கீழ் பணியாற்றிய லோகன் துரையின் பெயரும்கூடக் குழந்தைகளுக்குச் சூட்டப்பட்டது என்று கூறப்படுகிறது. சில ஊர்களில் உள்ளூர்க் கோயில்களில் பென்னிகுயிக் சிலைகள்கூட வைக்கப்பட்டிருக்கின்றன. கடந்த ஆண்டு விநாயகர் சதுர்த்தியின்போது, தேனி அருகே பூமலைக் குண்டு என்ற கிராமத்தில் விநாயகர் சிலையோடு சேர்த்துப் பெரியாறு அணை மாதிரியையும் பென்னிகுயிக் உருவத்தையும் அமைத்து ஊர்வலம் நடத்தப்பட்டது. தாங்கள் வணங்கும் தெய்வத்திற்கு இணையான இடம் பென்னிகுயிக்கிற்கு அளிக்கப்படுகிறது.

சமகால இந்து அரசியலுக்குப் பயன்படுத்தப்பட்டுவரும் விநாயகர் சதுர்த்தி ஊர்வலத்தில் கிறித்தவரான பென்னிகுயிக் சிலையை இணைப்பதன்மூலம் கட்டமைக்கப்பட்டிருக்கும் எதிரும்புதிருமான அரசியல், மதச் சட்டகங்களை அநாயாசமாகக் கலைத்துக் கடக்கின்றன வெகுமக்களின் பொருள் கொள்ளும் அணுகுமுறைகள்.

அணை கட்டி வந்தபோது மூன்று வருடமான நிலையில் வெள்ளத்தில் அடித்து செல்லப்பட்டமை, பிறகு அரசு பணம் ஒதுக்க மறுத்தபோது, பென்னிகுயிக் இங்கிலாந்து சென்று தம் சொத்துகளை விற்றுவந்து அணைகட்டும் பணிக்குச் செலவிட்டார் என்பன போன்ற தகவல்கள் வெகுமக்களுக்கு ஈர்க்கத்தக்க கதையாடல்களாகத் தெரிகின்றன. அதற்கேற்ப இன்றைய போராட்ட மேடைகளில் பென்னிகுயிக்கின் இத்தகு தியாகங்களே மீண்டும்மீண்டும் பேசப்படுகின்றன. அணையின் பாசன வசதியையொட்டி மதுரை வட்டார உள்ளூர்ச் சமூகக் குழுக்களுக்கிடையே உருவாகிவந்த மாற்றங்களும் அவரை நினைவுகூர்வதில் தாக்கம் செலுத்தியிருக்க முடியும். இவ்வாறு பென்னிகுயிக்கிற்கு உருவாகியிருக்கும் வெகுஜன பிரபலத்திற்குப் பிறகு மக்களைக் கவரும் எந்த வாய்ப்பையும் தனதாக்கிக்கொள்ள முனைகின்றன அரசாங்கமும் கட்சிகளும். மதுரையிலுள்ள ஒருங்கிணைந்த பொதுப்பணித்துறை அலுவலகங்கள் உள்ள வளாகத்திற்கு பென்னிகுயிக் வளாகம் என்ற பெயரை சூட்டி அவர் சிலையையும் திமுக அரசு அமைத்தது. அதிமுக அரசாங்கம் இப்போது தேனியில் பென்னிகுயிக் பெயரில் நினைவு மண்டபம் கட்டுவதற்கு முடிவெடுத்துள்ளது.

❍

இதுகாறும் விவரிக்கப்பட்ட மூன்று ஆளுமைகள், செயற்பாடுகள், மக்கள் பரப்பு ஆகியவற்றிற்கிடையே சிற்சில வேறுபாடுகளைத் தாண்டி பொதுத்தன்மைகள் காணப்படுகின்றன. மூன்றும் மதுரை வட்டாரத்தில் புழங்குகின்றன. நூற்றைம்பது வருடங்கள் தொடங்கி 50 ஆண்டுகளுக்கு முன்பு வரையிலான நவீன சமூக அரசியல் வரலாற்றுப் பின்னணியில் நடந்த சம்பவங்களின் வெகுஜன நினைவுகள் இவை. எழுதப்பட்டுப் புழங்கிவரும் வரலாற்றுக் களத்திற்குள் இருந்தாலும் இல்லாவிட்டாலும் அரைகுறையாகச் சொல்லப்பட்டாலும் தங்களுக்கு உகந்த வடிவில் நினைவில் கொண்டிருக்கின்றனர். எழுதப்படும் வரலாற்றைப் போல் இந்நினைவுகள் துல்லியமாக இருக்க

முடிவதில்லை. ஜோசப் ரோசாப்பூ ஆகிறார். ஆனந்த தீர்த்தர் சுவாமி ஆகிறார். அசலான வடிவத்தில் இல்லாவிட்டாலும் திரிந்த வடிவத்திலாவது இவர்கள் நினைவில் கொள்ளப்படுகின்றனர்.

பெயர்களாக, சிலைகளாக, பாடல்களாக, சடங்குகளாக இந்நினைவுகள் நிலைபெற்றிருக்கின்றன. அதாவது, கண்ணுக்குத் தெரியும் துல்லியமான சான்றுகள் அடிப்படையில் அமையும் வரலாறு என்னும் நவீன முறையியலிலிருந்து விலகி கண்ணுக்குப் புலப்படாத வடிவங்களில் அடித்தள மக்கள் இந்நினைவு களைக் காத்துவருகின்றனர். ஆனால், இவையும் நாளடைவில் புதுப்புது அரசியல் தேவைகளையொட்டி மாறவும் மறையவும் வாய்ப்பிருக்கிறது. இத்தகைய மாற்றம் அதிகார அரசியலுக்கும் உதவுவதாக இருக்கப்போகிறது. வழக்காற்றை முன்வைத்து எழுத்தைப் பின்னே வைக்க வேண்டுமென்பது இதன் பொருளல்ல. எழுத்து என்ற வடிவம் கட்டமைக்கும் அரசியல் அர்த்தத்திலிருந்து விலகி மற்றொரு புதிய பார்வைச் சட்டகமே வெகுமக்கள் நினைவுகளில் உருவாகிறது.

மூவரும் வெளியிலிருந்து வந்து உள்ளூர் மக்களிடம் பணியாற்றிய 'அந்நிய'ர்கள். தங்கள் பணிக்கான அரசியல் நலன்களை எதிர்பார்த்துச் செயல்பட்டவர்கள் அல்ல. அதாவது மூவரும் தமிழர்களும் அல்ல. தமிழர்களுக்காகப் பாடுபடுகிறோம் என்ற உரிமைகோரலோடும் அவர்களின் செயற்பாடுகள் அமையவில்லை. நவீன அரசியல் மூலம் உருப்பெற்ற மதிப்பீடுகள் சார்ந்து செயல்பட்டனர் என்றே சொல்ல வேண்டும். சமூகச் சீர்திருத்தம், பரிவு, அறவுணர்வு, அர்ப்பணிப்பு போன்ற அம்சங்களின் கூட்டுணர்வு அவை. ஆங்கிலேயர், பிராமணர், மலையாளி என்று சமகால அரசியல் சொல்லாடல்களில் எதிரும் புதிருமாகக் கட்டமைக்கப்பட்டிருக்கும் அடையாளங்கள் கொண்டவர்கள். இந்த அடையாளங்கள் அடித்தள மக்களுக்கு எந்தவகையிலும் சிக்கலாக மாறவில்லை. ஆனால், எழுதப்பட்ட வரலாற்றிலும், இவர்கள் சமகால அரசியல் சொல்லாடல்களிலும் விடப்பட்டதற்கு இந்த அடையாளங்கள் முக்கியக் காரணமாகியிருக்கின்றன. மெல்லமெல்ல இந்த எதிர்மறைகளை இம்மக்களையே ஏற்கச் செய்திருப்பதுதான் சமகால அரசியல் சொல்லாடல்கள் நிகழ்த்தியிருக்கும் வன்முறை. திரும்பத்திரும்ப எழுதியதன்மூலம் காக்கப்பட்டுவரும் அதிகாரத்திற்கான அரசியல் எதிர்மறைகளிலிருந்து விலகியே கடந்த காலத்தில் அடித்தள மக்கள் தங்களுக்கான அரசியல் நினைவுகளைக் கட்டமைத்துக்கொண்டனர் என்பதற்கு இம்மூன்று ஆளுமைகள் பற்றிய ஞாபகங்களே உதாரணங்களாகும்.

வேறுபட்ட பின்னணிகளைக் கொண்ட அடிநிலைச் சாதியினர் தங்களுக்காகச் செயல்பட்டவர்களை அரசியல் எதிர்வுகளைத் தாண்டி சிற்சில மாறுதல்களோடு மதித்துள்ளனர்.

இங்கு எல்லா அனுபவங்களும் தேவைப்படுகின்றன. முரண்பட்ட வரலாற்றுச் சம்பவங்களை நேர்த்தியாக வரிசைப் படுத்தி எழுதுவதைவிட அவற்றிலுள்ள இடைவெளிகளையும் முரண்களையும் அடையாளப்படுத்துவதும் புரிந்துகொள்ள முயல்வதும்தான் வரலாற்றை எழுதிப் பார்ப்பதன் நோக்கமாக இருக்க முடியும். வெகுமக்களின் நினைவுகளைக்கூட வெவ்வேறு பார்வையிலிருந்தும் வாசிக்கலாம். அதன்மூலம் இதைப் பற்றிய வேறு புரிதல்களும் கிடைக்கலாம். நவீனத்தின் வருகையால் நடந்த நல்விளைவு அல்லது கெடுவிளைவு என்றோ, மேலிருந்த அதிகாரக் கரங்களின் கருணையை எதிர்நோக்கியிருந்த தாழ்வுணர்வுதான் இந்நன்றியுணர்வு என்றோ எப்படியும் வாசிப்பு நிகழ்த்திக்கொள்ளப்படலாம்.

ஜெகத் கஸ்பர், பி.ஏ. அன்புவேந்தன், தொ. பத்தினாதன், பொய்யாமொழி முருகன், பொ. ராஜா, கருத்துப்பட்டறை பரமன், ராஜன் அரிச்சந்திரன், செய்யாறு பாலாஜி ஆகியோருக்கு நன்றி.

காலச்சுவடு, ஆகஸ்ட் 2016

3

கக்கன், சிவாஜி சிலைகள்:
பணிவும் பெருமிதமும்

புகைப்படம்: ஜோயல்

10.10.2009இல் மதுரை மேலூருக்கு அடுத்துள்ள கக்கனின் சொந்த ஊரான தும்பைப்பட்டியில் தமிழக அரசு சார்பில் கக்கன் நூற்றாண்டு விழா, ஏற்கெனவே நடந்து வந்த அண்ணாதுரை நூற்றாண்டு கொண்டாட்டத்தின் ஊடாக அவசர அவசரமாக நடத்தப்பட்டது. இவ்விழாவுக்காகத் தமிழ்நாடு அரசின் செய்தி விளம்பரத்துறை அச்சிட்டிருந்த சுவரொட்டியில் காணப்பட்ட கக்கனின் முழு உருவத் தோற்றத்தில் அவருடைய கால்களில் செருப்பு இல்லை. மதுரை அம்பேத்கர் சாலையில் (இப்படியொரு பெயர் இருப்பதை ஊடகங்கள் உள்ளிட்ட யாரும் குறிப்பிடுவதில்லை) மாவட்ட

நீதிமன்றம் எதிரே ராஜா முத்தையா மன்றம் அருகில் கக்கனுக்கு ஒரு சிலை உண்டு. கிழக்குப் பக்கமாகத் திரும்பியிருக்கும் கக்கனின் சிலைக்குப் பின்னால் மேற்கே திரும்பிய வண்ணம் நடிகர் சிவாஜிகணேசனின் சிலை ஒன்று பின்னாளில் (04.10.2009) திறக்கப்பட்டது. கக்கன் இரு கைகளையும் முன்புறமாகத் தொங்க விட்டுப் பிணைத்த வண்ணம் பணிவாக நிற்கிறார். சிவாஜி கணேசன் இருகைகளையும் பின்னே கட்டியவாறு நிமிர்ந்து கம்பீரமாக நிற்கிறார்.

கக்கனின் அரசியல் வாழ்க்கையைக் கேள்விப்பட்ட யாருக்கும் அவரைப் பணிவுள்ளவராகக் காட்டுவதும், செருப்பில்லாமல் காட்சிப்படுத்துவதும் வியப்பிற்குரியதாக இருக்க முடியாது. தமிழ்ச்சூழலில் சிலை நிறுவுதல், பெயர் சூட்டுதல் போன்றவை நிறுவப்பட்டுவிட்ட அடையாளங்களுக்குப் பொது வெளியில் தரப்படும் அங்கீகாரமாக மாற்றப்பட்டுவிட்டது. ஒரு குறிப்பிட்ட அடையாளம் யதார்த்தத்தில் வாழ்ந்த நிலையைப் பிரதிபலிப்பதைவிடவும் அதிகார அரசியலின் நோக்கத் திற்கேற்பவே கட்டப்படுகிறது. அவ்வாறு கட்டப்படும் அடையாளம் ஆதிக்க வகுப்பினருக்கு அவர்கள் விரும்பும் வகையிலும், அடக்கப்பட்ட வகுப்பாருக்கு அவர்கள் எவ்வாறு இருக்க வேண்டும் என்று அதிகாரம் எதிர்பார்க்கிறதோ அவ்வாறும் உருவாக்கப்படுகிறது. இவ்வாறு இப்பிம்பங்களைத் தொடர்ந்து அடையாளப்படுத்தி அவர்களேயும்கூட அப்பிம்பத்தை உண்மையென ஏற்கச் செய்கின்றனர்.

ஆனால், சமூக யதார்த்தத்தில் பெரும்பான்மை ஆதிக்க வகுப்பினரை எதிர்கொள்ள நேரும் அடக்கப்பட்ட வகுப்பினர் தங்களின் அடையாளங்களைச் சொந்தமாக உருவாக்கிக் கொள்ளும்போது அதிகாரத்திற்கு எதிர்ப்பாகப் புதிதாகப் பிம்பங்களை உருவமைத்துக் கொள்கின்றனர். அவ்வாறு அமைத்துக்கொள்ள வழிவிடாத பிம்பங்களைக் கைவிடுகின்றனர். அதேவேளையில் ஆதிக்க வகுப்பினர் விரும்பாத அடக்கப்பட்ட வகுப்பினரின் பிம்பத்தை ஆதிக்க வகுப்பினரை நம்பியிருக்கும் அரசு அதிகாரம் முன்னெடுப்பதில்லை. ஆனால், ஆதிக்க வகுப்பினர் விரும்பும்விதத்தில் அவர்களின் பிம்பங்களை மட்டும் அங்கீகரித்து ஏற்றுக்கொள்கிறது. ஏனெனில், இங்கு சாதி அதிகாரமும் அரசு அதிகாரமும் வேறுவேறல்ல. வீரபாண்டிய கட்டபொம்மனின் முறுக்கிய மீசையும் குதிரையில் பறக்கும் மருது சகோதரர்கள் இருவர் கையிலேந்திய ஆயுதமும் அவர்கள் மூலம் பிரதிபலிக்கப்படும் சாதிகள் கட்டமைத்துக்கொள்ள விரும்பும் அடையாளம் போலவே கட்டமைக்கப்படுகிறது.

இன்றைக்கு நாம் சந்திக்கும் கடந்த கால வரலாறு, பிம்பங்கள் எவையும் கடந்த காலத்தில் நிகழ்ந்த உண்மையின் அப்பட்டமான பிரதிபலிப்புகள் அல்ல. கடந்த காலம் என்பது நிகழ்காலத்தின் தேவைக்கேற்ப மீண்டும் மீண்டும் நிகழ்த்தப்பட்டுக்கொண்டே இருக்கிறது. இவை யாவும் கடந்தகாலம் பற்றிய சமகாலத்தின் விருப்பங்களே. இந்த அளவில் அதிகாரவர்க்கத்தினரால் பிரதிபலிக்கப்படும் பிம்பங்கள் சமூகத்தளத்தில் அதிகாரம் குறித்த பெருமிதம், பணிவு என்ற எதிரெதிர் ஏற்றத்தாழ்வைக் கற்பிக்கும் பணியைச் செய்கின்றன.

ஏனைய சாதிசார்ந்த பெயர்களைப் பேருந்துகளுக்குச் சூட்டியபோது, இல்லாத எதிர்ப்பு 1990களின் மத்தியில் சுந்தரலிங்கம் என்னும் ஒடுக்கப்பட்ட சமூகத்தைச் சேர்ந்த சுதந்திரப் போராட்ட வீரன் பெயரைச் சூட்டிய தருணத்தில் எழுந்தது. பின்னர், ஆதிக்க வகுப்பினரின் இந்த எதிர்ப்பை அரசும் ஏற்றது. ஆனால், ஆதிக்கச் சாதிகளுக்கு இணையான அடையாளத்தைச் சூடிக்கொள்ள வாய்ப்பு மறுக்கப்படும் அடக்கப்பட்ட வகுப்பாரோ தொடர்ந்த போராட்டத்தின் வழி தங்களுக்கான அடையாளங்களை உற்பத்தி செய்து கொள்கின்றனர். ஆனால், சாதிசார் அரசு அதிகாரமோ அதனை அங்கீகரிக்கத் தயங்குகிறது. ராணுவ உடையில் நிமிர்ந்து நிற்கும் இம்மானுவேல் சேகரனின் சிலை தென்தமிழகத்தில் அவர் சார்ந்த சமூகத்தினரால் எழுப்பிக் கொள்ளப்படுவதும், அதை சாதி சமூகமும் அரசும் ஏற்கத் தயங்குவதும் இவ்வாறுதான். தங்களின் கடந்த காலம் குறித்த நிகழ்கால விருப்பத்தை உருவாக்கிக்கொள்வதில் ஆதிக்க வகுப்பினருக்கு வழங்கப்படும் உரிமை அடக்கப்பட்ட வகுப்பாருக்கு மறுக்கப்படுகிறது. நிறுவனமாக்கப்பட்ட சாதி விதிகளை அவை மீறுகின்றன என்பதால்தான் இந்த மறுப்பு.

மதுரையில் எதிரெதிராக எழுப்பப்பட்டிருக்கும் கக்கன் சிலையின் தோற்றத்தையும் சிவாஜிகணேசன் சிலையின் தோற்றத்தையும் நாம் இந்தத் திசையிலிருந்து வாசிக்க முடியும். இருவரும் சமூகத்தளத்தில் எதிரெதிராக வைக்கப்பட்டிருக்கும் இருவேறு சாதிகளின் பிரதிநிதிகள். மதுரை வட்டாரத்தில் சாதியடையாளத்தின்வழி அரசியல் அதிகாரத்தைக் கைக் கொண்டிருக்கும் முக்குலத்தோர் என்னும் சாதியைச் சார்ந்தவராகக் கூறப்படும் சிவாஜிகணேசனின் சிலை கம்பீர மாகவும், அடக்கப்பட்ட சாதியாகக் கற்பிக்கப்படும் தலித் அடையாளத்தின் பிரதிநிதி கக்கனின் சிலை பணிவாகவும் நிற்கிறது. இது இன்றைய பெரும்பான்மை அதிகாரத்திற்கு தோதான, தொந்தரவு செய்யாத நிகழ்முறை.

சிவாஜிகணேசன் தேர்ந்த நடிகர். வரலாற்று நாயகர்களுக்கு முன்னுதாரணமான கம்பீர நடிப்பை வழங்கியவர். கக்கன் எளிமையானவர். பணிவானவர். இவர்களின் கம்பீரமும் பணிவும் பகுதி சார்ந்த இருவேறு சாதிகளின் சமூக யதார்த்தமாகவும் இவை தொடர்ந்து காப்பாற்றப்பட வேண்டுமெனவும் எதிர் பார்க்கப்படுகிறது. இவ்வகை எதிர்பார்ப்பை முன்வைப்பதற்கும் வரும் காலங்களில் நினைவுபடுத்திக் கொள்வதற்கும் இப்பிம்பங்கள் வழியமைத்துத் தருகின்றன என்பதால் இத்தகு அர்த்தங்கள் உற்பத்தி செய்யப்பட்டுக் கொண்டே இருக்கின்றன. தொடக்க காலங்களில் வெளிப்படையாகச் சாதியடையாளத்தைக் காட்டிக் கொள்ளாத சிவாஜிகணேசன் தன் கடைசி காலங்களில் வெளிப்படையாகச் சாதியடையாளத்தோடு தோன்றுவதில் ஆர்வம் காட்டினார். தேவர்மகன், பசும்பொன் ஆகிய படங்களில் சிவாஜிகணேசன் ஏற்ற தேவர் சாதி வேடம் திரைப்படத்தையும் தாண்டி அவரின் சொந்த சாதி அடையாளத்தோடும் இணைத்து அர்த்தப்படுத்தப்பட்டு வந்தது. சிவாஜிகணேசன் இறந்தபோது, மதுரையில் அவர் சாதியினர் மொட்டையடித்து சாதிசார் சடங்கைச் செய்து கொண்டனர் என்பது குறிப்பிடத்தக்கது. இவ்விடத்தில் சிவாஜியின் நடிகர் என்னும் அடையாளம் இரண்டாம் பட்சமாக்கப்பட்டு சாதியடையாளம் முதன்மை யாக்கப்படுகிறது. இதனால்தான் 2007ஆம் ஆண்டு தமிழக அரசு சென்னையில் சிவாஜிக்குச் சிலை திறந்தபோது, அதனை சாதி நோக்கமுடையதாகக் குற்றம் சாட்டி சில தலித் அமைப்புகள் எதிர்ப்புப் பிரசுரங்களை விநியோகித்தன.

அமைச்சராக இருந்தும் தனக்கென பொருள் சேர்த்துக் கொள்ளாத எளியவரான கக்கனுக்கு அவரின் கடைசிக்காலத்தில் கொடுப்பவராக சிவாஜிகணேசன் இருந்தார் என்ற செய்தியைக் கூட மேற்கண்ட வாசிப்போடு நாம் பொருத்திப் பார்த்துக் கொள்ளலாம். சிவாஜி '1970ஆம் ஆண்டு ஒரு பொது நிகழ்ச்சியில் தமக்குப் பரிசாகக் கிடைத்த தங்கச்சங்கிலியை ஏலம் விட்டு அதில் கிடைத்த ரூ.50,000ஐ கக்கனுக்குக் கொடையாக வழங்கினார்" என்கிறது 'நடையில் நின்றுயர் நாயகன் கக்கன்" என்ற கக்கனைப் பற்றிய நூலொன்று (பக்.85). இங்கு சிவாஜியின் உதவி கொடையாகவும், கக்கனின் ஏழ்மை நேர்மையாகவும் அர்த்தப்படுத்தப்படுகிறது. தலித் தலைவர்களுள் கக்கன் என்னும் பாத்திரத்திற்கு மட்டும் இத்தன்மை கிடைத்துள்ளதை அவரின் அரசியல் வரலாற்றை வாசிப்பதன் மூலமே அறிந்துகொள்ள முடியும்.

○

மதுரை மேலூர் தும்பைப்பட்டியில் தோட்டியாகவும், கிராம வீரமாகாளியம்மன் கோயில் பூசாரியாகவும் இருந்து வந்த குடும்பத்தில் பூசாரி என்பவருக்கு மகனாக 18.06.1909 நாளில் கக்கன் பிறந்தார். கக்கன் அமைச்சராக இருந்த காலத்திலும் பூசாரி தோட்டியாகவே பணியாற்றியதாகக் கூறப்படுகிறது. கக்கன் எஸ்எஸ்எல்சி வகுப்பில் ஆங்கிலத்தில் தோல்வியடைந்தார். காங்கிரஸ் கட்சிக்குள் காந்தி பரிந்துரைத்துவந்த சமூக நிர்மாணம் பற்றிய கருத்துகளில் 1932க்குப் பிறகு தீண்டாமை பற்றிய பேச்சு தனிச் செயற்பாடாகப் பரிணமித்தது. அம்பேத்கரோடு ஏற்பட்ட பூனா ஒப்பந்தத்திற்குப் பிறகு, அவ்வொப்பந்தத்தால் தலித் மக்கள் தாங்கள் இழந்துபோனதாகக் கருதும் உரிமையைச் சமப்படுத்திவிடுவதான பணிகளை காந்திய இயக்கம் முடுக்கிவிட்டது. ஆலய நுழைவு, சேரிகள் நிர்மாணம், கல்வி நிலையங்களைத் திறப்பது போன்ற பணிகளைக் கையெடுத்த அரிசன சேவா இயக்கத்தின் சார்பாக காந்தி இந்தியா முழுக்க பயணம் செய்தார். அம்பேத்கரால் ஏற்பட்ட நெருக்கடியை இக்காலத்தில் அவர் தீவிரமாக உணர்ந்திருந்தார். தலித்துகளுக்கு ஆதரவாக அரசியல்ரீதியாகப் பரிந்துரைக்கப்பட்டுவரும் 'சமூகநீதி' திராவிடக் கட்சிகளால் ஒரு கல்வி நிலையம் கூட தலித்துகளுக்காகத் திறக்கப்பட்டதான வரலாறு கிடையாது. ஆனால், அரிசன சேவா இயக்கத்திற்கு அவ்வகையான வரலாறு உண்டு. அரிசன சேவா சங்கத்தின் சார்பாக முதலில் மதுரையில்தான் சேவாலய மாணவர் விடுதி 1934இல் ஆரம்பிக்கப்பட்டது. இச்சேவாலய விடுதிப் பணிகள் மூலம் அரசியலுக்கு அறிமுகமானவர்தான் கக்கன். 1934 முதல் இவரது சேவாலய பணிகள் தொடங்கின. அந்த ஆண்டில்தான் மாணவராக இருந்த கக்கன் காந்திக்கு அறிமுகம் செய்து வைக்கப்பட்டார். மதுரை வைத்தியநாத அய்யரோடு நெருக்கமாக இருந்த கக்கன், புகழ்பெற்ற மதுரை மீனாட்சியம்மன் ஆலய நுழைவுப் (1939) போராட்டம் மூலம் பெரிய அளவில் அடையாளம் பெற்றார். வைத்தியநாத அய்யர் தலைமையில் ஆலயத்திற்குள் நுழைந்த அறுவரில் நாடார் ஒருவரைத் தவிர மற்றவர்கள் தலித்துகள். அந்த ஐவரில் ஒருவர் கக்கன். மீனாட்சியம்மன் ஆலயப் பிரவேசத்தைத் தொடர்ந்து மேலூர் வலையப்பட்டி சுந்தரராஜ பெருமாள் கோவிலும் போராட்டத்தின் காரணமாகத் திறக்கப்பட்டது. 1939இல் தான் கக்கன் முறைப்படி காங்கிரஸ் கட்சியில் பொறுப்பு ஏற்றார். இவ்வாறு கக்கனின் அரசியல், தலித் அடையாளம் பூண்ட போராட்டத்தின்போது தான் கூர்மை பெற்றது. தொடர்ந்து 1940இல் மேலூர் வட்ட காங்கிரஸ் செயலாளர் ஆன அவர் 1943 முதல் வெள்ளையருக்கு எதிரான போராட்டங்களில் ஈடுபட்டு பலமுறை சிறை சென்றார். 1955இல் நடைபெற்ற காங்கிரஸின்

புகழ்பெற்ற ஆவடி மாநாட்டின் பொறுப்பாளராக இருந்த கக்கன் 1952ஆம் ஆண்டு நடந்த தேர்தலில் மதுரை மத்திய தொகுதியின் இரட்டை உறுப்பினர்களுள் ஒரு உறுப்பினராக தேர்ந்தெடுக்கப்பட்டார்.

காமராசர், பக்தவச்சலம் ஆகியோரின் அமைச்சரவைகளில் அமைச்சராகப் பணியாற்றிய கக்கன் 1967லும் 1971லும் காங்கிரஸ் வேட்பாளராக நிறுத்தப்பட்டுத் தோல்வி அடைந்தார். 1957இல் ராஜாஜிக்குப் பதிலாக காமராஜர் முதல்வராக ஆக வேண்டுமென்று ஆதரவளித்தது முதல், 1971ஆம் ஆண்டு தேர்தலில் போட்டியிட்டது வரை காமராஜர் ஆதரவாளராக அறியப்பட்ட கக்கனுக்குக் கட்சியின் இடம் மெல்ல மெல்லக் குறைக்கப்பட்டு இந்திரா காந்தி காலத்தில் மொத்தமாக இல்லாமல் ஆக்கப்பட்டது. கட்சியிலும், அமைச்சரவையிலும் தன் அதிகார எல்லையை மீறி நடக்கத் தெரியாத அவர் அமைச்சரவையிலிருந்து விலகியதும் அரசு விடுதியைக் காலி செய்ததோடு பேருந்துப் பயணத்தையே மேற்கொண்டார். இறுதியில் அரசு மருத்துவமனையில் இலவச சிகிச்சை பெறும் எளியராக இருந்து மறைந்தார். இதுவே, கக்கனின் சுருக்கமான வாழ்க்கைச் சரிதம். உண்மையில் கக்கனைக் குறித்து முறைப்படி எழுதப்பட்ட வாழ்க்கைச் சரிதம்கூடத் தமிழில் இல்லை.

ஒரு தலித் எனும் பாத்திரமாக இருந்து காங்கிரஸில் கக்கனின் இடம் என்ன? அவர் இளமையிலிருந்தே காங்கிரஸ் கட்சியிலிருந்து செயற்பட்டவர். சமூகத் தளத்தில் நிலவும் முரண்பாடுகளை காந்தியும் காங்கிரஸும் தீர்க்க முடியும் என்ற நம்பிக்கை கொண்டவர். அவர் காலத்தில் வடதமிழகம் நீங்கி, தென் தமிழகத்தில் தலித்துகளில் புகழ்பெற்ற தலைவர் வேறொருவரில்லை.

இந்நிலையில் தலித்துகளுக்கான காங்கிரஸ் தரப்புப் பணிகளைக் கட்சி சார்பிலும், அரசு சார்பிலும் செயற்படுத்தியதைத் தாண்டி அவர் தலித்துகளுக்கென்று தனித்துச் சலுகை காட்டியதாகச் சான்றுகள் இல்லை. 1963இல் தாழ்த்தப்பட்டோர் நலத்துறையின் கீழ் பள்ளிகளைத் திறந்தமை, இனக் கலவரங்களை அறியும் தனி ரகசிய காவற்படை உருவாக்கியமை, தாழ்த்தப்பட்டோருக்கான தனிவீட்டு வசதி வாரியம் ஆகியவை இவர் அமைச்சராக இருந்தபோது செய்யப்பட்டாலும் காங்கிரஸ் கட்சிக்கு அழுத்தம் தருவதோ அதை தலித் நோக்கில் பயன்படுத்திக்கொள்வது என்பதோ அவருக்கு இருந்ததாகத் தெரியவில்லை. எனினும், கக்கன் மீதும்

சாதிப் பாகுபாடு சார்ந்த குற்றச்சாட்டுகள் உண்டு. மதுரை ஒத்தக்கடையில் அமைக்கப்பட்ட வேளாண்மைக் கல்லூரிக்காக முக்குலத்தோரின் நிலங்களை எடுத்துக்கொண்டதாகவும், முதுகுளத்தூர் கலவரத்தின்போது, முக்குலத்தோருக்கு எதிராக நடந்துகொண்டதாகவும் குற்றச்சாட்டுகள் உண்டு. எனினும், இவையாவும் காமராஜர் காங்கிரஸின் செயற்திட்டங்களே. முதுகுளத்தூர் கலவரத்திற்கு முன்பு வரை இருந்துவந்த நாடார் – மறவர் மோதல் காமராஜரின் அதிகாரத்தால்தான் தேவேந்திரர் – மறவர் முரண்பாடாக மாற்றப்பட்டது என்பதான ஆய்வுகள் சமகாலத்தில் எழத்தொடங்கியுள்ளன. காமராஜரின் இச்செயல் திட்டத்திற்குக் கக்கனும் பயன்பட்டார் என்ற செய்தியே இப்பின்னணியிலிருந்து நாம்பெறும் செய்தி. பிறகு, நாடாளுமன்ற அரசியலின் அனைத்துவிதச் சிக்கல்களையும் அவர் எதிர்கொண்டார். பல ஏக்கர் நிலங்களைக் கக்கன் தன் பெயரில் பட்டா செய்து கொண்டதாக 1967 பொதுத் தேர்தலில் அவரை எதிர்த்துப் போட்டியிட்ட திமுக வேட்பாளர் ஓ.பி. ராமனால் பிரச்சாரம் செய்யப்பட்டது. வெளிப்படையாகவோ, மறைமுகமாகவோ தலித் சமூகம் சார்ந்து ஆர்வம் காட்டாத கக்கனும் காமராஜரைப் போலவே 1967 தேர்தலில் தோற்றார்.

ஒருவகையில் தமிழக அரசியல் வரலாற்றில் கக்கன் பாத்திரம் இக்கட்டானது. அவரின் தலித் அடையாளம் காங்கிரஸ் கட்சிக்குத் தேவைப்பட்டது. ஆனால், இந்நிலைமையைப் பயன்படுத்தி அவர் தனது நலனையோ சமூக நலனையோ விஸ்தரித்துக் கொள்ளவில்லை. கக்கனின் விசுவாசமான இப்பாத்திரத்தையே காங்கிரஸும் விரும்பியிருக்கும். அவ்விசுவாசத்தைச் சொல்லும்படியான பிம்பங்களையே இப்போது உற்பத்தி செய்கின்றனர். கக்கன் தலித்துகளுக்குப் பணியாற்றினார் என்று சொல்லுவதைவிடவும் கக்கன் என்னும் தலித்தை நாங்களே கை தூக்கிவிட்டோம் என்று சொல்லிக்கொள்ளவே இவை பயன்படும். அதற்குகந்த நிலையிலேயே கக்கனின் வாழ்வும் அமைந்து இருந்தது. இவ்விடத்தில்தான் கக்கனின் தலித் அடையாளத்தோடு அவரின் எளிமை, பணிவு போன்ற பிம்பங்களும் இணைக்கப்பட்டு தலித்திற்கான ஒரு நிலைத்த குறியீடாக மாற்றப்படுகிறார். அக்குறியீட்டில் தலித் மக்களின் அரசியல் நடைமுறையைவிடவும் அவர் தலித் என்ற கோருதலே அடங்கியிருக்கிறது. காங்கிரஸிற்குள் இருந்த சகஜானந்தர், எல். இளையபெருமாள் மரகதம் சந்திரசேகர் போன்ற தலித் தலைவர்கள் கட்சிக்குள்ளும் கட்சிக்கு வெளியேயும் தலித் நோக்கில்

செயல்பட்டார்கள். இவர்களை தலித் மக்கள் காங்கிரஸோடு இணைத்துப் பார்ப்பதைவிடவும், தங்கள் தலைவர்களாகவே புரிந்து கொண்டிருந்தார்கள். ஆனால், கக்கனை காங்கிரஸும் அரசும் மட்டுமே நினைவுகூருகின்றன. தலித் மக்களிடம் அவரைக் குறித்த எவ்வித நினைவுகளும் இல்லை. தன் கடைசிக் காலத்தில் காங்கிரஸ் கட்சியில் இணைந்த இம்மானுவேல் சேகரன் தன் மக்களின் சுயமரியாதை தொடர்புடைய முரண்பாட்டின் காரணமாகவே கொல்லப்பட்டார். இவரை இம்மக்கள் நினைவில் கொண்டிருப்பதையும் கக்கன் குறித்து எவ்வித நினைவுகளைக் கொண்டிருக்காமையையும் நாம் இவ்வாறுதான் புரிந்துகொள்ள வேண்டும்.

தலித் மக்களால் கொண்டாடப்படாத சூழலில் செருப் பில்லாத கக்கனின் தோற்றம் மைய நீரோட்ட அதிகாரத்தால் உருவாக்கப்படுகிறது. இவ்விடத்தில்தான் காங்கிரஸ் கட்சியால் தற்காலத்தில் இம்மானுவேல் சேகரன் சொல்லப்படாததும், கக்கன் சொல்லப்படுவதும் நடக்கிறது. மேலும், மேல்நாட்டுக் கள்ளர்கள் எனப்படும் வட்டார ஆதிக்கச் சாதியினரின் செல்வாக்கு படர்ந்த மேலூர் நகரத்தில் சிலை அமைக்கப்பட்டிருப்பதும் கக்கனுக்கே. செருப்பில்லாமல் கைகட்டி பணிந்த கக்கனின் தோற்றத்தை மேலூரில்தான் முதலில் சிலையாக நிறுவினர். அதை முன்னுதாரணமாகக் கொண்டு தான் பின்னர் மதுரையிலும் நிறுவினர் (கக்கன் பிறந்த தும்பைப்பட்டி தீண்டாமைக் கொடுமைகளைக் குறித்து அம்பேத்கரே தன் எழுத்துகளில் விவரித்திருக்கிறார்) என்பது வேறு சேதி. 1997இல் சனநாயக முறைப்படி அறிவிக்கப்பட்ட ஊராட்சித் தேர்தலில் போட்டியிட்டதற்காக ஆறு தலித்துகளைக் கொன்ற மேலவளவு, 1992இல் கோவில் நிலத்தில் ஏலம் கேட்டதற்காக 2 தலித்துகளைக் கொன்ற சென்னகரம்பட்டி, எளிய சிவில் உரிமைகளைக் கோரியதாலேயே 1987இல் கொடூரமாகக் கொல்லப்பட்ட கந்தனின் ஊரான வஞ்சிநகரம் (கக்கன் பிறந்த தும்மைப்பட்டிக்கு அடுத்த ஊர் வஞ்சி நகரம்) போன்ற ஊர்கள் அடங்கிய மேலூர் வட்டாரத்தில் கக்கனுக்காக அனுமதிக்கப்பட்ட சிலை நமக்கு உண்மை ஒன்றைச் சொல்கிறது. தங்களுக்கு இணையான அதிகாரத்தைக் கோரும் குரல்களை ஆதிக்கசாதி அனுமதிப்பதில்லை. முற்றிலுமாக முடக்கிவிட நினைக்கிறது. ஆனால், அதே அடையாளம் கொண்ட வேறொரு பிம்பம் ஒன்றை அது தொல்லையாகப் பார்க்காமல் அனுமதிக்கிறதென்றால் அக்குறிப்பிட்ட அடையாளம் தங்களின் விருப்பத்தை ஏற்றதாக இருக்கிறது என்பதால்தான். காங்கிரஸ் உருவாக்கிய உள்ளூர் தேசியத்தின் உருவாக்கமான கக்கனைப் போன்ற பிம்பங்களை

(தேசிய அளவில் ஜெகஜீவன்ராம்) இப்போது காங்கிரஸ் மட்டுமல்ல; எல்லாக் கட்சிகளும் விரும்புகின்றன.

அடிக்குறிப்பு

திராவிடக் கட்சிகளுக்கு மாற்று என்று தன்னை காங்கிரஸ் கட்சி கூறிக்கொள்வது எந்த அர்த்தத்தில் என்பதைக் கடந்த ஜூலை 31ஆந் தேதி மதுரையில் நடந்த கக்கன் நூற்றாண்டு விழாவை ஒட்டி அக்கட்சி செய்திருந்த ஆடம்பரங்கள் புரிந்து கொள்ள வைத்தன. விழாவுக்கு ஒரு வாரத்திற்கு முன்பே விளம்பரப் பலகைகளும், அலங்கார வளைவுகளும் அமைக்கப் பட்டதோடு திராவிடக் கட்சிகளைப் போன்று பட்டங்களும் புகழாரங்களும் தலைவர்களின் பெயர்களாக மாறியிருந்தன. கக்கன் விழா என்று சொல்லப்பட்டாலும், அவ்விழாவின் நோக்கம் கக்கனோ அவரின் தியாகமோ அவரைக் கொண்டு பிரதிநிதித்துவப்படுத்தப்படும் தலித் சமூகத்தின் பிரச்சினைகளோ அல்ல. கக்கன் புகைப்படம் என்பதாகக் கருதி மற்றுமொரு தலைவரின் படத்தைப் பயன்படுத்தியிருந்த அநேக பேனர்களே காங்கிரஸின் கக்கன் பற்றுக்குச் சான்றாக இருந்தது. நூற்றாண்டு விழா மேடை பேச்சுகளிலும், தலைவர்களின் நடைமுறை களிலும்கூட கக்கன் இருக்கவில்லை. திராவிடக் கட்சிகளின் ஆடம்பர அரசியலுக்கு எதிராக கக்கன் காமராஜர் ஆகியோரின் எளிமையை முன்னிறுத்துவதாகச் சொல்லிக் கொள்ளும் காங்கிரஸ் அதற்காக முதலில் பலிகொடுத்திருப்பது அதைச் சுட்டிக்காட்டுவதற்கான தங்களின் தகுதியைத்தான். காங்கிரஸ் கட்சியைக் கூட்டணியில் தக்கவைத்துக்கொள்ள விரும்பும் திமுக, கூட்டணிக்கு இழுக்க விரும்பும் அதிமுக என்று பிரதான திராவிடக் கட்சிகளின் நிலைமையைப் பயன்படுத்தி தங்களின் கூட்டணி பேரத்தை வலுப்படுத்திக் கொள்ளும் நோக்கத்திலேயே இது போன்ற நடவடிக்கைகளில் இறங்கியிருக்கும் காங்கிரஸ் தங்களின் அரசியலையும் திராவிடக் கட்சிகளைப் போலவே மாற்றிக்கொண்டு அக்கட்சிகளால் இயல்பானதாக்கப்பட்டிருக்கும் கெடுதிகளையே தானும் பின்பற்றி வருகிறது.

ராகுல் காந்தியின் வருகைக்குப்பின் காங்கிரஸில் உருவாக்கப் பட்டுவரும் மாற்றங்களின் கீழ் சமூகத்தின் பல்வேறு அடித்தளச் சமூகங்களைக் கட்சியின் வாக்கு வாங்கியாக்குவதும் ஒன்று. கடந்த ஆண்டு தமிழகம் வருகைபுரிந்த ராகுல்காந்தி பல்வேறு சமூகப் பிரிவினரைத் தனித்தனியாகச் சந்திக்கும் கூட்டங்களை நடத்தினார் என்பது குறிப்பிடத்தக்கது. திராவிடக் கட்சிகளின் அதிகாரத்திற்கு முன்புவரை தலித் மக்கள் காங்கிரஸின் வாக்கு வங்கியாகவே இருந்தார்கள். திராவிடக் கட்சிகளிலிருந்து

பணியாற்றிய தலித் பிரதிநிதிகளைவிட காங்கிரசுக்குள்ளிருந்து தனித்துவமாகப் பணியாற்றிய தலித் தலைவர்களே அதிகம். இன்றைக்குப்போல் சாதிப் பெரும்பான்மை வாதத்துக்கு காங்கிரஸ் பணிந்துவிடாத காலம் அது. திராவிடக் கட்சிகளின் சாதிப் பெரும்பான்மை வாதத்தால் விலக்கப்பட்ட தலித்துகள் தற்காலத்தில் தனித்துவமான கட்சிகளாக மாறியுள்ளனர். ஆனால், இத்தலித் கட்சிகள் கூட்டணி நிர்ப்பந்தத்தின்கீழ் திராவிடக் கட்சிகளின் உப பகுதிகளாக மாறிவரும் சூழலில் காங்கிரஸ் தன்னைப் பலப்படுத்தும் நோக்கத்தோடு தலித்துகள் மீது மீண்டும் கவனத்தைத் திருப்புகிறது. இதில் காங்கிரஸின் தேசிய அளவிலான அரசியல் நோக்கமும் பங்கு வகிக்கிறது.

காங்கிரஸின் கடந்தகால அரசியல் மையமாக இருந்த உத்திரப்பிரதேசத்தில் மாயாவதியை எதிர்கொள்ளும் விதத்தில் செயற்பட வேண்டிய நிலையிலிருக்கும் காங்கிரஸ் தலித்துகளைக் குறிவைத்து தலித் பிரச்சினைகள், தலித் திட்டங்கள் என நகருகிறது. அதற்காகவே தலித் குடிசைகளில் தங்கி ராகுல் தலித் சேவைகளை முன்னெடுக்கிறார்.

தமிழகத்தைப் பொறுத்தவரையில் காங்கிரஸ் கடந்த 30 ஆண்டுகளில் பொதுவான அரசியல் நிலைமைகள் மீது எவ்விதத் தாக்கத்தையும் செலுத்தியதாகக் கூற முடியவில்லை. மத்திய அரசு, தேசியக் கட்சி என்னும் வாய்ப்புகள் மூலம் தமிழகத்தில் தன் இருப்பை மட்டுமே அது பாதுகாத்து வந்துள்ளது. குறிப்பாக, கடந்த இருபது ஆண்டுகளில் எழுச்சிபெற்ற சாதிகளின் அடையாள உருவாக்கம் சார்ந்து தன்னுடைய பார்வையை அது பகிர்ந்துகொள்ள வில்லை. இப்போதுதான் தலித் அடையாளத்திற்காகப் பழைய கக்கனைப் புதைந்த நினைவிலிருந்து மீட்டு ஆடம்பர விழாவை நடத்துகிறது. காந்தியின் வரலாற்றைப் பொறுத்தவரை அவர் அரையாடைக்கு மாறி எளிமைக்குத் திரும்பியது மதுரையில்தான் என்று சொல்லப்படுகிறது. அந்த மதுரையிலிருந்துதான் இன்றைய காங்கிரஸார் எளிமையைத் துறக்கும் அரசியலையும் தொடங்கியுள்ளனர் போலும். இப்பின்னணியிலே இக்கட்டுரை எழுதப்பட்டது.

உயிர் எழுத்து, ஜனவரி 2011

4

டி.எம். மணி என்றொரு தலித் தலைவர்

டி.எம். உமர் பாரூக் என்றறியப்பட்ட டி.எம். மணி என்ற தலித் தலைவர் கடந்த ஜூன் மாதம் 5ஆம் தேதி நெஞ்சுவலியால் காலமானார். கும்பகோணம் திருப்பனந்தாள் வட்டாரங்களில் செயல்பட்டுவந்த 'நீலப்புலிகள்' இயக்கத்தின் தலைவர் அவர். சாதி எதிர்ப்புப் போராட்டங்களும் அமைப்புகளும் எல்லா இடங்களிலும் அந்தந்த வட்டாரச் சூழலுக்கேற்ப செயற்பட்டு வந்திருக்கின்றன. இந்தவகையில் நாம் பார்க்கத் தவறிய, பார்த்தும் உரியவிதத்தில் பொருத்திப் புரிந்துகொள்ளத் தவறிய பல்வேறு கடந்தகால அனுபவங்கள் இங்கிருக்கின்றன. ஒடுக்கப்பட்டோரின் போராட்ட மரபில் எழுச்சியும் தேக்கமும் இருந்திருக்கின்றன என்றாலும் அவற்றை அறுபடாமல் காத்து வந்தவை வட்டார அளவிலான இத்தகைய அமைப்புகளே. இந்த வட்டார ரீதியான அமைப்புகள் உள்ளூரின் குறிப்பான பிரச்சினைகளோடு நேரடித் தொடர்பு கொண்டவை. இப்போராட்டங்களைச் சூழலும் தேவையும்தான் தீர்மானிக்கின்றன. பல்வேறு வட்டாரங்களில் இதுபோன்ற அமைப்புகளே அப்பகுதி ஒடுக்கப்பட்ட மக்களுக்கு முதன்முறையாக நவீனப் போராட்ட அரசியலின் வாசனையைக் கொண்டு சேர்த்தவையாக இருந்துள்ளன. தமிழகமெங்கும் இவ்வாறு நவீன அரசியல் வாய்ப்பின் கீழ் போராடிய தலைவர்களை / அமைப்புகளைக் கூறமுடியும். இத்தகைய தலைவர்களுள் ஒருவர்தான் டி.எம். மணி.

வட்டாரரீதியான அமைப்புகளின் அனுபவங்களைத் தொகுக்கக் கருதியபோது, நான் சந்திக்க விரும்பிய தலைவர்களுள் முதன்மையானவர் டி.எம். மணி. நெய்வேலி சி. துரைக்கண்ணு இவரைப் பற்றித் தனிப்பட்ட பேச்சுகளில் பலமுறை குறிப் பிட்டமை இதற்கு முதற்காரணம். டி.எம். மணி மேற்கொண்ட கல்வி மேம்பாட்டுப் பணிகளையும் போராட்டங்களையும் இளவயதிலிருந்தே நேரில் பார்த்தும் பங்கெடுத்தும் வந்த அவர் அத்தருணங்களை நினைவுகூர்ந்திருந்தார். நான் டி.எம். மணியைச் சந்தித்தபோது, இயக்கப் பணிகள் குறைந்து இசுலாமிய சமயத்திற்கு மாறியிருந்தார். அவருடைய இயக்கத்தினர் பலரும் பிந்தைய தலித் இயக்கங்களில் சேர்ந்துவிட்ட நிலையில் நீலப்புலிகள் இயக்கம் பெயரளவிலானதாக நிலைத்திருந்தது. ஆனால், அவர் பிற தலைவர்களைப் போலல்லாது தம் அனுபவங்களையும் கருத்துகளையும் 'சாதி ஒழிந்தது', 'செந்தமிழ் நாட்டுச் சேரிகள்' என்கிற இரண்டு நூல்களாக எழுதியிருந்தார்.[1] அதற்கான கூட்டங்களில் என்னையும் அழைத்துப் பேச வைத்தார்.

1960களின் இறுதியிலிருந்தே டி.எம். மணியின் சமூகச் செயற்பாடுகள் ஆரம்பிக்கின்றன. கும்பகோணம் திருப்பனந்தாள், நிலவுடைமை ஆதிக்கம் நிலவிய பகுதி. சொந்தமாக நிலமின்மை, பண்ணைகளில் பாரம்பரிய கொத்தடிமை, மறுக்கப்பட்ட கல்வி போன்றவற்றில் பிற பகுதிகளோடு ஒப்பிடும்போது, இப்பகுதிகளில் தலித்துகளின் நிலைமை மோசம். கீழத்தஞ்சை மாவட்ட இடதுசாரி இயக்கங்களின் தாக்கமும் இங்கு குறைவே. இந்த வட்டாரத்திற்கு வடக்கே தென்னார்க்காடு பகுதியில் எல். இளையபெருமாள் காங்கிரஸிலிருந்து கொண்டு தலித்துகளுக்காகச் செயற்பட்டு வந்தார். இச்சூழ்நிலையில்தான் இப்பகுதியில் டி.எம். மணியின் சமூகச் செயற்பாடுகள் முக்கியத்துவம் பெறுகின்றன.

எட்டாம் வகுப்பு மட்டுமே படித்திருந்த டி.எம். மணி தொடக்க காலத்தில் காங்கிரஸ்காரர். திமுக எழுச்சி பெற்றிருந்த அக்காலத்தில் அவருக்கு அக்கட்சிமீது ஈர்ப்பு இல்லை. இதற்கான காரணத்தையும் அவரே அடிக்கடி சொல்லியதுண்டு. நாம் யாரையெல்லாம் எதிர்க்கிறோமோ அவர்களெல்லாம் அக்கட்சியிலிருக்கிறார்கள் என்பதே அவர் கூறிய காரணம். ஆனால், அவருக்குப் பெரியார்மீது மரியாதை இருந்தது. இளவயதில் டைலர் மணி என்று சொன்னால் மட்டுமே அறியக்கூடிய அளவிற்குச் சிறுநகரமான திருப்பனந்தாள் பிரதான வீதியில் தையல்கடையை அவர் நடத்திவந்தார். பகலில் கடையாகவும், இரவில் பாடசாலையாகவும் அது விளங்கியது. பத்தாம் வகுப்பில் தோல்வி அடைந்த தலித் மாணவர்களுக்கு டுடோரியல் மையம் ஒன்றை ஆரம்பித்ததிலிருந்தே அவரின்

பணிகள் ஆரம்பித்தன. அப்பகுதி கிராமப்புறங்களிலிருந்து படிக்க வந்தவர்கள் கூடுமிடமாக இருந்த அக்கடை, அந்த வட்டாரத்தில் சாதிப் பிரச்சினையில் பாதிக்கப்பட்ட மக்களும் வந்து தங்கிச் செல்லும் இடமாகவும் மாறியது. இந்தச் சந்தர்ப்பங்களில் அப்பகுதி ஒடுக்குமுறைகளுக்கு எதிராகப் படித்த இளைஞர்களை ஒன்றுதிரட்டி சட்டரீதியான பாதுகாப்பு முயற்சிகளில் உதவினார் டி.எம். மணி. விண்ணப்பம் அளித்தல், போராட்டம் நடத்துதல், உள்ளூர் அரசு எந்திரங்களோடு தொடர்ந்து பேசுதல் என்றெல்லாம் அப்பணிகள் அமைந்தன. ஒடுக்குமுறைகளை எதிர்க்க வேண்டுமென்ற முதல் தலைமுறை இளைஞர்களின் கோபமும் உந்துதலும் சமரசமின்றி வெளிப்பட்டன.

அரசுப் போக்குவரத்துக் கழக கும்பகோணம் மையம் அப்பகுதியில் அமைந்தபோது, நடத்துநர்களுக்கும் ஓட்டுநர்களுக்கும் அதிக அளவில் தேவை எழுந்தது. உடனே இவருடைய டுடோரியல் மையத்தில் பத்தாம் வகுப்பு தேறிய தலித் இளைஞர்கள் பலரையும் இப்பணியில் சேர வழிப்படுத்தினார். இதன்படியே இப்போக்குவரத்துப் பணிமனையில் வெளிப்படையாக ஷெடியூல்ட் வகுப்பு தொழிற்சங்கம் ஒன்று உருவாகி டி.எம். மணியின் இயக்கப் பணிகளுக்குத் துணையாகச் செயற்பட்டது. நீலப்புலிகள் இயக்கம் வீச்சோடு செயற்பட்ட காலம் அது. தமிழகத்தின் பல்வேறு பகுதிகளில் இயங்கும் சிறுசிறு ஒடுக்கப்பட்டோர் அமைப்புகளையெல்லாம் அழைத்து பந்தநல்லூரில் இவர் பெரிய மாநாடு ஒன்றை நடத்தியது இக்காலத்தில்தான்.

இதுபோன்ற அமைப்புகள் அந்தந்த வட்டாரங்களின் முதல் தலைமுறை அரசியல் அமைப்புகளாக இருப்பதால் உருவாகும் வரையறை, உள்ளூர்ப் பிரச்சினைக்குத் தர வேண்டிய நேரடி அழுத்தம் போன்றவை காரணமாக மைய நீரோட்ட அரசியல் நலன்களைப் பெறும் பேரளவு முழக்கங்களை எழுப்பும் பெரிய கட்சிகளாக மாற முடிவதில்லை. இதனாலேயே பெரிய கட்சிகள் வட்டார அமைப்புகளைத் தேர்தல் நேரத்தில் பயன்படுத்துவதோடு நிறுத்திக்கொள்கின்றன. உள்ளூர் அளவிலேயே நிற்பதால் பரந்த அளவிலான அரசியல் பார்வைகளோடு இந்த அமைப்புகளும் இணைவதில்லை. இவ்வாறு உருவாகும் சமரசங்களாலும் வரையறைகளாலும் நாளடைவில் இதுபோன்ற அமைப்புகள் நீர்த்துப் போய்விடுகின்றன.

சமரசம் ஆகாததால் 'பிழைக்கத் தெரியாதவ'ரென்று குடும்பத்தினராலும் போர்க்குணம் இல்லாத 'பழையவர்கள்' என்று புதிய தலைமுறைக் கட்சிகளாலும் பழிக்கப்பட்டு

ஒதுக்கப்பட்டவர்களும் ஏராளமுண்டு. தாங்கள் புரிந்துகொண்டதற்கேற்ப கடந்த காலங்களில் மேற்கொண்ட தியாகங்களும் புரிதல்களும் கண்டு கொள்ளப்படாததால் புதிய அமைப்பு களையும் புதிய குரல்களையும் இவர் களும் மனமுவந்து ஏற்காதவர்களாக மாறிப்போகின்றனர்.

புதிய தலைமுறை இயக்கங்களைப் போல பெரும் கூட்டத்தையோ, ஆவேச முழக்கங்களையோ எழுப்பவில்லையென்றாலும் குறிப்பிட்ட வரையறைகளுக்குள் பணியாற்றியவர்கள் என்கிற முறையில் அப்பகுதி மக்களோடு நேரடித் தொடர்புடையவர்களாகவும் பிரச்சினையை அனுபவ ரீதியாகப் புரிந்து பின்தொடர்ந்து சென்று தற்காலிகமாகவோ நிரந்தரமாகவோ தீர்வைப் பெறுபவர்களாகவும் இப்பெரியவர்கள் இருந்துள்ளனர். அந்தந்த வட்டாரத்தின் நிலவியல், சமூக வரைபடம் பற்றிய பட்டறிவு இயல்பாகவே வாய்த்திருப்பதால் பிரச்சினையை உரிய பின்புலத்தோடு அறிந்தவர்களாகவும் முன்பே தீர்மானிக்கப்பட்ட கொள்கை முடிவுகளைச் சார்ந்திருப்பதைக் காட்டிலும் உள்ளூர் நடைமுறைகளைச் சார்ந்து இருப்பவர்களாகவும் இவர்கள் இருந்ததைப் பார்க்க முடிகிறது. டி.எம். மணி பெரும் கல்வி அறிவு, பேச்சாற்றல், கோட்பாட்டு வாசிப்பு கொண்டவரல்ல. உள்ளூர்ப் பிரச்சினைக்காக ஒரு வட்டாட்சியரைப் பார்க்கப் போகிறோமென்றால் அவர் என்னவெல்லாம் பேசுவார் என்பதை முன்னமே மணி சொல்லிவிடுவார். அவர் சொல்லியதைப் போல்தான் அந்த வட்டாட்சியரும் பேசுவார். அதாவது தலித் வகுப்பினரை அரசாங்கம் அணுகும் விதத்தை அவர் அனுபவத்தின் மூலம் உணர்ந்திருந்தார். உள்ளூர் அளவில் நிலப்பட்டா, மனை பட்டா, குடியிருப்பு, சுடுகாட்டுப் பாதை போன்றவற்றிற்காகத் தொடர்ந்து உள்ளூர் அரசு அலுவலகங்களுக்கும், சாதி வன்முறைகளுக்கு எதிராகக் காவல் நிலையத்திற்கும் தொடர்ச்சியாகச் சென்று தலையிட்டிருக்கிறார்கள். ஆனால், பெரிய கட்சிகளோ / தலைவர்களோ தலையிடும்போது, ஒருசேரக் கிடைக்கும் கவனமும் அங்கீகாரமும் இதுபோன்ற வட்டாரத் தலைவர்களுக்குக் கிடைப்பதில்லை.

இம்மாதிரியான அனுபவம் ஒன்றைத் தன்னுடைய 'சாதி ஒழிந்தது' நூலில் டி.எம். மணி பகிர்ந்துகொள்கிறார். அதாவது குடிதாங்கி என்ற கிராமத்தில் தலித் பிணத்தை வன்னியர்களால் மறுக்கப்பட்ட பாதை வழியே ராமதாஸ் தூக்கிச்சென்ற 'புகழ்பெற்ற'

சம்பவமுண்டு. ஆனால், இந்தச் சுடுகாட்டுப் பாதைக்காகச் சுமார் நான்காண்டு காலம் வெவ்வேறு தருணங்களில் உள்ளூர் தலித் அமைப்புகள் போராடி வந்தன என்று கூறும் டி.எம். மணி, தலித்துகளின் போராட்டத்திற்குக் கிடைக்காத கவனம், தலித் அல்லாத ஒருவரின் கடைசிநேரத் தலையீட்டிற்குப் பெரிய அளவில் கிடைத்துவிடுகிறது என்கிறார். இந்த நுட்பமான பார்வையைப் பல தளங்களுக்கும் நாம் விவரித்துப் பார்க்க முடியும். ராமதாஸை எஸ்.சி / பி.சி ஒற்றுமையின் அரசியல் அடையாளமாகக் காட்ட பலருக்கும் குடிதாங்கிச் சம்பவம் உதவியது. நுண்அரசியல் தளத்தில் பிரச்சினைகளை அணுகிவந்த நிறப்பிரிகை இதழும்கூட இப்பொய்க்குத் துணைபோனது என்பதே அவரின் பதிவு. ராமதாஸின் வருகையைத் தூக்கிப் பிடிப்பதிலேயே கவனம் செலுத்திய அவ்விதழின் களஆய்வு, விழிப்புணர்வும் போர்க்குணமும் உடைய தலித் அமைப்புகளே அங்கில்லையென எழுதியிருந்ததைச் சுட்டிக்காட்டி மறுக்கிறார்.

அன்றாடத் தேவைகளுக்காகப் போராடியதைப் போலவே கிராம அமைப்பு பாரம்பரியத்தின் பெயரால் சுமத்திய பண்பாட்டு ஆதிக்கத்திற்கு எதிராக வட்டாரரீதியான தலித் அமைப்புகள் மட்டுமே போராடின. அதாவது செத்தமாடு அகற்றுதல், பறைமேளம் அடித்தல், பிணக்குழி தோண்டுதல், விழாக்காலங்களில் அடிமை ஊழியம் புரிதல் போன்றவற்றை மறுக்கும் பணிகளை இவ்வகையில் கூறமுடியும். சிவில் உரிமைகளைக் கோரிப் போராடுவதைக் காட்டிலும் இதுபோன்ற பண்பாட்டு இழிவுகளை மறுக்கும் போராட்டங்கள் சவாலானவை. டி. எம். மணி இதுபோன்ற பணிகளை முன்னெடுத்தார். இந்தப் 'பாரம்பரிய உரிமைகளை' மறுத்தவர்கள் மறுபுறமாக தலித்துகளின் கல்வி மேம்பாட்டுப் பணிகளை ஒரு மாற்றாக முன்வைத்தனர். இது ஒரு நவீன அரசியல் மனநிலை. இதற்கான ஆதர்சம் அம்பேத்கர். இவ்வாறுதான் தொடக்ககால தலித் அமைப்புகளில் அம்பேத்கரின் படிப்பாளி அடையாளம் முதன்மை பெற்றது. தலித்துகள் படித்து வேலைக்குப் போய் சுயமரியாதை பெற வேண்டும் என்பதே அதன் பொருள்.

1980களில் திருப்பனந்தாள் வட்டாரத்தில் நடந்த கொலை ஒன்றையொட்டி டி.எம். மணி மேற்கொண்ட செயற்பாடுகள் முக்கியமானவை. அதாவது, வன்னியர் ஒருவர் கொலை செய்யப்பட்ட சம்பவத்தில் ஒன்பதாம் வகுப்பு தலித் மாணவன் ஒருவன்மீது குற்றம் சாட்டப்பட்டதோடு 99 தலித்துகள்மீது வழக்குப் பதிவுசெய்த காவல்துறை அவர்களைக் கைதுசெய்யத் தேடி வந்தது. அதில் அம்மாணவன் உள்பட ஒருவரைக்கூடக் கைதுசெய்ய முடியாதவாறு இரவோடு இரவாக தலித்

இளைஞர்களின் உதவியோடு குற்றஞ்சாட்டப்பட்டவர்களைச் சரண் அடைய வைத்தார். ஆனால், அவ்வழக்கில் இவருக்கு ஆயுள் தண்டனை வழங்கப்பட்டது. இவ்வழக்கை இலவசமாக நடத்த முன்வந்த தஞ்சை ராமமூர்த்தி முயற்சியால் அனைவரும் விடுதலை செய்யப்பட்டனர். இப்பிரச்சினையில் தொடர்ந்து அக்கறை காட்டிவந்த எல்.இளையபெருமாள் தீர்ப்பு நாளன்று நீதிமன்றத்திற்கே வந்திருந்தார்.

முழுக்க நடைமுறை அரசியல் சார்ந்தே செயற்பட்ட இவருக்கு தலித் இலக்கியம், தலித் பண்பாடு பற்றியும் தனித்துவமான பார்வை இருந்தது. கொச்சைச் சொற்களே தலித் வழக்கு என்ற தலித் இலக்கிய ஆதரவு வாதத்திற்கு மாறாக அகராதியில் அழிக்கப்பட்ட சொற்களைக்கூட உயிர்ப்போடு பேசிவாழும் தலித் சமூகத்திற்கு இழிவு மட்டும்தான் சொந்தமா என்று எழுத்தாளர் பாமாவை நோக்கி கேள்வி எழுப்புகிறார். அதேபோல பறை எங்களுக்கே சொந்தம் என்று கூறுவதுகூட ஆதிக்கச் சாதிகள் ஒதுக்கித் தந்ததை வேறுபெயரில் காப்பாற்றுகிறோம் என்றே பொருளாகும் என்று விமர்சித்தார். இக்கருத்துகள் நூல்களின் மேற்கோள்களிலிருந்து உருவானவை அல்ல. இவை எல்லாமே போராட்ட அனுபவத்திலிருந்து உருவானவை. இது போன்ற தனித்துவமான பார்வை இன்றைய பேரளவு தலித் இயக்கங்களுக்குக்கூட கிடையாது என்பதைப் பார்க்கும்போது, இக்கருத்துகளின் முக்கியத்துவம் புரியும்.

பின்னாளில் அவர் இசுலாமிய சமயத்தைத் தழுவினார். அரசியல் செயற்பாடுகள் அவரிடத்தில் தேக்கம் காணத் தொடங்கியபோது, தாம் நம்பிவந்த அரசியலின் தொடர்ச்சியை ஆக்கபூர்வமான முறையில் தக்கவைத்த நடைமுறையாகவே இம்மதமாற்றம் அமைந்தது எனலாம். ஆனால், இதை அவர் தனிநபர் முடிவாகவே அமைத்துக்கொண்டார் என்பது அவர் ஆதரவாளர்கள் பலரின் வருத்தம். டி.எம். மணி இளவயதில் அம்பேத்கர் அடையாளத்தால் ஈர்க்கப்பட்டமை தொடங்கி இயக்கப் பணிகள் வரை வரிசைக்கிரமமாகப் பெற்றுவந்த அனுபவங்களை எழுத்தாக மாற்றிய தருணமும் அதன் பின்னயிலேயே வாய்த்தது. இவ்வாறு தனக்கு நேர்ந்த பல்வேறு சாதிய அனுபவங்களை இசுலாமுக்கு மாறியது மூலம் துறந்ததைக் குறிப்பிடும் நூலிற்கு 'சாதி ஒழிந்தது' என்று பொருத்தமாகப் பெயரிட்டிருந்தார். அரசியல்ரீதியாக மதம்மாறிய அவர் பிந்தைய வாழ்நாளை இசுலாமிய வாழ்வாகவே அமைத்துக் கொண்டார். அதேவேளையில் தானெடுத்த நிலைப்பாட்டை எதிர்கொள்ளும் நெருக்கடியும் அவருக்கிருந்தது. தலித்துகள் இசுலாமியராக மாறியதற்குப் பிந்தைய அனுபவங்களைப் பேசிய

அன்வர் பாலசிங்கத்தின் ‘கருப்பாயி என்ற நூர்ஜஹான்’ நாவல் பற்றிய வருத்தத்தை மதுரை வந்திருந்தபோது, என்னோடு பகிர்ந்துகொண்டார். அதையே அவர் தொடர்ந்து எழுதிவந்த வைகறை வெளிச்சம் இதழில் எழுதியிருந்ததாகவும் நினைவு. இங்கு எல்லாத் தரப்பு அனுபவங்களும் முக்கியமானவை என்ற விதத்தில் அன்வர் பாலசிங்கத்தின் எடுத்துரைப்பு அவசியமானதே.

டி.எம். மணி போன்று கடந்த காலங்களில் பணியாற்றி ஓய்ந்து போய்விட்ட பல்வேறு தலித் தலைவர்கள் இங்கிருக்கிறார்கள். அவர்களின் அனுபவங்கள் திரட்டப்படாமல் கிடக்கின்றன. அவர்களின் வாழ்நாள் முடிந்தபின்புதான் அவற்றைப் பற்றி உணர்ச்சி பொங்க எழுத நாமெல்லாம் காத்திருக்கிறோமோ என்னவோ?

***காலச்சுவடு*, ஆகஸ்ட் 2015**

கடிதம்

‘டி.எம். மணி என்றொரு தலித் தலைவர்’ என்ற கட்டுரை சுருக்கமாகவும் தேவையானதாகவும் இருந்தது. அடித்தளத்தில் உள்ள எண்ணற்ற சமூக அமைப்புகளையும் அவற்றை நடத்துகின்றவர்களையும் கண்டறிந்து பதிவுசெய்ய வேண்டியதன் அவசியத்தை ஸ்டாலின் ராஜாங்கம் குறிப்பிட்டிருந்தார். மிகுதியும் கேட்டறிந்து எழுதப்பட்டதாக அமைந்த இக்கட்டுரை ஒரு வரலாற்று ஆவணம்போலத் தோன்றுகிறது. இதில் ‘தலைவர் இளையபெருமாள் அவர்களே நீதிமன்றத்திற்கு வந்து தீர்ப்பைக் கேட்டார்’ என்று ஸ்டாலின் குறிப்பிட்டிருப்பது உண்மை. அந்த வழக்கை நடத்தியவரே இளையபெருமாள்தான். திருப்பனந்தாள் பகுதியிலுள்ள 100 தலித் கிராமங்களிலும் நிலவிய அச்சத்தைப் போக்கி மக்களுக்குத் துணிவைத் தந்தவர் அவர். அல்லும் பகலும் அலைந்தார். அரும்பொருள் செலவு செய்தார்.

சாதி இந்துக்கள் அடங்கிய கூட்டமொன்றை அணைக் கரையில் கூட்டி அவர்கள் வாயாலேயே ‘இந்தக் கொலையை டி.எம். மணி செய்யவில்லை’ என்ற உண்மையை வரவழைத்தார். அதைத் தீர்மானமாக்கி அனைவரையும் கையொப்பம் இடச்செய்து நீதிமன்றத்தில் சமர்ப்பித்தார். தஞ்சை இராமமூர்த்தியை வழக்கறிஞராக வாதிடச் செய்தார். டி ஆர். இராமாமிந்த தொண்டைமானை நீதிமன்றத்தில் சாட்சி சொல்லச் செய்தார். டி.எம். மணி Bailஇல் வெளிவந்தபோது, இளையபெருமாள் வீட்டில் (MLA விடுதி) சில மாதங்கள் தங்கியிருந்தார். தென்னார்க்காடு

மாவட்டத்திற்கும் திருப்பனந்தாளுக்கும் பெரிய சமூக உறவே அப்போதுதான் ஏற்பட்டது. அது இன்றும் தொடர்கிறது. இளைய பெருமாளின் மனித உரிமைக் கட்சி இன்றும் அந்தப் பகுதியில் இயங்கிவருகிறது.

டி.எம். மணி சிறையிலிருந்தபோது, ஊர் ஊராகச் சென்று சேரி மக்களிடம் கிடைத்ததைப் பெற்று வழக்குக்கு உதவியவர்கள் குடந்தை சௌதிராசன், நெய்வேலி உத்திராசு ஆகியோர். மேலும் இன்றும் தம்மை அழித்துக்கொண்டவர்கள், அர்ப்பணித்துக் கொண்டவர்கள் எண்ணற்றோர் இங்குள்ளனர். இதையெல்லாம் பதிவாக்கிய ஸ்டாலின் ராஜாங்கத்துக்கு நன்றி.

அரங்க. சுப்பையா, தஞ்சாவூர்.
காலச்சுவடு, செப்டம்பர் 2015

அடிக்குறிப்பு:

இவ்விரண்டு நூல்களையும் குறித்து "உறையமறுக்கும் வெளி: டி.எம். மணியின் நூல்களை முன்வைத்து" என்கிற விமர்சனக் கட்டுரை ஆழி இதழில் வெளியாகி *"தீராதியாகம், சாதிமறுப்பு நோக்கலான வரலாறு – அரசியல் – பண்பாடு"* (கயல்கவின் பதிப்பகம், சென்னை – 2010) என்ற நூலில் இடம்பெற்றுள்ளது.

5

பொன்னுத்தாய் ஸ்கூல்:
தலித் கல்வி வரலாற்றில் சொல்லப்படாத இன்னுமொரு கதை

பெரியாரிடமிருந்து கடவுள் மறுப்பை மட்டுமே கற்றுக்கொண்டிருந்த என் தந்தையின் தாக்கம் காரணமாக விவரம் தெரிந்த நாள் முதலாகத் தெய்வபக்தி இல்லாமலிருந்தாலும் தெய்வநிந்தனை யில் நான் இறங்கியதில்லை. மூடநம்பிக்கையானது கடவுள் விசயத்தில் மட்டுமே செயற்பட முடியும் என்ற கருத்து எனக்கில்லாததே அதற்குக் காரணம். மக்கள் பிரச்சினைகளைச் சரி செய்வதைவிட, தேச அடையாளங்களுக்கு மரியாதை செய்வது தேச பக்தியாக மாறிவிட்ட காலம் இது. இந்த வகையில் தெய்வபக்தியைவிட இன்றைய தேசபக்தியே என் பார்வையில் விமர்சனத்திற்குரியதாக இருந்து வந்திருக்கிறது. இந்நிலையில்தான் கடந்த ஆகஸ்டு 15ஆம் தேதி பள்ளியொன்றின் சுதந்திர தினவிழா ஒன்றிற்கு எனக்கு அழைப்பு வந்தது. அழைப்பை உடனே ஒத்துக்கொண்ட நான் விழாவில் மகிழ்ச்சி யோடு கலந்துகொண்டு திரும்பினேன். அந்தப் பள்ளியைப் பற்றி கடந்த சில நாட்களாக நான் கேள்விப்பட்டிருந்த விசயங்களே என்னுடைய இந்தத் 'தேசபக்தி'க்கான காரணம்.

மதுரை மாவட்டத்திலிருக்கும் சிறு நகரமான வாடிப்பட்டியில் பொட்டலுபட்டி என்ற இடத்தில்

காந்திஜி ஆரம்பப்பள்ளி என்ற பெயரில் அப்பள்ளி அமைந்திருக்கிறது. வாடிப்பட்டியில் பொன்னுத்தாய் ஸ்கூல் என்று சொன்னால்தான் யாருக்கும் இப்பள்ளியைத் தெரிகிறது. வெ. பொன்னுத்தாய் (1928–2002) என்பவரால் தொடங்கி நடத்தப்பட்ட பள்ளியென்பதால் இந்த அடையாளம். பள்ளியின் தோற்றத்திற்கும் வளர்ச்சிக்கும் பின்னாலிருந்த சமூகநீதிக் கண்ணோட்டத்தை அறிந்தால்தான் இப்பள்ளியின் முக்கியத்துவம் புரியும். அதாவது, தலித் பெண்ணாகிய பொன்னுத்தாய் என்பவர் 1952ஆம் ஆண்டு தொடங்கிய இப்பள்ளியின் வரலாறு தலித்துகளின் சமூக விழிப்புணர்வு, அதற்கான போராட்டம் சார்ந்த வரலாற்றில் குறிப்பிட வேண்டிய ஒன்றாகும்.

கடந்த உள்ளாட்சித் தேர்தல்வரை தலித்துகள் பஞ்சாயத்துத் தேர்தலில் போட்டியிடுவதற்கு எதிர்ப்புத் தெரிவித்த கிராமங்களில் ஒன்றான பாப்பாப்பட்டிதான் பொன்னுத்தாயின் பூர்வீகம். வெள்ளைய சாம்பான் என்ற பெயர்கொண்ட பொன்னுத்தாயின் தந்தை 1881ஆம் ஆண்டு வாக்கில் பெரியாறு நீர்ப்பாசன கால்வாய் வெட்ட சொந்த ஊரிலிருந்து இடம் பெயர்ந்து வந்து வாடிப்பட்டி – பொட்டலுபட்டியில் தங்கிவிட்டார். பிறகு, வாடிப்பட்டியில் நாயக்கர் ஒருவர் வீட்டில் பண்ணையாளாய் இருந்தார். பண்ணை நாயக்கரிடமும் அவர் உறவினர்களிடமும் வெள்ளையனுக்கு நல்லவித உறவு நிலவியது. அப்போது வாடிப்பட்டியில் இராணி மங்கம்மாள் சத்திரம் ஸ்கூலில் பொன்னுத்தாய் சேர்க்கப்பட்டார். அவரோடு சேர்த்து அங்கு இரண்டு தலித்துகள் மட்டுமே பயின்று வந்தனர். படிக்கிற பெண் என்கிற விதத்தில் தந்தை வேலைபார்க்கும் நாயக்கர் வீட்டிலும் உறவினர்களிடமும் பொன்னுத்தாய்க்கு ஆதரவு இருந்தது. மெல்ல மெல்ல எட்டாவது வரையிலும் அவர் படித்து முடித்தார். பிறகு இன்ஸ்பெக்டர் நாயக்கர் என்பவர் பரிந்துரையால் ஆசிரியர் பயிற்சி முடித்தார். அப்போதுதான் பொட்டலுபட்டிக்கு அருகிலிருந்த போடி நாயக்கன் பட்டியில் செயற்பட ஆரம்பித்திருந்த அரிஜன நலப்பள்ளியில் பொன்னுத்தாய் வேலைக்குச் சேர்ந்தார். இந்நிலையில் அவருக்குத் திருமணமும் நடந்திருந்தது. பாப்பா பட்டிக்கு அருகிலுள்ள நாட்டாபட்டியைச் சேர்ந்த சொந்த அத்தைமகன் கோணப்பன் என்ற பாலுச்சாமியை மணந்தார். நாட்டாபட்டிக் கோயிலில் பூசாரியாய் இருந்த குடும்பத்தைச் சேர்ந்த பாலுச்சாமி மூன்றாம் வகுப்பு மட்டுமே படித்திருந்தார். அவ்வப்போது கூத்தாடும் தொழிலைச் செய்து வந்த இவர் திருமணத்திற்குப் பிறகு பொட்டலுபட்டியிலேயே தங்கி விட்டார். வாடிப்பட்டி சர்க்கரை ஆலையில் வேலைக்குச்

சேர்ந்த அவர் உழைப்பிலும் பொன்னுத்தாய்க்கு உதவுவதிலும் ஆர்வம் கொண்டவராய் இருந்தார்.

பொன்னுத்தாய் படித்து வேலைக்குச் சென்ற காலத்தில் இப்பகுதியில் காங்கிரஸ் இயக்கம் குறிப்பாக, காந்தியின் அரிஜன சேவா சங்கம் செயற்பட்டு வந்தது. அவ்வூர் நாயக்கர்கள் சிலரிடமும் போடிநாயக்கன்பட்டி பள்ளியிலும் அரிஜன சேவா சங்கத்தின் தாக்கம் இருந்தது. பொன்னுத்தாய் நேரடியாக அரசியலில் ஈடுபடவில்லையென்றாலும் காங்கிரஸ் பணியாளர்களிடமும் அரிஜன சேவா சங்கத்தாரிடமும் நல்ல தொடர்பில் இருந்தார். குறிப்பாக, கேரளாவிலிருந்து வந்து அரிஜன சேவா சங்கப் பணியாளராய் மதுரைப் பகுதியில் பணியாற்றிய ஆனந்த தீர்த்தத்தோடு அவருக்குத் தொடர்பு இருந்தது. மதுரை வட்டாரக் கிராமப் பகுதிகளில் தீண்டாமை மறுப்புப் பணியில் ஆனந்த தீர்த்தர் தீவிரமாக ஈடுபட்டார். இன்றைக்குத் தமிழ்நாட்டு அரசியல் வரலாற்றில் ஒரு பெயராகக்கூட அறியப்படாமலிருக்கும் இவருக்கு அக்காலத்தில் வாடிப்பட்டி, மேலூர், சிவகங்கை, மதுரை ஆகிய பகுதிகளில் கிராமப்புறத் தலித்துகளோடு சாதாரணமாகத் தொடர்பு இருந்தது. மேலூர் பகுதியில் நிலவிய தீண்டாமைக் கொடுமைகள் பற்றி இவரெழுதி காந்தியின் அரிஜன் பத்திரிகைகளில் வெளியான கடிதங்களை அம்பேத்கார் தம் எழுத்துகளில் எடுத்துக்காட்டியிருப்பது குறிப்பிடத்தக்கதாகும். ஆனந்த தீர்த்தர் வாடிப்பட்டி பகுதி கிராமங்களில் இரட்டை தம்ளர் உடைப்புப் போன்ற போராட்டங்களில் ஈடுபடச் செல்லும்போது, அவருக்குப் பாதுகாப்பாகவும் போராட்டக்காரராகவும் பொன்னுத்தாயின் கணவர் பாலுச்சாமி செல்வதுண்டு. இந்நிலையில்தான் சாதிப் பிரச்சினையொன்றை ஒட்டி பாலுச்சாமி, மாமனார் வெள்ளையன் ஆகிய இருவரும் சாதி இந்து கும்பல் ஒன்றோடு சண்டையிட்டபோது, பாலுச்சாமியின் கத்திக் குத்தியதால் சாதி இந்து ஒருவர் காயம்பட்டார். இதற்காக பாலுச்சாமி கைதுசெய்யப்பட்டார். உடனே காங்கிரஸ் சட்டமன்ற உறுப்பினராகவும் நிர்வாகிகளாகவும் இருந்து வந்த சோழவந்தான் அய்யனார், நிலக்கோட்டை பொன்னம்மாள், போடி பாரதமுத்துத்தேவர் ஆகியோரைச் சந்தித்து சாதி மோதலில் தன் கணவர் தற்காப்புக்காக செய்த தாக்குதலே அது என்பதை நிறுவி பாலுச்சாமியை மறுநாளே சிறையிலிருந்து விடுவித்து ஊர் திரும்பினார். அக்காலத்தில் இந்த விசயம் பெரியதாகப் பார்க்கப்பட்டது. அதுவரை படித்தவர் என்று மட்டுமே அறியப்பட்ட பொன்னுத்தாயைத் துணிச்சலானவராகவும் அரசியல் ஆளுமை கொண்டவராகவும் இச்சம்பவம் உயர்த்திக்

காட்டியது. கணவரோடு ஊர் திரும்பிய போது, தலித் மக்கள் ஆரவாரத்தோடு வரவேற்றனர்.

சாதிரீதியான தாக்குதல், கணவர் கைது ஆகியவற்றால் பொன்னுத்தாய் பணியாற்றிவந்த போடிநாயக்கன் பட்டி அரிஜன நலப்பள்ளியிலிருந்து நிறுத்தப்பட்டார். நீண்டகாலம் நாயக்கர்கள் உள்ளிட்ட பிற சாதி இந்துக்களோடு இருந்த இணக்கம் இவர்களிடையே ஏற்பட்டு வந்த அரசியல் விழிப்புணர்ச்சியால் உடைந்தது என்றே சொல்ல வேண்டும். தலித்துகளோடு பிறர் கொள்ளும் உறவு 'நிலவும்' சாதிய வரையறைக்குள் அவர்கள் அடங்கியிருக்கும்போது ஒன்றாகவும், அதிலிருந்து வெளியேறும்போது, வேறொன்றாகவும் மாறிப்போவதுதான் வழக்கம். அதுதான் இங்கும் நடந்தது. ஆனால், பள்ளியில் பணியாற்றிய காலத்தில் பொன்னுத்தாய் சிறந்த ஆசிரியையாகப் பணியாற்றியிருந்தார். இதன் காரணமாகப் பணியிலிருந்து நிறுத்தப்பட்ட பொன்னுத்தாயைத் தேடி குழந்தைகள் வந்துவிட்டனர். இவ்வாறு, வந்தவர்களில் தலித்துகள் மட்டுமல்லாது மற்ற குழந்தைகளும் அடங்குவர். 1952ஆம் ஆண்டில் அது நடந்தது. அப்போது பாலுச்சாமி மாட்டுக்கறி வியாபாரம் செய்யத் தொடங்கியிருந்தார். மேலும், குழந்தைகளை அமர வைப்பதற்கான இடவசதியோடு பொன்னுத்தாயின் வீடும் இல்லை. எனவே, சேரிப்பகுதியிலிருந்த சாவடியில் குழந்தைகளை அமரவைத்துப் பாடம் நடத்த ஆரம்பித்தார். பிறகு, அங்கேயே சிறு கூரை ஒன்று போடப்பட்டது. மெல்லமெல்ல பொன்னுத்தாய் நடத்திய பள்ளியின் செல்வாக்கு அதிகரித்தது. அதேவேளையில் போடிநாயக்கன்பட்டிப் பள்ளியில் மாணவர் எண்ணிக்கையும் குறைந்தது. எண்ணிக்கை குறைவதற்கான காரணத்தைக் கேட்ட கல்வி அதிகாரிகள் பொன்னுத்தாய் பள்ளியைப் பற்றிக் கேள்விப்பட்டார்கள். பொன்னுத்தாய் பள்ளிக்கு அங்கீகாரம் அளிப்பது தொடர்பாக அதிகாரிகளிடையே முரண்பாடு நிலவியது. பிறகு, தங்களுக்கிடையேயான முரண்பாடுகளுக்கிடையே ஒருவாறு அதிகாரிகளால் பள்ளிக்கு அங்கீகாரம் தரப்பட்டது. தற்காலம் போன்று ஐந்தாண்டுக்கு ஒருமுறை புதுப்பிப்பதாக இல்லாமல் 10.10.1954இல் இப்பள்ளிக்கு நிலக்கோட்டை சரகம் பள்ளித் துணை ஆய்வாளர் நிரந்தர

அங்கீகாரம் அளித்தார். பள்ளி, தமிழ் வழியில் ஐந்தாம் வகுப்புவரை மட்டுமே நடத்தப்பட்டது. ஆனால், பள்ளியின் கூரையில் அடிக்கடி தீப்பிடித்தது. இதன் பின்னணியில் வேறெதெனும் நோக்கம் இருந்ததா? என்று தெரிந்திருந்தாலும், அதை அவர்களால் துல்லியமாகக் கண்டுணர முடியவில்லை. இந்நிலையில் பொட்டலுப்பட்டியில் சொந்தமாக வாங்கப்பட்ட 10 செண்டு இடத்தில் பள்ளி தொடங்கப்பட்டது. தற்போது பள்ளி அமைந்திருக்கும் இடமும் இதுவே. பள்ளிக்கூடத்திற்கு 11.06.1960இல் அன்றைக்கு அமைச்சராய் இருந்த பூ. கக்கன் அடிக்கல் நாட்டினார். விழாவில் அரிஜன சேவா பணியாளர்களாக அறியப்பட்டிருந்த பி. மருதையா, வெங்கட சுப்பிரமணிய அய்யர் போன்ற காங்கிரஸ்காரர்கள் கலந்துகொண்டனர். பள்ளியின் கூரைக்கு ஓடுவேயப்பட்டது. பள்ளிக்கு காந்திஜி ஆரம்பப் பள்ளி என்று பெயர் சூட்டப்பட்டது.

பொன்னுத்தாய்க்கு தலித் விழிப்புணர்வுக்கு அரசியல் தேவை என்பதைப் புரிந்துகொள்ள முடிந்தது. அதேவேளையில் இந்தத் நகர்வு சாதி இந்துக்களிடம் தலித்துகள் பற்றிய கோபத்தையும் உண்டு பண்ணியிருக்க முடியும். இந்நிலையில் இந்திய, தமிழக அரசியல் சூழ்நிலையில் மாற்றங்களும் நடக்க தொடங்கின. காந்திக்குப் பிறகு அரிஜன சேவா இயக்கம் காங்கிரஸ் ஆட்சியின் நிழலில் செயற்பட்டு வந்தது. காங்கிரஸ் கட்சியைப் பொறுத்தவரையில் காந்தியின் தாக்கம் காரணமாக அரிஜன மேம்பாடு பற்றி அன்றைய காங்கிரஸ்காரர்களிடம் அக்கறை இருந்து வந்திருப்பதைப் பார்க்க முடிகிறது. 1932 பூனா ஒப்பந்தத்தை ஒட்டி அம்பேத்கரால் உருவான நெருக்கடிதான் அரிஜன சேவா இயக்கம். ஆனால், 1950, 1960 ஆண்டுகளில் அத்தகைய நெருக்கடியை காங்கிரஸ் கட்சிக்கு மட்டுமல்ல வளர்ந்து வந்த திராவிடக் கட்சிகளுக்கும் உருவாக்கக்கூடிய தலித் செயற்பாடுகள் இருந்திருக்கவில்லை. இதன் விளைவாக காங்கிரஸ் கட்சியின் அடுத்த தலைமுறையினரிடம் இத்தகைய தலித் அக்கறையும் முடிவுக்கு வந்தது. ஆளத் தொடங்கிய திராவிடக் கட்சியின் ஆட்சியில் பிராமணரல்லாத இடைநிலைச் சாதிகளின் அதிகாரம் உயர்ந்தது. இச்சூழல் கிராமப்பகுதி தலித்துகளின் மேம்பாட்டில் சிக்கலை உருவாக்கியது. சமூகத்தின் பொது ஆதாரங்களின் மீது எத்தகைய உரிமையும் இல்லாத தலித்துகளுக்குக் கல்வி இட ஒதுக்கீடு ஆகியவை மட்டுமே வாய்ப்பாக எஞ்சி நின்றன. இதில் நடந்த மாற்றங்கள் தனியான ஆய்விற்குரியவையாகும்.

1970ஆம் ஆண்டில் பொட்டலுபட்டியை உள்ளடக்கியிருந்த போடிநாயக்கன்பட்டி ஊராட்சிக்குட்பட்ட கண்மாயின் கருவேல மரங்கள் ஏலத்தில் பொன்னுத்தாய் கணவர் பாலுச்சாமி ஏல உரிமை கோரினார். அதற்கடுத்து நடந்த பஞ்சாயத்துத் தேர்தலில் பாலகுரு ரெட்டியார் என்பவரை எதிர்த்து பாலுச்சாமி போட்டியிட்டார். இந்த விசயங்களில் பொன்னுத்தாய் குடும்பத்திற்குச் சாதகமான விளைவுகள் ஏற்பட்டதாகத் தெரியவில்லை. ஆனால், அரசியல், கல்வி ஆகிய நடைமுறைகளால் விழிப்புணர்வு பெற்ற தலித் குடும்பமொன்றின் மூலம் ஏற்பட்டுவந்த மாற்றங்களாகவே இவற்றைப் பார்க்க முடிகிறது. 1972இல் பள்ளி ஆசிரியர் பணிக்குப் போடிநாயக்கன்பட்டி நாயக்கர் ஒருவரின் பரிந்துரையைப் புறக்கணித்தமை உள்ளிட்ட பல்வேறு காரணங்களால் சிக்கல்கள் முளைத்தன. பொன்னுத்தாய் பள்ளிக்கூடத்திற்கு எதிராகப் பஞ்சாயத்தில் தீர்மானமும் கட்டுப்பாடும் விதிக்கப்பட்டன. ஆனால், பஞ்சாயத்தில் மன்னிப்புக் கேட்க வேண்டுமென்ற நிபந்தனையை அவர் ஏற்கவில்லை. பிறகு, பள்ளிக்குக் குழந்தைகளை அனுப்பக் கூடாது என்ற கட்டுப்பாடு விதிக்கப்பட்டது. பள்ளியை மூடக்கோரியும் சான்றிதழைத் திரும்பத் தரக்கோரியும் பள்ளிக்குமுன் போராட்டம்கூட நடத்தப்பட்டது. இப்போராட்டத்தில் தலித் பெற்றோர்கள் கலந்துகொள்ளவில்லை. ஆனால், அப்போது மதுரை மாவட்ட ஆட்சியராக இருந்த சீதாராம்தாஸ் உத்தரவால் பள்ளி தொடர்ந்து இயங்கியது. 1972இல் மாணவர் எண்ணிக்கை குறைந்ததோடு பணியாற்றிய ஆசிரியர்களும் குறைந்தனர். ஏறக்குறைய பள்ளி ஓராசிரியர் தகுதிக்கு இறங்கியது. ஆனால், பொன்னுத்தாயும் அவர் குடும்பமும் பள்ளியை நடத்துவதில் தொடர்ந்து போராடினர். அடுத்தடுத்த ஆண்டுகளில் ஆண்டுக்கு ஒவ்வொருவராகச் சேர்ந்து 1977க்குள் ஐந்தாசிரியர் நிலைக்கு உயர்ந்தது. பள்ளி சீராக இயங்க ஆரம்பித்தது.

அதனிடையே 14.11.1980இல் போடிநாயக்கன்பட்டியிலிருந்து வந்த சாமி ஊர்வலத்தினர் பள்ளியின் ஓடுகளை உடைத்து கலவரம் செய்தனர். இப்பள்ளி பெருத்த சேதத்தைச் சந்தித்தது. அப்போது, அவருக்கு அரசியல்ரீதியாக உதவ யாரும் இல்லை. இந்நிலையில்தான் வை. பாலசுந்தரம் நடத்திய அம்பேத்கர் மக்கள் இயக்கம் பொன்னுத்தாய்க்கு ஆதரவாகச் செயற்பட வந்தது. அம்பேத்கர் மக்கள் இயக்கம் மதுரை வட்டாரத்தில் அறிமுகமாவதற்கு இப்பள்ளி மீதான தாக்குதலுக்கு எதிரான செயற்பாடுகள்தான் வழியமைத்துத் தந்தன. பள்ளி மீண்டும்

புணருத்தாரணம் செய்யப்பட்டது. 1950களில் பள்ளியைத் தொடங்கும்போது, பொன்னுத்தாய்க்கு அம்பேத்காரைப் பற்றித் தெரிந்திருப்பதற்கான வாய்ப்பு குறைவு. காந்திய அடையாளம் பூண்ட அரசியல்தான் அவருக்கு உத்வேகம் அளித்திருந்தன. ஆனால், 1980களில் அம்பேத்கர் அடையாளமும் தலித் அமைப்பும் சார்ந்து அவர் செயற்படலானார். இப்போக்கு காலம் சார்ந்தும் அரசியல் சார்ந்தும் நடந்துவந்த மாற்றங்களைக் காட்டுகின்றன. சாதிப் பிரச்சினையைச் சமூகத்தின் பிரதான சிக்கலாகப் பார்க்கக்கூடிய அரசியல் சூழல் மறைந்துவிட்ட காலம் அது. சாதிப்பெரும்பான்மைவாதம் செல்வாக்குப் பெறத் தொடங்கியிருந்தது. இந்நிலையில்தான் சாதிப் பிரச்சினையைத் தலித்துகளே எதிர்கொள்ள வேண்டிய நிலை எழுந்தது. பிறகு, பொன்னுத்தாய் அம்பேத்கர் மக்கள் இயக்கத்தின் மாநில மகளிரணித் தலைவரானார் என்பது குறிப்பிடத்தக்கது. ஆனால், பின்னாளில் மதுரை வட்டாரத்தில் அம்பேத்கார் மக்கள் இயக்கம் குறிப்பிடத்தக்க வேலைத்திட்டங்கள் ஏதுமில்லாமல் தேங்கிப் போனது. ஆனால், பொன்னுத்தாய் ஆரம்பம் முதலே அரசியல் செயற்பாடுகளோடு கல்விப்பணியை இணைத்துக் கொள்ளாத காரணத்தால் பள்ளி சிக்கலில்லாமல் செயற்பட்டுவந்தது. ஆனால், ஒட்டுமொத்த கல்விச்சூழல் சார்ந்து இப்பள்ளிக்கான சிக்கல் உருவானது.

1990களில் முதுமையை எட்டிவிட்ட பொன்னுத்தாய்க்கு வந்த நீரிழிவு நோய் காரணமாக ஒரு காலை இழக்க வேண்டிய நிலை ஏற்பட்டது. ஆரம்பத்திலிருந்தே தமிழ் வழியில் நடத்தப்பட்டு வந்த இப்பள்ளிக்கு ஆங்கில நர்சரி பள்ளிகளின் வருகை பெரிய சவாலாக மாறியது. இந்நிலையில் 2002ஆம் ஆண்டு பொன்னுத்தாய் பள்ளியில் மாணவர்களின் எண்ணிக்கை குறைய ஆரம்பித்தது. தமிழகம் எங்கும் தமிழ்வழி பள்ளிகளுக்கு உருவாகியிருக்கும் சவாலை இப்பள்ளியும் எதிர்கொண்டுள்ளது. தற்போது ஒன்றாம் வகுப்பு முதல் ஐந்தாம் வகுப்பு வரையிலும் அறுபது மாணவர்கள் மட்டுமே பயிலுகின்றனர். அவர்களில் 95 சதவிகிதம் பேர் தலித் குழந்தைகள். தற்போது பொன்னுத்தாயின் மகன் நாகேஸ்வரன் நிர்வாகியாக இருந்துவருகிறார். இரண்டு ஆசிரியர்கள் பணியாற்றுகிறார்கள். தேனி நாடாளுமன்ற உறுப்பினர் நிதியிலிருந்து ஜெ.எம். ஆருண் (காங்கிரஸ்) ஏழு லட்சமும் வாடிப்பட்டி பேரூராட்சி அறுபதாயிரமும் அளித்துள்ள நிலையில், இடிந்துபோன ஓட்டுக் கட்டடம் மாற்றப்பட்டு, தற்போது இரண்டு வகுப்பறைகள் கொண்ட கட்டடங்கள் கட்டப்பட்டு புதிதாக இயங்கி வருகின்றன. ஆனால், அடுத்தடுத்த

ஆண்டுகளுக்குள் இப்பள்ளியை மூடிவிடுவதற்கான வாய்ப்புகளே அதிகமிருப்பதாகத் தெரியவருகிறது.

புதிய சூழலை எதிர்கொள்வதற்கான எந்தத் திட்டங்களும் அங்கில்லை. குறிப்பிட்ட வரலாற்றுச் சூழலில் உருவான இப்பள்ளி சிறுசுவடும் இல்லாமல் ஒரு மூளையில் தற்போதைக்கு இயங்கிவருகிறது. தமிழகத்தின் ஏதோ ஒரு சிறு நகரத்தில் நடத்தப்பட்ட பள்ளியொன்றின் சிறிய வரலாறாக இது இருக்கலாம். சுயமோகத்தில் திளைக்கும் இன்றைய தலித் இயக்கங்களுக்கு இதுபோன்ற தொடர்ச்சியைப் பேணுவதிலோ புதுப்பிப்பதிலோ எந்த அக்கறையும் இல்லை. தலித்துகளுக்கு அரசியல் மேடைகளில் வாயுபச்சாரம் வழங்குவதே தலித் ஆதரவு அரசியலாக ஆகிவிட்டது. ஆனால், தலித் பெண் ஒருவர் வழியாக 60 ஆண்டுகளுக்கு முன்னெழுந்த கல்விக்கான போராட்ட வாழ்வின் தவிர்க்க முடியாத அங்கம்தான் இப்பள்ளி. பள்ளியை மட்டுமல்ல; அந்தப் போராட்ட வரலாற்றையும் காக்க வேண்டியது நம் பொறுப்பு.

***உயிர்எழுத்து*, செப்டம்பர் 2013**

6

பௌர்ணமி குப்புச்சாமி: தலித் வரலாற்றின் அறியப்படாத மற்றுமொரு ஆளுமை

அம்பேத்கர் பிறந்த ஏப்ரல் 14ஆம் நாள் சென்னை அம்பேத்கர் மணிமண்டபத்தில் துடி இயக்கம் சார்பில் நண்பர்கள் சிலரோடு சேர்த்து எனக்கும் விருதொன்று வழங்கப்பட்டது. நிகழ்வில் ஏற்புரை வழங்க என்னைக் கேட்டுக்கொண்டபோது, இதுபோன்ற அங்கீகாரங்கள்பற்றி யோசித்துக்கூடப் பார்த்திராத பல முன்னோடிகள் தன்னெழுச்சியாகத் தலித் சமூகத்திற்காகப் பாடுபட்டிருக்கும் நிலையில் என்னைப்போன்ற இளையவர்களுக்கு விருது தருவதை ஒருவித சங்கட மனநிலையோடு எதிர்கொள்வதாகக் கூறினேன். அந்த வகையில் நம்மில் பலருக்குப் பெயராகக்கூட அறிந்திராத இரண்டொரு முன்னோடி களின் பெயர்களையும் அங்கு பகிர்ந்துகொண்டேன். அவ்வாறு பகிர்ந்துகொண்ட முன்னோடிகளின் பெயர்களுள் ஒன்று, பௌர்ணமி டி. குப்புச்சாமி.

பௌர்ணமி குப்புச்சாமியின் பெயரை அங்கு கூறிய தருணத்தில் பார்வையாளர் வரிசையில் இருந்த பௌத்த பிக்குகள் இருவர் சில மாதங்களுக்கு முன் அவர் இறந்துவிட்டதாகக் கூறினர். இந்நிலையில் தான் 08.08.2015 அன்று இறந்த அவரின் அஞ்சலிக் குறிப்பை இப்போது எழுத நேர்கிறது. இறந்தவரைப் பற்றி எழுதியே ஆக வேண்டும் என்ற பிடிவாதத்தால் இக்குறிப்பு எழுதப்படவில்லை. 1990க்கு முந்திய தலித் செயற்பாடுகளின் பெறுமதி கருதியே இக்குறிப்பு எழுதப்படுகிறது.

தலித் அரசியல் வரலாறு தொடர்பான ஆர்வத்திலிருந்தபோது, திருப்பத்தூர் (வேலூர்) தூயநெஞ்சக் கல்லூரித் தமிழ்த்துறைத் தலைவர் பொன். செல்வக்குமார் மூலமாக வேலூர் சென்று முதன்முறையாகப் பௌர்ணமியைச் சந்தித்தேன். அவர் திருப்பத்தூர் வரும்போது, என்னைச் சந்திப்பார். திருப்பத்தூரின் தலித் பெரியவர்களை அழைத்துச் சென்று அறிமுகப்படுத்தினார். பிறகு மதுரை வந்துவிட்ட பிறகு அவருடனான தொடர்பு இல்லாமல் போய்விட்டது. எந்தவிதப் பிரதிபலனும் பாராமல் பலருக்கும் போலவே எனக்கும் ஆவணரீதியான பங்களிப்பைத் தந்தவர் என்ற முறையில் அவரின் மரணம் எனக்குத் தனிப்பட்ட விதத்தில் முக்கியமான இழப்பு.

அயோத்திதாசரின் சமகாலம் தொடங்கி அவருக்குப் பின்னும் செயற்பட்ட ஜி. அப்பாதுரை எழுதிய 'புத்தர் அருளறம்' என்கிற புகழ்பெற்ற பௌத்த நூலை எனக்களித்தவர் அவரே. அந்நூலைப் பதிப்பித்தபோது, (2009 'ஆழி பதிப்பகம்') தலித் பௌத்தவர்களான எரிமலை ரத்தினம், எக்ஸ்ரே மாணிக்கம் ஆகியோரோடு பௌர்ணமிக்கும் சேர்த்தே நூலைச் சமர்ப்பணம் செய்தேன். பிறகு நான் பதிப்பித்த, டி. டேவிட் எழுதிய 'விழுப்புரம் படுகொலை 1978' நூலையும் (காலச்சுவடு பதிப்பகம் 2012) பௌர்ணமியிடமிருந்தே பெற்றேன்.

வீட்டில் தனியறை அமைத்து நூலகம் ஒன்றைப் பராமரித்து வந்தார் பௌர்ணமி. அதில் பொதுவான நூல்கள் மட்டுமல்லாது அயோத்திதாசர் காலத்திலிருந்து வெளியான நூல்கள், இதழ்கள், சிறு வெளியீடுகள், பிரசுரங்கள், செய்தித்தாள்களிலிருந்து சேகரிக்கப் பட்ட சமகாலம் பற்றிய செய்திக் குறிப்புகள் போன்றவை இருந்தன. அதாவது 1990க்கு முன்பு வரையிலும் தமிழகத்தின் வட மாவட்டங்களில் நிலவிய அம்பேத்கரிய இயக்கம் பற்றிய வரலாற்றை எழுதுவதற்கான குறிப்புக்கள் என்று அவற்றைக் கூறலாம். அன்பு பொன்னோவியத்திடம் பெற்ற அயோத்திதாசரின் தமிழன் இதழ்களின் விடுபடலை நிறைவுசெய்த தலித் பௌத்தர்கள் சிலரை 'அயோத்திதாசர் சிந்தனை கள்' நூல் தொகுப்பின் முன்னுரையில் ஞான.அலாய்சியஸ் கூறுகிறார். அச்சிலரில் ஒருவராக பௌர்ணமி குப்புச்சாமியின் பெயரும் இருப் பதைத் தொகுப்பின் முன்னுரையில் இப்போதும் பார்க்கலாம். அந்த அளவிற்குத் தனிநபர் தலித் ஆவணக் களஞ்சியம் அவர். அன்பு பொன்னோவியம், டி.பி. கமலநாதன் போன்று தலித் வரலாறுபற்றி எழுதுவதற்கான புலமையும் ஆவணங்களும் அவரிட மிருந்தன. ஆனால், பௌத்தம், கட்சி,

கல்விச் சங்கம், பத்திரிகை போன்ற செயற்பாடுகளிலேயே அவர் அதிகம் ஈடுபாடு கொண்டிருந்தார். அந்த வகையில் அவரின் மரணம் பழைய ஆவணங்களின் மறைவாக மட்டுமல்லாது கடந்தகால தலித் இயக்க நடைமுறைகள், செயற்பாட்டாளர்களிடையே இருந்துவந்த உறவும் முரணும் பற்றிய தகவல்கள் போன்றவற்றின் இழப்பாகவும் மாறிவிட்டது.

1937ஆம் ஆண்டு ஆம்பூர் கஸ்பா பகுதியில் பிறந்த பௌர்ணமி, கூட்டுறவுத் துறையில் முதுநிலை ஆய்வாளராகப் பணியாற்றித் துணைப் பதிவாளராகி ஓய்வுபெற்றவர். ஆம்பூர் உள்ளிட்ட வடமாவட்டத் தலித் மக்கள் கோலார் தங்க வயல், பெங்களூர் உள்ளிட்ட புதிய நகரங்களுக்கும் தொழிற்களங்களுக்கும் 100 ஆண்டுகளுக்கு முன்பே இடம் பெயர்ந்தனர். அப்புதிய நகரங்கள், வாழ்க்கைமுறை வழியாக உருவான சீர்திருத்த அரசியல் முயற்சிகளின் தாக்கம் அப்பகுதிகளில் பரவியிருந்தன. குறிப்பாக, கோலார் தங்க வயலிலிருந்த அயோத்திதாசர் காலப் பௌத்த இயக்கம் சமய நடைமுறையாகவும் பின்னால் அரசியல் நடைமுறையாகவும் மாறி இப்பகுதிகளில் பரவின. ஆம்பூரிலிருந்து தங்க வயல் சென்று திரும்பியிருந்த கே.எம். சாமி என்பவர் அக்காலத்திலிருந்த முக்கியமான தலைவர். இத்தகைய அடித்தளத்தால்தான் பிந்தைய அம்பேத்கரிய அரசியல் வேறு எப்பகுதியையும்விட இப்பகுதிகளில் செல்வாக்குப் பெற்றது. அம்பேத்கர் ஆரம்பித்த இயக்கங்களில் அகில இந்தியப் பட்டியலின வகுப்பாரின் கூட்டமைப்பு (AISCF), இந்தியக் குடியரசுக்கட்சி (RPI) ஆகிய இரண்டும் தமிழகத்தில் இப்பகுதியிலேயே அழுத்தமாகக் கால் கொண்டிருந்தன. பலவாகப் பிரிந்து தேய்ந்துவிட்ட இன்றைய நிலையிலும் இந்தியக் குடியரசுக் கட்சி தாக்குப்பிடித்திருப்பது வேலூர் பகுதியாகவே இருக்கிறது.

அம்பேத்கரிய அரசியலின் வருகை காரணமாகக் கல்வி, இழிதொழில் ஒழிப்பு, பௌத்தம் போன்ற செயற்பாடுகள் இப்பகுதிகளில் உருவாயின. இத்தகைய பின்னணியிலிருந்து உருவாகி வந்தவர்தான் பௌர்ணமி. எனவே, இயல்பாகவே அவர் சமூகச் செயற்பாடுகளுக்கு வந்து சேர்ந்தார். பிறகு அவரின் செயற்பாடுகளை இயக்கம், பத்திரிகை, பௌத்தம், கல்விச்சங்கம் என்பனவாக அடக்கிக் கூறமுடியும்.

பள்ளிகொண்டா கிருஷ்ணசாமியின் இந்தியக் குடியரசுக் கட்சியில் செயற்பட்டுவந்த பௌர்ணமி ஜி. மூர்த்தி தலைமைக்குப் பிறகு அதன் மாநிலத் தலைவராகவும் இருந்தார். அன்றைக்கு தலித் இயக்கம் என்றால் இந்தியக் குடியரசுக் கட்சிதான். அக்கட்சி சார்பாக ஜி. மூர்த்தி எம்எல்ஏவாக இருந்தார். அரசு ஊழியர் நேரடி அரசியலில் ஈடுபட முடியாது என்ற அளவில் கட்சியின் நிர்வாகப் பொறுப்பு இவரிடமே இருந்தது. எஸ்சி, எஸ்டி அரசு ஊழியர் நலன், கிராமங்களின் இழிதொழில் மறுப்புச் செயற்பாடுகள், சமூகப் பிரச்சினைகளை அரசுக்கு விண்ணப்பமாகவும் மக்களுக்குப் பிரசுரமாகவும் கொண்டு செல்லுதல் போன்ற பணிகளுக்கே முன்னுரிமை தரப்பட்டது. ஒவ்வொரு கிராமத்திலும் அம்பேத்கர் பிறந்த – இறந்த நாள் விழாக்களைப் பரவலாக்கியதன் மூலம் உள்ளூரின் சாதி ஒடுக்குமுறைக்கு எதிரான உத்வேகத்தை உளவியல் ரீதியாகத் தலித் மக்கள் அடைந்தனர். இதுபோன்ற விழாக்களில் சொற்பொழிவுகள், நாடகங்கள், பாடல்கள் கண்டிப்பாக இடம்பெற்றன. ஒரு குறிப்பிட்ட காலகட்டத்தில் கிராமங்கள் அரசியல்மயமாகிய வரலாறு என்று இவற்றைக் கூறலாம். இத்தகு நடைமுறையை நகர்த்திச் சென்றதில் பௌர்ணமி போன்றோருக்கு முக்கிய இடமுண்டு.

பௌர்ணமியின் செயற்பாடுகளில் முக்கியமானது பௌத்த சங்கப் பணிகளாகும். அயோத்திதாசர் காலப் பௌத்தத்திற்கும் அம்பேத்கரிய பௌத்தத்திற்குமான தொடர்பையும் இடை வெளியையும் அறிந்திருந்தவர்களில் பௌர்ணமியும் ஒருவர். இவ்விரண்டு ஆளுமைகளின் பௌத்தத்தையும் இருவேறு தலைமுறைகளின் பௌத்தமாக அறிவார்த்தமான முறையில் இணைக்க முயன்றதை இவர் நடத்திய இதழின் வழி அறியலாம். அயோத்திதாசர் கால உள்ளூர்ப் பௌத்த மரபின் புலமையை உள்வாங்கி 1950க்குப் பிந்திய அடுத்த தலைமுறை அம்பேத் கரிய பௌத்த குழுக்களோடும் இயங்கினார். அம்பேத்கரின் ‘புத்தரும் அவருடைய தம்மமும்’ நூலைப் படித்துக் கூட்டங் களில் பேசத் தொடங்கிய காலத்தில் ‘அப்பாதுரை யாரின் அருளறத்தையும் அயோத்திதாசரின் ஆதி வேதத்தையும்’ மட்டுமே படித்த வர்கள் எனக்கு எதிர்ப்பு தெரிவித்தார்கள். பிறகுதான் அதில் மாற்றம் ஏற்பட்டது என்று அவர் கூறினார். கல்லூரிக் காலத்திலேயே அயோத்திதாசரின் ‘புத்தரது ஆதிவேதம்’ நூலையும் லட்சுமி நரசுவின் *‘Essence of Budha’* நூலையும் படித்த இவர் 1980ஆம் ஆண்டு வேலூரில் பெரிய விழா நடத்தி 100 பேரோடு பௌத்தம் தழுவினார்.

பௌத்தத்தை உடனடி அரசியல் அடையாளத்திற்காகவோ உத்தியோகத்திற்கான வாய்ப்பாகவோ கருதாமல் ஒரு சமயம் என்ற உள்ளார்ந்த பொருளில் புரிந்துகொண்டிருந்தார். பௌத்த திருமணங்கள், சொற்பொழிவுகள், ஒவ்வொரு மாதத்திலும் பௌர்ணமி விழாக்கள் போன்றவற்றைக் குழுவாகவும் தனியாகவும் நடத்தினார். 1981ஆம் ஆண்டு தலித் தலைவர்களான அ. சேப்பனும் சக்திதாசனும் நடத்திய பௌத்த மதமாற்றக் கூட்டத்திற்கு இவரே முன்னிலை வகித்தார். இந்தியப் பௌத்த சங்கத்தின் சென்னை மாநில அமைப்புச் செயலாளராகவும் இருந்தார். 1980ஆம் ஆண்டு முதலே பௌர்ணமிக் கூட்டங்களை நடத்தி பௌத்த மார்க்கத் துண்டுப் பிரசுரங்களை வெளியிட்டு வந்த இவர் அயோத்திதாசரின் தமிழன், அப்பாதுரையாரின் தமிழன், பட்டாபிராமனின் ‘தருமதொனி’ போன்ற இதழ்களுக்குப் பின் தலித் நோக்கிலான பௌத்த இதழ்களே இல்லை என்ற நிலையில் பௌர்ணமி என்ற மாத இதழைத் தொடங்கினார். அதுமுதலே ‘பௌர்ணமி’ குப்புச்சாமி என்ற பெயரோடு அறியப்படுகிறார். ஜூன் மாதம் பௌர்ணமி நாளில் புத்தர் போதி மரத்தடியில் ஞானம் பெற்றார் என்று சொல்லப்படுகிறது. அதன்படி 1987ஆம் ஆண்டு ஜூலை மாதம் பௌர்ணமி இதழ் ஆரம்பிக்கப்பட்டது. தொடர்ந்து பத்தாண்டுகள் மாத இதழாக வெளியானது. பிறகு ஓரிரு மாதங்கள் இடைவெளியோடு அவ்வப்போது வெளிவந்து மெல்லமெல்ல நின்று போனது. சமூக மேம்பாட்டுக் கருத்துகள் மட்டுமல்லாது பௌத்தம் பற்றிய விளக்கங்கள், சங்கத் தகவல்கள், பாலி மொழிபெயர்ப்புகள் போன்றவை விரிவாக இதழில் இடம்பெற்றன. ஐ. உலகநாதன், அன்பு பொன்னோவியம், தொண்டு வீராசாமி, இரா.பெ. ராமச்சந்திரன், ஆர்.பி. தங்கவேல், தி.பெ. கமலநாதன், பெரியார்தாசன், இன்றைய அம்பேத்கர் நூல் தொகுதிகளின் பொது பதிப்பாசிரியராக இருந்த எஸ். பெருமாள் ஆகியோர் பௌர்ணமி இதழில் எழுதியுள்ளனர்.

பௌத்தத்தைத் தமிழிலக்கியங்கள், ஆங்கில மொழி பெயர்ப்புகள் வழியாக விளக்கிய கட்டுரைகள் எளிமையாகவும்

ஆழமாகவும் இதழில் இடம்பெற்றன. மொத்த இதழ்களும் கிடைக்குமானால் பௌத்தம் பற்றிய நல்ல கட்டுரைகளையும் வட்டார அளவில் இயங்கிய தலித் தலைவர்களின் வரலாற்றுக் குறிப்புகளையும் தொகுக்க முடியும்.

இதற்கடுத்தாக 1937ஆம் ஆண்டு ஆரம்பிக்கப்பட்ட வட ஆர்க்காடு மாவட்டக் கல்விச் சங்கத்தின் பின்னாளைய தலைவராகவும் பின்னர் வட ஆர்க்காடு மாவட்ட மக்கள் கல்விச் சங்கமாக மாறியபோது, அதன் தலைவராகவும் குப்புச்சாமி விளங்கினார். சங்கத்தின் தேர்தல்களும் நிதி அறிக்கைகளும் முறையாக நடைமுறைப்படுத்தப்பட்டன. தலித் முன்னோடிகளால் தொடங்கப்பட்ட 'ராம்தாஸ் விடுதி' என்ற அம்பேத்கர் பவன் இவரால் நிர்வகிக்கப்பட்டது. சங்கம் சார்பாகப் பள்ளியொன்றும் தொடங்கப்பட்டது. மாணவர்களுக்கு ஆண்டுதோறும் நிதியுதவி வழங்கப்பட்டது.

நீலச்சட்டை, 'ஜெய்பீம்' முழக்கம், தர்மச் சக்கரச் சின்னம் போன்ற அடையாளங்களைப் பிடிவாதமாகத் தாங்கி நின்ற தலைமுறையினர் சத்தமின்றி மறைந்துகொண்டிருக்கின்றனர். அண்மையில்தான் பள்ளிகொண்டா கிருஷ்ணகுமாரும் இறந்தார். இந்த அடையாளங்களின் மறைவென்பது அவர்கள் உருவாக்கிய செயற்பாடுகள், இவற்றின்மூலம் உருவான கருத்தியல் போன்றவற்றின் மறைவாகவும் மாறுகிறதைப் பார்க்கும்போது, துக்கம் மேலிடுகிறது. 1990களுக்குப் பிறகு உருவான தலித் அடையாளத்திற்குக் கிடைத்த புதிய வெளிச்சத்தால் கடந்த காலப் பங்களிப்புகள் மட்டுமல்லாது, பங்களிப்பு செய்த முன்னோடிகளின் பெயர்களும் முற்றிலுமாகக் கைவிடப்படுகிறது. தலித் அடையாளம் எதுவானாலும் அதை முதலில் செய்தது தான்தான் என்ற சுயமோக அரசியல் தலித் அறிவுஜீவிகளைத் தன்னிலை இழக்கச் செய்திருக்கும் நம் காலத்திற்கு முன்பு, இத்தகைய உரிமைகோரல்கள் ஏதுமில்லாமல் பல செயற்பாடுகளை ஆரம்பத்திலேயே செய்தவர்களில் பௌர்ணமியும் ஒருவர். அதற்குச் சான்றாக அவர் நடத்திய பௌர்ணமி இதழ் ஒன்றே போதும். மதுரையில் 2007ஆம் ஆண்டு மொழி என்ற இதழை நண்பர்களோடு சேர்ந்து நடத்தத் தொடங்கியபோது, (ஒரேயொரு இதழ்தான்) பௌர்ணமியை நேர்காணல் செய்து அதை முதல் இதழிலேயே வெளியிட்டேன். தலித் அரசியல் வரலாற்றை அறிந்திருந்த காரணத்தால் நீதிக்கட்சி, திராவிடர் கழகம் போன்ற திராவிட அரசியலின் வருகை தலித் அரசியலை நுட்பமாகச் செரித்த வரலாற்றை மட்டுமல்ல; இன்றைய தலித் அரசியல்

அடையாளச் சிக்கல்களையும் அப்பேட்டியில் கூறியிருந்தார். தலித் என்ற சொல்லை அவரும் ஏற்றுக்கொண்டதில்லை மாறாகக் கடந்த தலைமுறையைச் சேர்ந்த அவர் ஆதிதிராவிடர் என்ற சொல்லுக்குதான் வரலாற்றுத் தொடர்ச்சியும் பண்பாட்டு அர்த்தமும் இருக்கிறதே ஒழிய தலித் என்ற சொல்லில் அவை இல்லை என்றார். இவ்வாறு தலித் என்ற சொல்லை மறுப்பதற்கு அரசியல் காரணம் இருந்ததையொழிய 'வேறெந்த'க் காரணமும் அவருக்கு இருந்திருக்கவில்லை. தலித்துகளுக்காக ஒரேயொரு போராட்டத்தில்கூட ஈடுபடாதவர்களைகூடத் தலித் பிம்பங்களாக்குவதற்கு ஓயாமல் விவாத 'முரசு' கொட்டி வரும் இதழ்கள் வெளியானாலும் இந்த இருபத்தைந்து ஆண்டுகால தலித் எழுச்சியில் பௌர்ணமி குப்புச்சாமிக்கு விருது, நேர்காணல், செய்தி ஆகியவை மட்டுமல்ல; பெயரும்கூட குறிப்பிடப் பட்டதில்லை. இறந்த பின்னாலும் நினைவுக் கூட்டங்கள், அஞ்சலிக் குறிப்புகள், முகநூல் பதிவுகள் என்று எந்த வகையிலும் அவர் நினைவுகூரப்படவில்லை. இவ்வாறு சொந்தச் செலவிலே பத்திரிகை நடத்தியது, இயக்கத்திற்காகப் பயணம் செய்தது போன்ற பணிகளில் ஈடுபட்டு வந்த அவரது மரணம்பற்றிய செய்தி பத்தோடு பதினொன்றாகக் கழிந்துவிட்டது. கடந்த தலைமுறை அரசியல் மதிப்பீடுகள் மீதான பிடிப்பு காரணமாக இக்கால தலித் இயக்கங்களோடு இவர் போன்றோர் நெருங்க முடியாமல் போனமையும் ஒப்பிட்டளவிலான இன்றைய விழிப்புணர்வின் ஆழத்தில் கடந்த காலப் பங்களிப்புகள் இருக்கின்றன என்பதை இந்தத் தலைமுறையினர் அறியாதிருப்பதும்தான் இதற்குக் காரணம்.

கடந்த மாதம் என்னைச் சந்திக்க டெல்லி ஜவஹர்லால் நேரு பல்கலைக்கழக மாணவர் தீபாஞ்ஜன் வந்திருந்தார். 1930க்குப் பிந்திய தலித் இயக்கம் பற்றியது தன் ஆய்வுத் தலைப்பென்றார். நான் உடனே "எதுவும் செய்யாதீர்கள், நேரே வேலூர் சென்று பௌர்ணமியைப் பாருங்கள்; அவரோடு சில மணி நேரங்கள் உரையாடுங்கள்; போதும்" என்றேன். ஆனால், அதற்கு முன்பே அவரின் மரணம் நிகழ்ந்திருக்கிறது. அவரில்லையே என்பதை உணரவைத்திருப்பதுதான் அவர் ஆளுமையின் தாக்கம்.

***காலச்சுவடு*, மே 2016**

II
வாசிப்பில் வசப்படும் வரலாறு

7

இந்தி எதிர்ப்புப் போராட்டம்
தலித் தலைமையும் தமிழ் அடையாளமும்

மத்திய மனிதவள மேம்பாட்டுத் துறையின் என்சிஇஆர்டி வெளியிட்ட சிபிஎஸ்இ பாடநூலில் இடம்பெற்றிருந்த அம்பேத்கர் தொடர்பான கார்ட்டூனையடுத்து இந்தி எதிர்ப்புப் போராட்டம் பற்றிய கார்ட்டூனும் எதிர்ப்புக்கு இலக்காகியுள்ளது. தமிழகத்தில் பெரும் அரசியல் மாற்றங்களை ஏற்படுத்திய இந்தி எதிர்ப்புப் போராட்டம் பற்றி ஆங்கில நூல்களிலோ பாடநூல்களிலோ தவறாகச் சித்தரிக்கப்படுவதாகக்கூறும் நம்மிடையேயும்கூட அதைப் பற்றிச் சரியான தகவல்களைக் கொண்ட நூல்கள் கிடையாது. மற்றபடி இந்தி எதிர்ப்புப் போராட்டம் பற்றி இன்றைக்குக் கிடைக்கும் நூல்களானவை போராட்டம் பற்றி அரைகுறையாக – மிகையாக எழுதப்பட்டவையேயாகும்.

இருபதாம் நூற்றாண்டின் தமிழகத்தில் மொழியை அடிப்படையாகக் கொண்ட அடையாள எழுச்சி கால்கொண்டது. பல்வேறு அரசியல் மாற்றங்களுக்குக் காரணமான இந்த அடையாளம் இன்றுவரையிலும் தாக்கம் செலுத்திவரும் கருத்தாக்கமாக இருந்து வருகிறது. நவீன அரசியல் வெளியின் பின்னணியில் கட்டமைக்கப்பட்ட தமிழ் என்னும் ஓர்மை மக்கள்திரள் உணர்வெழுச்சியாக

மாற்றம் கொண்டது. 1938–39ஆம் ஆண்டுகளில் சென்னை மாகாணத்தின் தமிழ்ப் பகுதிகளில் நடந்த இந்தி எதிர்ப்புப் போராட்டம் தமிழ் என்னும் ஓர்மையை வெகுமக்கள் திரட்சி நோக்கி கொண்டுசென்றது. இத்தருணத்தில் தமிழ் என்னும் ஒற்றை ஓர்மையை முன்வைத்து பல்வேறு சமூக குழுக்களும் செயற்பாடுகளும் ஒருங்கிணைந்தன. சமூகத்தின் வெவ்வேறு முரண்பட்ட தேவைகளைப் பிரதிபலித்து எழும் குரல்களைத் தமிழ் என்னும் மொழி அடையாளம் பின்னுக்குத் தள்ளி முன்னெழும் என்பதைக் காண முடிந்த தருணம் அது. கடவுள், மதம், சாதி என்ற வரிசையில் தமிழுக்கும் உணர்ச்சிபூர்வ அம்சமும் புனிதத்தன்மையும் கிடைத்தது. ஏற்கெனவே இலக்கியக் குறிப்புகள், புனைவுகள், அச்சுப் பண்பாட்டின் வழியான வரலாறு எழுதும் முயற்சிகளாலும் கட்டமைக்கப்பட்ட தமிழ் பற்றிய கதையாடல்கள் இக்காலக்கட்டத்தில் அரசியல் விளக்கங்களை நோக்கி நகர்ந்தன.

இந்தி எதிர்ப்புப் போராட்டத்தில் பல தரப்பட்டவர்கள் ஒன்றாகச் சந்தித்தனர். தமிழ்ப் புலவர்கள் – அறிஞர்கள், தமிழாசிரியர்கள், நவீன சமூக அரசியல் சார்ந்து சாதிரீதியாகத் தமிழ்மீது உரிமை பாராட்டி வந்தவர்கள், அரசியல் கட்சியினர் என்னும் பலரும் உணர்வுபூர்வமாக ஈடுபாடு கொண்டனர். மக்கள்மய போராட்டத்தைப் பெரியார் தலைமையிலான கட்சியினர் கையெடுத்திருந்தாலும் காங்கிரஸ், நீதிக்கட்சி போன்ற கட்சிகளைச் சார்ந்தவர்களும் போராட்டத்தில் கலந்தனர். இவ்வாறு பல புள்ளிகள் ஒரே கோட்டில் சந்திப்பதற்கான வாய்ப்பு இப்போராட்டத்தின் மூலம் சாத்தியமானது. இவ்வாறுதான் இந்தி எதிர்ப்புப் போராட்டத்தில் அந்நாளின் ஒடுக்கப்பட்ட வகுப்பின் செயற்பாட்டாளர்களாக இயங்கிய கணவன் – மனைவியான மீனாம்பாளும் சிவராஜும் கலந்துகொண்டதையும் பார்க்கிறோம்.

மீனம்பாளும் சிவராஜும்

ஆதிதிராவிடர் சங்கம் – நீதிக்கட்சி ஆதரவு - தாழ்த்தப் பட்டோருக்காக அம்பேத்கர் தொடங்கிய அகில இந்திய அட்டவணை சாதியாருக்கான கூட்டமைப்பு (*AISCF*) என்று செயல்பட்ட இருவரும் தங்கள் வாழ்வில் காங்கிரஸ் சார்பிலோ அதன் ஆதரவிலோ செயற்பட்டிருப்பதற்கான குறிப்புகள் கிடைக்கவில்லை. புனா ஒப்பந்தத்திற்குப் பிறகு (1932) தாழ்த்தப் பட்டோர் அரசியலின் தளகர்த்தராக விளங்கிவந்த எம்.சி. ராஜா, காங்கிரஸ் ஆதரவோடு செயற்பட்டபோது மீனாம்பாளும்

சிவராஜும்தான் சென்னை வட்டாரத்தில் அம்பேத்கர் ஆதரவு அரசியலை மேற்கொண்டு வந்தனர். பங்கேற்கும் எந்த மேடையாயினும் அங்கு தலித் சார்ந்து பேசக்கூடிய சுதந்திரத் தோடு மீனாம்பாள் வலம்வந்தார்.

பொதுவாக ஒடுக்கப்பட்டோர் மேம்பாட்டுக்காக போராடுவோர் அம்மக்களின் அடிப்படை தேவைகளுக்காக போராடுவதற்கே அதிக சாத்தியமுண்டு. ஆனால், மீனாம்பாள் பண்பாட்டு அம்சமான மொழிப் போராட்டத்தில் ஈடுபட்டிருக்கிறார் என்பது முக்கியமானது. அதேவேளையில் இப்போராட்டத்திற்கு முன்பும் பின்பும் அவர் இதுபோன்ற போராட்டங்களில் ஈடுபடவில்லை.[1] இருவரின் அரசியல் வாழ்வு குறித்து முறைப்படியான தகவல்கள் கிடைக்காத நிலையில் மொழி உள்ளிட்ட பண்பாட்டு அம்சங்கள் பற்றிய இவர்களின் பார்வைகளையோ போராட்ட ஈடுபாட்டிற்கான காரணம் பற்றியோ துல்லியமாக அறுதியிட முடியவில்லை. மீனாம்பாளின் பாட்டனார் மதுரைப்பிள்ளை பர்மாவின் புகழ்பெற்ற செல்வந்தர். தமிழ்ப் புலவர்கள் பலருக்கும் புரவலராக இருந்தவர். அவர் பற்றிப் புலவர்கள் பாடிய பாடல்களின் தொகுப்பு மதுரை பிரபந்தம் என்றழைக்கப்பட்டது. அப்பின்னணியில் இவர்களுக்குத் தமிழ் அடையாளப் பார்வை உருவாகியிருக்குமா என்றறிய முடியவில்லை. மீனாம்பாளின் பெரியப்பா வேணுகோபாலப்பிள்ளை கடப்பை நகராட்சியின் ஆணையராக இருந்தார். 1917ஆம் ஆண்டில் டி.எம். நாயர் உரையாற்றிய ஸ்பர்டாங்க் கூட்டத்தை ஏற்பாடு செய்தவர்களில் ஒருவர். ஆதிதிராவிடர் அரசியல், நீதிக்கட்சி தொடர்பு என்ற அளவில் அவருக்குத் தொடர்பு இருந்தது. இப்பின்னணியில் மீனாம்பாளுக்கும் நீதிக்கட்சி தொடர்பு இருந்துவந்தது. மீனாம்பாள் தரும் குறிப்பின்படி ராஜாஜி அரசின் இந்திப் பாட அறிமுகத்தின்போது வீட்டுக்குவந்த சி.டி. நாயகம் ராஜாஜியின் செயலை பிராமணர் அரசியலாக விளக்கியதன் தொடர்ச்சியில் அப்போராட்டத்தில் மீனாம்பாள் ஈடுபாடு காட்டத் தொடங்கினர் என்று தெரிகிறது.[2] அதாவது பிராமண எதிர்ப்புக் கருத்தின் தொடர்ச்சியிலேயே அவரின் போராட்ட ஈடுபாடு தொடங்கியதாக இதுவரையிலான குறிப்புகள் வழி அறிய கிடைக்கிறது. அதேவேளையில் பின்னர் தொடர்பேதும் இல்லாமல் இருந்ததும் நடத்திருக்கிறது.

சிவராஜும் மீனாம்பாளும் தலைவராக ஏற்றிருந்த அம்பேத்கரின் வழியில் இப்போராட்டத்தில் ஈடுபாடு

கொண்டிருக்க வாய்ப்பில்லை. எனவே, இவர்களின் ஈடுபாடு தமிழ்ப்பகுதி சார்ந்த நிலைப்பாடாகவே இருந்தது என்பது வெளிப்படை. இவற்றைக் கருத்தியல் முடிவு என்று பார்ப்பதைக் காட்டிலும் அரசியல் நிலைபாடொன்றின் நடைமுறை சார்ந்த போக்கு என்றே பார்க்க முடியும். இக்காலத்தில் உயிரோடு இருந்த எம்.சி. ராஜா, இரட்டைமலை சீனிவாசன், சகஜானந்தர் போன்றோர் இப்போராட்டத்தில் ஈடுபாடு கொள்ளவில்லை. எம்.சி. ராஜாவும் முனுசாமி பிள்ளையும் சகஜானந்தரும் காங்கிரசுக்கு ஆதரவாக இருந்த இக்காலத்தில் மீனாம்பாளும் சிவராஜும் மட்டுமே சுயமரியாதை இயக்கத்தோடும் நீதிக்கட்சி யோடும் நெருக்கமாக இருந்தனர். பொதுவாக இணைந்த செயல்பாடுகளின்போது இவர்களுக்குச் சுயமரியாதை இயக்கத்தோடு உறவும் முரணும் சேர்ந்தே இருந்தன. பிராமண எதிர்ப்பின் தொடர்ச்சியாக காங்கிரஸ் – காந்தி எதிர்ப்பு என்பவற்றின் எதிர்ப்பதமாகச் சுயமரியாதை இயக்க – நீதிக்கட்சி ஆதரவு என்ற நிலைபாட்டின் வழியாக இப்போராட்டத்திற்கு இருவரும் வந்திருக்க வேண்டுமென்று கருத இடமிருக்கிறது.

பெரும்தேக்கத்தை எட்டியிருந்த நீதிக்கட்சி, சைவத்தை உள்ளீடாகக் கொண்டு உருவாகியிருந்த தமிழ் மறுமலர்ச்சி, சீர்திருத்தக் கருத்தியலைப் பரப்பிவந்த சுயமரியாதை இயக்கம் ஆகியவை இப்போராட்டத்தின்வழி சந்திப்பதற்கான வாய்ப்பு ஏற்பட்டது. பெரியார் நீதிக்கட்சியின் தலைவராகிக் கட்சி என்ற நிறுவன வடிவத்தை வந்தடைந்ததோடு அவர் பேசிவந்த பிராமண எதிர்ப்புக்கு உண்டான நியாயத்தை இந்தி எதிர்ப்புப் போராட்டம் ஏற்படுத்தித் தந்தது. பிராமண எதிர்ப்பு அரசியலில் முதல் தலைமுறையினர் விலகி அண்ணா உள்ளிட்ட புதிய சக்திகள் அறிமுகம் பெறவும் அப்போராட்டம் வழியமைத்தது. தமிழை உணர்ச்சிகரமாக அணுகும் புதிய வகை அரசியல் எழுச்சிபெற்றது. இவ்வாறு பல்முனையான அப்போராட்டத்தில் எடுத்துரைக்கப்படாத அடிநிலைமக்களின் திரட்சி பற்றியதுதான் இக்கட்டுரை.

இந்தி எதிர்ப்புப் போராட்டத்தில் தலித்துகள்

1938–39 இந்தி எதிர்ப்புப் போராட்டக் காலத்தில் சென்னை உள்ளிட்ட வட தமிழகத்தை மையமாகக் கொண்டு இயங்கிய தலித் செயல்பாட்டாளர்களில் வெவ்வேறு கருத்துநிலை கொண்டவர்கள் இருந்தனர். இதில் மீனாம்பாள் குழுவினர் போலவே மற்றொரு குழுவினரும் இந்தி எதிர்ப்புப் போராட்டத்தில்

பங்குகொண்டனர். சுயமரியாதை இயக்கத்தின் தொடக்க காலத்திலிருந்து பெரியாரோடு கருத்துரீதியான தொடர்பைக் கொண்டிருந்த பௌத்த மறுமலர்ச்சி இயக்கத்தார்தான் அக்குழுவினர். அயோத்திதாசர் காலத்திலிருந்தே அறிவுக் குழாமாகச் செயல்பட்ட இவர்களில் பலர் இந்தி எதிர்ப்புப் போராட்டக்களத்தில் சுயமரியாதை இயக்கத்தாரோடு இணைந்தனர். ஜி. அப்பாதுரை, ஏ.பி. பெரியசாமிப் புலவர், அன்னபூரணி, அனுமந்த உபாசகர், வி.பி.எஸ். மணி ஆகியோரை இவ்வாறு கூறலாம். இதற்குப் பின்னர் ஏ.பி. பெரியசாமிப் புலவரும் அனுமந்த உபாசகரும் திராவிடர் கழகத்திலேயே இணைந்து விட்டனர். போராட்டத்தில் ஈடுபட்டுக் காவல்துறைத் தாக்குதலில் ஒரு காதின் கேட்கும் திறனையே அனுமந்த உபாசகர் இழந்திருந்தார். அறிவுத் துறைச் செயல்பாடுகளில் ஈடுபாடு காட்டி இப்போராட்டத்திற்கு வ்நதவர்கள் பௌத்தக் குழுவினர் என்றால், அரசியல் செயல்பாடுகளில் அதிகம் ஈடுபட்டு வந்து அதனூடாகப் போராட்டத்திற்கு வந்தவர்கள் மீனாம்பாள் தம்பதியினராவார்.

1937 ஆகஸ்ட் 10இல் இந்தி மொழி கட்டாயமாக்கப்படும் என்று ராஜாஜி பேசியது முதல் தமிழகமெங்கும் சைவத் தமிழறிஞர்களால் பிரச்சாரமாக முன்னெடுக்கப்பட்ட இந்தி எதிர்ப்பு சென்னை நகரை மையமாகக் கொண்டபோதுதான் போராட்டம் மறியல், கைது என்று அடுத்த கட்டத்திற்குச் சென்றது. அதாவது போராட்டம் அதுவரை பேசி முன்னெடுத்து வந்த புலமைக் குழாத்தினரிடமிருந்து மக்கள் திரள் போராட்டமாக மாறியது.

சென்னை நகரத்தின் இந்தி எதிர்ப்புப் பிரச்சாரப் பொறுப்பை மீனாம்பாள் சிவராஜ் ஏற்றிருந்தார். கற்றறிந்தவர்களின் கருத்தியல் பிரச்சாரமாக இருந்த எதிர்ப்பு வெகுமக்கள் போராட்டமாக மாறியதற்கு மீனாம்பாளின் பங்கு முக்கியமானதாய் அமைந்தது. அவரது தலைமையில் ஏராளமான ஆதிதிராவிடர்கள் இந்தி எதிர்ப்புத் தொண்டர்களாகப் போராட்டங்களில் கலந்து கொண்டனர். சாதித் தீண்டாமை பிரச்சினையோடு நேரடி தொடர்பில்லாத இப்போராட்டத்தின் மூலம் இந்தித் திணிப்பு என்பதையும் தமிழ்மொழி என்பதையும் எவ்வாறு புரிந்துகொண்டார்கள்? திரட்டப்பட்ட மக்களிடம் எவ்வாறு விளக்கினார்கள்? அது மக்களிடம் எத்தகைய புரிதலை உண்டு பண்ணியது? உருவாகிவந்த தமிழ் அடையாளத்தோடு தலித்துகளை எவ்வாறு இணைத்தார்கள்? உருவாகிவந்த புதிய அடையாளத்தில்

தலித்துகளுக்கு இடமொன்றைத் தேடும் நோக்கமா? அல்லது புதியவகை அரசியல் திரட்சிக்கு தலித்துகளைப் பயன்படுத்த விரும்பிய அரசியலுக்கு இலக்காகி பிறகு விலகிக் கொண்டார்களா? போன்ற கேள்விகளெல்லாம் எழுகின்றன. அவற்றை எதிர்கால ஆய்வுகளுக்காக விட்டுவைப்போம்.

மீனாம்பாள் தரும் தகவலின்படி பார்த்தால் சென்னையில் நடந்த முதல் எதிர்ப்புக் கூட்டத்திலிருந்தே அவர் கலந்து கொண்டதாகத் தெரிகிறது. 'அதாவது ஒரு நாள் சி.டி. நாயகம் எங்கள் வீட்டுக்கு வந்தார். "பார்ப்பனர்கள் சூழ்ச்சியால் இந்தி திணிக்கப்படுகிறது. நாம் பெரியாரோடு சேர்ந்துகொண்டு ஏதாவது செய்ய வேண்டும்" என்றார். என் கணவர், "யோசிக்கலாம்" என்றார். புதியதாய்த் திருமணமாகி வந்திருந்த நான் "இதில் யோசிக்க என்ன இருக்கிறது? இந்தியை எதிர்க்க வேண்டும்" என்றேன். 'முதலில் சென்னைத் தி.நகர் கூட்டம். அந்தக் கூட்டத்தைச் சுமங்கலி ஒருவர்தான் தொடங்கிவைக்க வேண்டும் என்றார். நான் முதலில் கலந்துகொண்ட கூட்டம் அது. அடுத்து ராயப்பேட்டைப் பெரிய பாளையத்தம்மன் கோவில் தெருவிலுள்ள பெரிய மைதானத்தில் எனது தலைமையில் இந்தி எதிர்ப்புக் கூட்டம். அதைத் தொடர்ந்து பல இடங்களிலும் நடந்தது' என்கிறார்.[1] ஆனால் மீனாம்பாள் பிரச்சாரப் பொறுப்பு ஏற்றிருந்தபோது எழுந்த சிறு முரண்பாட்டின் காரணமாக அவர் ஆதிதிராவிடர்களைப் பங்கேற்க அனுமதிக்காததால் போராட்டம் பிசுபிசுத்தது என்பதை கு. நம்பியாரூரன் குறிப்பிடுகிறார்.[2] இதில் இராஜமகேந்திரபுரம் ஸ்டாலின் ஜெகதீசன் என்பவர் 1938 மே 1 முதல் சாகும் வரை உண்ணாநோன்புப் போராட்டத்தைத் தொடங்கினார். இந்தி எதிர்ப்புப் போராட்டத்தை இந்த உண்ணா நோன்பு துரிதப்படுத்தியது. 1938 ஜூன் 10இல் சென்னையில் நடைபெற்ற கூட்டமொன்றில் 'இந்த ஜெகதீசன் இறந்தால், அவர் பிணத்தை எங்கு வைத்துக் கொளுத்துவது என்பதைத்தான் இப்போது யோசிக்க வேண்டும்? இறந்த ஜெகதீசனை முதன் மந்திரி வீட்டில் வைத்துக் கொளுத்துவதா? அல்லது யார் இறந்தாலும் இறக்கட்டும் எனக்குக் கவலையில்லை என்று கூறும் கவர்னர் மாளிகைக்கு முன்வைத்துக் கொளுத்துவதா என்பதே கேள்வி' என்று அண்ணாதுரை ஆற்றிய உரையைக் கவனிக்கும்போது அரசாங்கத்திற்கு எதிரான போராட்ட நியாயத்தை உணர்ச்சிபூர்வமாய் ஒருங்கிணைக்கும் வகையில் அந்த உண்ணாநிலைப் போராட்டம் அமைந்திருந்ததைப் பார்க்கலாம். மறைமலையடிகள்கூடத் தம் நாட்குறிப்பில் 'கடந்த 34 நாட்களாக

உண்ணாநோன்பிருக்கும் திரு. ஜெகதீசனைக் கண்டோம் (03.06.1938) என்றும் 57 நாட்களாக உண்ணாநோன்பிருந்து தமிழுக்காக உயிர் துறக்கப்போகிறார் திரு. ஜெகதீசன் (21.06.1938)' என்றும் உணர்வுபூர்வமாகக் குறிப்பிடுகிறார்.

முதலில் இந்த உண்ணாநோன்பு தி.நகர் செ.தெ. நாயகம் இருப்பிடத்தில் தொடங்கப்பட்டதாகவும் பின்னர் மீனாம்பாள் வீட்டிற்கு மாற்றப்பட்டதாகவும் தெரிகிறது. ஸ்டாலின் ஜெகதீசன் மீனாம்பாள் வீட்டில் உண்ணாவிரதம் இருந்தபோது, அவரது வீடே போராட்ட மையமாக மாறியது. ஏராளமானோர் வீட்டிற்கு வந்து சென்றனர். இந்தி எதிர்ப்புப் போராட்டத்தில் ஈடுபட்ட பலரையும்போல ஜெகதீசனும் எந்தக் கட்சியிலும் உறுப்பினராக இல்லை. எனினும், அவரது போராட்டம் இந்தி எதிர்ப்புப் போராட்டக் குழுவினருக்கு அப்போது தேவைப்பட்டது என்றே சொல்ல வேண்டும். 26.05.1938இல் பெரியாரும் ஜெகதீசனைச் சந்தித்தார். பட்டினியை நிறுத்தும்படியான முயற்சியாகவே ஜெகதீசன் மீனாம்பாள் வீட்டிற்கு அழைத்துச் செல்லப்பட்டார். ஆனால், ஜெகதீசனை முன்வைத்துக் கட்டப்பட்ட போராட்ட நியாயம் மீனாம்பாளால் சிதைந்துபோனது. அதாவது ஜெகதீசன் பகலில் உண்ணாமல் இருந்துவிட்டு இரவில் யாருக்கும் தெரியாமல் உணவு உட்கொள்பவராக இருந்ததைத் தன் வீட்டில் வைத்துக் கண்டறிந்த மீனாம்பாள் அதை அம்பலப்படுத்தினார். ஆனால், இதைப் பற்றி மீனாம்பாளும் பெரியார் உள்ளிட்டோரும் பேசிக்கொள்ள முடியாத தர்மசங்கடமான நிலை ஏற்பட்டுவிட்டது. மீனாம்பாள்மீது பலருக்கும் சொல்லப்படாத கோபம் இருந்ததாகத் தெரிகிறது. எனினும், பெரியார் உள்ளிட்ட பலரும் ஜெகதீசனைப் புறக்கணிக்க வேண்டியதாயிற்று. அவரை காங்கிரஸின் ஒற்றர் என்று பெரியார் குறிப்பிட்டதாக எஸ்.வி.ஆர்., வ.கீதா ஆகியோர் குறிப்பிடுகின்றனர் (பெரியார் சுயமரியாதை சமதர்மம், 2009 விடியல் பதிப்பகம்). இதனால் ஏற்பட்ட நெருக்கடி காரணமாக 70 நாட்களாகத் தொடர்ந்த பட்டினியைக் கைவிட்டு ஜெகதீசன் சென்னையைவிட்டே வெளியேறினார். இதையொட்டி ஏற்பட்ட முரண்பாடு காரணமாக மீனாம்பாள் போராட்டத்திலிருந்து விலகினார். அதனால் போராட்டத்தில் பின்னடைவு ஏற்பட்டதை அரசாங்க அறிக்கை ஒன்றை ஆதாரமாகக் கொண்டு நம்பியாரூரன் கூறுகிறார்.

இவ்விடத்தில் மீனாம்பாளுக்கும் சுயமரியாதை இயக்கத் திற்கும் முரண்பாடு எழுந்தது பற்றிய மற்றொரு தகவலும் உண்டு. ஆதிதிராவிடரும் – திராவிடரும் பல நூற்றாண்டுகளாக

வேற்றுமையுற்று வாழ்பவர்கள். இவர்களைக் குறுகிய காலத்தில் இணைத்துவிட முடியாது. திராவிடர்கள் ஆரியர்களுக்கு அடிமைகளாக இருக்க இசைவார்கள். ஆதிதிராவிடர்களோடு இணைய விரும்பமாட்டார்கள். அதற்குரிய அடிப்படை வழிகளோ வாய்ப்புகளோ இல்லை என்பது சிவராஜ் அவர்களுடைய தொலைநோக்காகும் என்கிறார் அன்பு பொன்னோவியம்.[3] மேலும் மீனாம்பாள் ஒரு கூட்டத்திற்குச் செல்லும்போது தலித்துகளைச் சுயமரியாதை இயக்கத்தவர் இழிவாகப் பேசினார்கள் என்னும் தகவல் தெரிவிக்கப்படுகிறது. அதனால், அக்கூட்டத்திலேயே அப்படிப் பேசியவர்களை விளக்குமாற்றால் அடிப்பேன் என்று அவர் பேசியிருக்கிறார். சிம்லாவிற்குச் சென்றிருந்த சிவ ராஜுக்கு இதுகுறித்து விளக்கம் கேட்டுப் பெரியார் கடிதம் எழுதினார் என்னும் தகவலையும் அன்பு பொன்னோவியம் தருகிறார். மொத்தத்தில் தங்களுடைய நிலைப்பாடுகளிலிருந்தே எந்த அரசியல் இயக்கத்திற்கும் ஆதரவை வழங்குபவர்களாக மீனாம்பாளும் சிவராஜும் இருந்தனர் என்பதை அறிய முடிகிறது. இவ்வாறு தேக்கம் கண்ட போராட்டம் 1938 நவம்பருக்குப் பிறகு மீனாம்பாள் போன்றோர் போராட்டத்திற்குத் திரும்பிய பிறகே திருப்பத்தை எட்டியதாகத் தெரிகிறது. அந்த அளவிற்குத் தலித் தலைமையும் தலித் திரட்சியும் அப்போது வலிமையாக இருந்தன என்பது குறிப்பிடத்தக்கது.

இதுகுறித்து விவரிக்கும் வரலாற்று ஆய்வாளர் ராஜசேகர் பாசு பின்வருமாறு கூறுகிறார்:

மறியலில் ஈடுபட்ட பெண்கள் கைது செய்யப்பட்டதை எதிர்த்து மாணவர்கள் நடத்திய போராட்டங்களில் மதராஸ் குடிசைப் பகுதிகளைச் சேர்ந்த ஆதிதிராவிடர் மக்கள் திரளாகப் பங்கேற்றார்கள். கைது செய்யப்பட்ட பெண்கள் ஜார்ஜ் டவுண் நீதிமன்றத்துக்கு விசாரணைக்காக கொண்டு வரப்பட்ட போது, ஏராளமான ஆதிதிராவிடர்கள் நீதிமன்ற வளாகத்தில் கூடினார்கள். அங்கிருந்து போலீஸ்காரர்களால் விரட்டப் பட்டவர்கள், காங்கிரஸ் ஆதரவு நிலை எடுத்திருந்த இண்டியன் எக்ஸ்பிரஸ், தினமணி ஆகிய பத்திரிகைகளின் அலுவலகங்களைத் தாக்கினார்கள்.

மதராஸ் போலீஸ் கமிஷ்னர் அரசாங்கத்திற்கு அனுப்பிய அறிக்கையில் சு.ம. இயக்கத்தின் பிராமணர் அல்லாத தலைவர்கள் பிராமணர்களைத் தாக்குமாறு ஆதிதிராவிடர்களைத் தூண்டியதாகக் குறிப்பிட்டிருந்தார். போலீஸ் படை பலத்தைத்

தாறுமாறாகப் பயன்படுத்தியது. அது சுயமரியாதை இயக்கத்தினரையும் ஆதிதிராவிடர் மக்களையும் ஒரு பொதுத் தளத்துக்கு கொண்டு வந்தது. சுயமரியாதை இயக்கக் கருத்துகளின் தாக்கத்தில் தமிழகத்தின் பல பகுதிகளிலும் ஆதிதிராவிட மக்கள், பிராமணர்கள் திராவிட சமுதாயத்தின்மீது இந்தியைத் திணிக்க முயல்வதாகக் குற்றம் சாட்டினார்கள். 'பார்ப்பன ராஜ்யம் ஒழிக' 'இந்தி ஒழிக' போன்ற முழக்கங்களை எழுப்பினார்கள்.

மக்களிடையே இந்தி எதிர்ப்புக் கருத்துக்களைப் பரப்புவதற்காக வெளிநாடுவாழ் தமிழர்களை உள்ளூர் தலைவர்கள் பயன்படுத்தினர். மதராஸ் நகரின் குடிசைப் பகுதிகளில் நடைபெற்ற கூட்டங்களில் மலேசியா, சிங்கப்பூர் நாடுகளிலிருந்து வந்த பேச்சாளர்கள் உரையாற்றினர். அப்பேச்சாற்றலால் ஏராளமான ஆதிதிராவிட ஆலைத் தொழிலாளர்கள் இயக்கம் நோக்கி ஈர்த்தது. ராஜாஜி அமைச்சரவை அறிவித்த மக்களுக்குப் பாதகமான கொள்கைகளை எதிர்த்து சு.ம. இயக்கத்தினர் நடத்திய போராட்டங்களுக்கு இரட்டைமலை சீனிவாசன் உள்ளிட்ட தலைவர்கள் ஆதரவளித்தார்கள்.

தமிழ் சார்ந்த இந்த ஒட்டுமொத்த உணர்ச்சிகர எழுச்சியும் ஈர்ப்புமாகக் கலந்து பிராமண மேலாதிக்கத்துக்கு எதிராக ஒரு வலுவான எதிர்ப்பியக்கம் உருவானது. அதில் ஆதிதிராவிடர்களின் ஈடுபாடு தலையாய பங்கு வகித்தது. (பக். 384, 386)

03.06.1938 முதல் 21.02.1940 வரையிலும் போராட்டத்தில் ஈடுபட்டுச் சிறை சென்றோரின் எண்ணிக்கை பெண்கள், குழந்தைகள் உள்பட 1,271. அவர்களில் தலைவர்கள் தவிரத் தொண்டர்களாகக் கலந்துகொண்டவர்களில் அநேகர் சென்னையைச் சார்ந்தவர்களாகவே இருந்தனர். அவர்களின் சாதி பற்றிய குறிப்புகள் இல்லை. பொத்தாம் பொதுவாகவே குறிப்பிடப்படுகின்றனர். அதேபோல அப்போராட்டத்தில் தலித் தரப்பு விவரங்களை அறிய மீனாம்பாளின் சிறுபேட்டியைத் தவிர வேறெந்த நேரடி ஆதாரமும் இல்லை. எல்லாவற்றையுமே பிறர் குறிப்புகளிலிருந்தே சேகரிக்க வேண்டியுள்ளது. நம்பியாரூரன் 'சிறை சென்ற தாளமுத்து, நடராசன் ஆகிய இருவரும் 1939 சனவரி, மார்ச் மாதங்களில் முறையே மரணம் அடைந்தனர்' (பக்:348) என்கிறார். இதில் இருவரின் சாதி பற்றிய குறிப்பும் இல்லாதது மட்டுமல்ல அவர் தரும் வரிசைப்படி பெயர்களைப் பொருத்தினால் இரண்டாவதாக இறந்த தாளமுத்து பெயர் முதலாவதாகவும் முதலில் இறந்த நடராசன் பெயர் இரண்டா

வதாகவும் வருகிறது. இன்றுவரையிலும் திராவிட இயக்க வரலாற்றில் தாளமுத்து, நடராசன் என்ற தவறான வரிசையே கையாளப்படுகிறது.[4] இந்தி எதிர்ப்புக் கிளர்ச்சி சென்னையில் கால்கொண்டது முதலே அதைச் சுற்றிப் பல்வேறு முரண்களும் சமரசங்களும் கைப்பற்றல்களும் நடந்தன. போராட்டம் அறிவுலகத் தளத்திலிருந்து அரசியல் தளத்தை எட்டிவிட்டது.

இந்நிலையில் 01.08.1938இல் இந்தி எதிர்ப்புக்காகத் தமிழர் படையொன்று நூற்றியொருபேரோடு திருச்சியிலிருந்து 'ஜதா' என்னும் பெயரோடு புறப்பட்டு 11.11.1938இல் சென்னையை வந்தடைந்தது. கே.வி. அழகிரிசாமி அதன் தலைவர். ஆனால், இப்பயணம் சென்னையைச் சேர்ந்தபோது 80 பேர் மட்டுமே இருந்தனர் என்கிறார் நம்பியாரூரன். ஜதாவின் பயணம் சென்னை வரும்வரையிலும் சென்னையில் இந்தி எதிர்ப்புக் கிளர்ச்சி பெயரளவிலேயே நடந்துவந்தது. அதாவது 1938 ஆகஸ்ட் மாதத்தில் முதலமைச்சர் ராஜாஜி வீட்டுமுன் மறியல் செய்வதென முடிவுசெய்யப்பட்டது. முழக்கங்கள் எழுப்பிவிட்டு அரை மணிநேரத்தில் கலைதல் என்பதே போராட்டமாக இருந்தது. இது போன்ற முடிவுகளில் பலருக்கும் ஏற்பும் / ஏற்பின்மையும் இருந்தது. வீட்டின்முன் மறியல் வேண்டாம் என்று பெரியாரே அறிக்கை விடுத்தார்.

இதற்கிடையில் இந்தி எதிர்ப்புப் போராட்டத்தில் முதல் சர்வாதிகாரி என்றழைக்கப்படும் செ.தெ. நாயகம், சண்முகானந்த அடிகள் ஆகியோர் அந்த வழக்கு முடியும்வரை இந்தி எதிர்ப்புப் பிரச்சாரத்தில் ஈடுபடுவதில்லை என்று உறுதியளித்த பின்னர் ஜாமீனில் விடுவிக்கப்பட்டனர். ஆனால், தன்னைக் காங்கிரஸ்காரராகக் குறிப்பிட்டுக் கொண்ட பொன்னுசாமி இத்தகைய உறுதிமொழியை அளிக்க முன்வராததால் சிறை யிலடைக்கப்பட்டார் (பக்.66) என்கிறார் கோ. கேசவன் (திராவிட இயக்கமும் மொழிக் கொள்கையும்). அதேவேளையில் போராட்டத்தில் ஈடுபட்ட காங்கிரஸ் மற்றும் காங்கிரஸ் அல்லாத வர்களுக்கும் தண்டணை தருவதில் பாரபட்சம் காட்டப்பட்டதாகக் குடியரசு (15.08.1939) குற்றம் சாட்டியது. இவ்வாறு பல்வேறு முரண்களுக்கு இடையே நடந்துவந்த போராட்டம் திருச்சிப் பெரும்படையின் பயணம் சென்னையில் நிறைவுற்ற பின்னால் உத்வேகம் பெற ஆரம்பித்தது. மீனாம்பாளும் மீண்டும் போராட்டத்திற்குத் திரும்பியிருந்தார். முரண்பாட்டிற்கும் மீனாம்பாள் திரும்பிவந்ததற்கும் இடையில் என்ன நடந்தது என்ற குறிப்பு கிடைக்கவில்லை.

பெண்கள் மாநாடு

1938 நவம்பரில் இந்து தியோலஜிகல் உயர்நிலைப்பள்ளி முன் நடந்த மறியலில் முதன்முதலாக மகளிரும் பங்கேற்றனர். இதற்குப் பின்னர் நடந்த மாநாடு ஒன்றின் மூலம் போராட்டம் முழுமையாகப் பெரியார் தலைமைக்குச் சென்றது. இந்தி எதிர்ப்பையொட்டிச் சென்னையில் 13.11.1938இல் தமிழ்ப் பெண்கள் மாநாடு நடந்தது. இதில் 'திருவரங்கம் நீலாம்பிகையம்மையார், தருமாம்பாள், ராமாமிர்தம் அம்மையார், பண்டிதை நாராயணி அம்மையார் இன்ன பிறர்' கலந்துகொண்டனர். பொதுவாக அம்மாநாடு பற்றி எழுதப்படும் வரலாற்று நூல்களில் பொத்தாம்பொதுவாகத் தமிழ்ப் பெண்கள் மாநாடு என்றும் தருமாம்பாள் தலைமை என்றும் கூறுவதோடு கலந்துகொண்ட பல்வேறு பெண்களில் மீனாம்பாளும் ஒருவர் என்பதைப் போல் குறிப்பிடப்படுவதுண்டு. ஆனால், இம்மாநாட்டு ஒருங்கிணைப்பில் பெரும்பங் களித்தவர் மீனாம்பாள்தான். சென்னை நகரில் பெண்களைத் திரட்டியதில் அவர் பங்கு முதன் மையாயிருந்தது. மாநாட்டுக் கொடியை அவர் தான் ஏற்றினார். இம்மாநாட்டில் தான் ஈவெராவுக்குப் 'பெரியார்' என்னும் பட்டம் வழங்கப்பட்டது. அதனால்தான் ஈவெராவுக்குப் பெரியார் என்னும் பட்டம் வழங்கியது மீனாம்பாள் என்னும் தலித் பெண்தான் என்ற உரிமையைத் தலித் வரலாற்று எழுத்தியல் கோரி வருகிறது. தருமாம்பாளுக்கு முக்கியத்துவமளித்து மீனாம்பாளுக்குப் பலரில் ஒருவராக இடமளிக்கும் மா. இளஞ்செழியன் எழுதிய நூலில் இடம்பெற்றுள்ள பெண்கள் மாநாட்டுப் புகைப்படம் வேறொரு வர லாற்றைச் சொல் வதைப் பார்க்க முடியும்.⁵

அப்படத்தில் கையில் புத்த கத்தோடு நடுநாயகமாக நிற்பவர்தான் மீனாம்பாள். அதுவே, அம் மாநாட்டில் அவரின் முக்கியத் துவத்தைச் சொல்லிவிடுகிறது. மீனாம்பாளை மையமாக வைத்தே பிறபெண்கள் சுற்றி நிற்பதைப் பார்க்கலாம். மாநாட்டின் ஒருங்கிணைப்பாளருக்குத்தான் மையமான இடமளிக்கப்படும் என்பது சொல்லித் தெரிய வேண்டியதில்லை.

இந்தி எதிர்ப்புப் போராட்டத்தில் மிக முக்கியத் திருப்பத்தை அம்மாநாடு ஏற்படுத்தியது. மாநாட்டு உரையில் 'பெண்களும் போராட்டத்தில் பங்கேற்க வேண்டும்' என்று பெரியார் பேசினார். மாநாட்டிலும் மறுநாள் கூட்டத்திலும் பெரியாரின் பேச்சை வைத்துப் பெரியார்மீது கிளர்ச்சிக்கு உதவும் வகையிலும் தூண்டிவிடும் முறையிலும் பேசினார் என்று 05.12.1938இல்

வழக்குப் பதிவுசெய்யப்பட்டு ஓராண்டுக் காவலும் 1,000 ரூபாய் அபராதமும் விதிக்கப்பட்டன. அப்போராட்டத்தில் பெரியார் முக்கியத்துவம் பெற்றபோது ராஜாஜி பதற்றப்பட்டிருக்க வேண்டும். ஆனால், அதுவே பெரியாரை அடுத்த கட்டத்திற்குக் கொண்டுசென்றது. அதைப் பற்றிக் கூறும் மீனாம்பாள் 'சென்னைக் கடற்கரையில் பெரியார் தலைமையில் கூட்டம் நடைபெற இருந்தபோது கைதுசெய்யப்பட்டார். அந்த நேரத்தில் நான் அந்தக் கூட்டத்தில் கலந்துகொண்டு பேசினேன். ராஜாஜி என்னைக் கைதுசெய்யவில்லை. அதற்கொரு காரணம் உண்டு. அந்தக் காலகட்டத்தில் வெள்ளைக்காரர்கள் வீட்டில் எல்லாம் சமையல்காரர்களாகப் (பட்லர்களாக) பெரும்பாலும் தாழ்த்தப்பட்டவர்கள் இருந்தனர். அவர்கள் ராஜாஜியிடம் சென்று மீனாம்பாளை எக்காரணம் கொண்டும் கைதுசெய்யக் கூடாது. கைதுசெய்தால் நாங்கள் வேலைக்குப் போகமாட்டோம் என்று கூறிவிட்டார்கள். ராஜாஜி எப்படியோ என்னைக் கைதுசெய்யவில்லை' என்று அந்நிலைமையை விவரிக்கிறார்.[6] பெரியாரின் கைதானமை போராட்டம் உச்சம்பெறவும் போராட்டத்தில் அவருடைய இருப்பு முக்கியம் பெறவும் வழியேற்படுத்தித் தந்தது. தமிழ்ப் பெண்கள் மாநாட்டிற்குப் பிறகு ஏராளமான பெண்களும் சிறைசென்றனர். இதில் தலித் பெண்களும் அடங்குவர். இதைப் பிரித்தறிவதற்கான சான்றுகள் நம்மிடமில்லை. கைதானவர்களில் தலித் பெண்கள் மூவருக்குக் கடுங்காவல் தண்டணை தரப்பட்டது என்றும் தலித் வகுப்பைச் சேர்ந்த ஆர். சாமிநாதன் என்பவருக்கு 18 மாதக் கடுங்காவல் தண்டனை தரப்பட்டது என்றும் சாமிநாதனின் தாயார் ஜெயலட்சுமி அம்மாவும் சிறைசென்றார் என்று எஸ்.வி. ராஜதுரையும் வ. கீதாவும் கூறுகின்றனர். அப்போது நடந்த தாழ்த்தப்பட்டோர் மாநாடு ஒன்றில் "இந்தி எதிர்ப்பில் சிறை சென்றுள்ள ஆதிதிராவிடத் தாய்மார்க்கட்கு 'சி' வகுப்புக் கொடுத்து கொடுமையாக நடத்தும் காங்கிரஸ் அரசாங்கத்தை வன்மையாகக் கண்டிக்கிறோம்" என்கிற தீர்மானத்தை ஆர். முருகேச பாகவதர் கொணர்ந்தார். பி.ஜே. சாமி, சி.ஆர். அமிர்தவாசகம் ஆகியோர் ஆதரித்துப் பேசினர். 02.01.1939ஆம் நாளில் நடந்த தென்னிந்திய நலஉரிமைச் சங்க 14வது மாநாட்டை யொட்டி மாலையில் தாழ்த்தப்பட்டோர் மாநாடும் நடந்தது. அம்மாநாட்டில் இந்தி எதிர்ப்பில் ஈடுபட்டு சிறை சென்ற மூன்று ஆதிதிராவிடர் தாய்மார்கட்கு கடுங்காவலைக் கொடுத்து 'சி' கிளாஸில் வைத்திருப்பதை வன்மையாகக் கண்டிக்கிறது என்ற தீர்மானமும் நிறைவேற்றப்பட்டது.

தமிழ்ப் பெண்கள் மாநாட்டைப் பற்றித் தலித் தலைவர்களில் ஒருவ ரான சக்திதாசன் கட்டுரையாளரிடம் நேர்ப்பேச்சு ஒன்றின் போதுகூறிய தகவல் இங்கு நினைவுகூரத் தக்கது. 'நான் சிறுவ னாக இருந்தபோது என் தந்தையாரால் மீனாம்பாள் தலைமை யிலான இந்தி எதிர்ப்பு மாநாட்டுக்கு (தமிழ்ப் பெண்கள் மாநாடு) அழைத்துச் செல்லப்பெற்றேன். அவர் அங்கிருந்த மீனாம்பாளைக் காட்டி, "அவங்கதான் நம்ம அம்மா" என்றார். மாநாட்டுப் பணிகளை அவரே நடத்தினார். ஆனால், சிறைசென்று திரும்பிய பெரியார் ஒரு கூட்டத்தில் தருமாம்பாளையே பாராட்டிப் பேசினார்' என்றார். இவ்வாறான நினைவுகள் தலித் பெரியவர்களிடம் பரவலாக இருப்பதைப் பார்க்க முடியும்.

தமிழ்நாட்டுப் பெண்கள் விடுதலை மாநாடு – சென்னை 18-11-1938

பெரியாரின் கைது போராட்டத்தை மேலும் உக்கிரப் படுத்தியது. கைதுசெய்யப்பட்ட பெரியாருக்குச் சிறையில் வயிற்றுவலி ஏற்பட்டது. 1939 பிப்ரவரி 4இல் சென்னைப் பொது மருத்துவமனைக்குக் கொணரப்பட்டபோது அவரைச் சென்று சந்தித்தவர்களில் என். சிவராஜ், எம்.சி. ராஜா ஆகியோரும் அடங்குவர். பிறகு வேலூர், திருச்சி, கோவை போன்ற சிறை களுக்கு மாற்றப்பட்டு 167 நாள் சிறைவாசத்திற்குப் பின் எவ்வித நிபந்தனையுமின்றி 25.05.1939இல் அவர் விடுதலை செய்யப்பட்டார். பெரியார் சிறையிலிருந்தபோது வெளியில் பல்வேறு விசயங்கள் நடந்தன. இந்து தியாலஜிகல் பள்ளிமுன் நடந்த போராட்டத்தில் ஈடுபட்ட இருவர் சிறைக் கைதிகளாக இருந்தபோதே இறந்தனர். இதில் முதலில் இறந்த தலித் வகுப்பினரான நடராசன் (15.01.1939) மீனாம்பாள் மீண்டும் போராட்டத்திற்குத் திரும்பிய பிறகு தொண்டராக வந்து கைதாகி இறந்தவர். நடராசனின் உடல் அடக்கம் செய்யப்பட்ட இடுகாட்டில் அண்ணாதுரை நிகழ்த்திய சொற்பொழிவு மிக உணர்ச்சிபூர்வமாய் அமைந்திருந்தது. அவருக்கு அரசியல் ரீதியான பரவலான அறிமுகத்தை இவ்வுரை பெற்றுத்தந்தது. இக்காலக்கட்டப் போராட்டத்தில் சைவ அறிஞர்கள் பின்னுக்குப்

போய் சுயமரியாதை இயக்க ஆதரவாளர்கள் முன்னுக்கு வந்தனர். தமிழ் அடையாளம் உணர்ச்சிகரமான அம்சத்திற்கு ஆளானது. ஏறக்குறைய தமிழரிடையேயான முரண்பாடுகள் பின் தள்ளப்பட்டுத் தமிழர் எனும் ஓர்மை உணர்ச்சியின் அடிப்படையில் கட்டப்பட்டது. இந்த அம்சம்தான் பிந்தைய திராவிட இயக்க அரசியலின் மையமாயிற்று.

பெரியாரின் கைதுக்குப் பிறகு நடராசனின் மரணமே போராட்டத்தில் உணர்ச்சிகரச் சூழலை உருவாக்கிப் போராட்டத்தின் மந்த கதியைத் தீவிரப்படுத்தியது. அடுத்து மார்ச் 11இல் இந்தி எதிர்ப்புக் கைதியாக இருந்த தாளமுத்து என்பவரும் மரணமடைந்தார். அவர் நாடார் வகுப்பைச் சேர்ந்தவர் ஆவார். மொத்தத்தில் முதலில் களப்பலியான போராளிகள் இருவரும் அடிநிலை வகுப்பினரே. நடராசனின் மரணத்திற்கு இரங்கல் தெரிவிக்கும் வகையில் தமிழக மெங்கும் 150 கூட்டங்கள் நடத்தப்பட்டன. அவற்றுள் பெரும்பாலானவை சென்னை யிலேயே நடந்தன. அக்கூட்டங்களெல்லாம் இந்தி எதிர்ப்புக் கூட்டங்களாகவும் அமைந்திருந்தன. தாளமுத்துவுக்கு ஏ.பி. பெரியசாமிப் புலவர் எழுதிய இரங்கற்பா குடியரசு ஏட்டில் (23.04.1939) வெளியானது. பெரியார் சிறையிலிருந்து விடுதலையாகிச் சென்னை வந்ததும் 'சிந்தாதரிப் பேட்டை, பெத்தநாயக்கன் பேட்டை, மூலக்கொத்தளம், பெரம்பூர், புரசைவாக்கம், முத்தி யாலுபேட்டை, ஒற்றைவாடை முதலிய பகுதிகளிலிருந்து எண்ணற்றோர் ஊர்வலமாய்த் திரண்டு வரவேற்றனர்' (பக்: 187 மா. இளஞ்செழியன்). அவ்வாறு திரண்டவர்களில் பெரும்பான்மையினர் தலித்துகள். மேலும், அக்கூட்டங்களில் சிவராஜூம் கலந்துகொண்டார். அக்காலகட்டத்தில் எந்த அரசியல் நல நோக்கமும் இல்லாமல் போராட்டத்தில் பலரும் தொண்டர்களாக இணைந்திருந்தனர். நடராசன், தாளமுத்து ஆகிய இருவரின் சாதிப் பின்னணியையும் போராட்ட தலைமைக் குழுவினர் கணக்கிலெடுத்துக் கொண்டனர் என்பது இங்குக் குறிப்பிடத்தக்கது. அப்படிப்பட்ட போராட்டம் அரசியல்ரீதியான அணித் திரட்சியை நோக்கிப் பயணப்பட்டது உறுதிப்படுகிறது. தாளமுத்துவின் சவ ஊர்வலத்தில் பேசிய அண்ணாதுரையின் உரை:

'நாடார் திலகம் தோழர் தாளமுத்து இறந்ததைக் காண மனம் கலங்குகிறது. என்னைப் பொறுத்தவரை நடராசன், தாளமுத்து மரணத்தை எனது அண்ணன் தம்பி இறந்தனர் என்றே கருதுகிறேன். முன்பு சாக்கோட்டை மாநாட்டில் பேசும்போது

நாடார் சகோதரர்களை அறப்போருக்கு வருமாறு வருந்தி அழைத்தேன். அக்காலத்திலும் நீங்கள் அனுப்ப வேண்டும். ஆனால் அவர்களைத் திருப்பிக்கொடுப்பதாக உறுதிகூற முடியாதெனத் தெரிவித்தேன். அதேபோல அங்கிருந்து தோழர்கள் வந்தனர். தாளமுத்து இறந்தார். நாளை ஆச்சாரியார் யாரோ நாடார், யார் பேச்சைக் கேட்டுக்கொண்டோ வந்தார்; மறியல் செய்தார்; இறந்தார் என்றுதான் சொல்லப்போகிறார். காங்கிரஸின் மூன்று ஆண்டு சத்தியாகிரகக் காலத்தில் எந்தத் தொண்டனாவது இறந்தானா? எந்த ராட்சத சர்க்காராவது இக்கொடுமையைச் செய்ததா? அன்று சத்தியமூர்த்திக்குச் சிறையில் உடல் நலமில்லை எனக் கரடியாகக் கத்தினர். பாஷியம் அய்யங்காரைப் பற்றி பார்லிமெண்ட்வரை கேள்வி கேட்டனர். தோழர் தாளமுத்து இறந்தது நீண்ட நேரம்வரை யாருக்கும் தெரியாது, வருங்காலத்தில் பெரியாரை மத்தியில் வைத்து இறந்த 2 மணிகளையும் பக்கத்தில் வைத்து உருவம் எழுப்ப வேண்டும். ஏன்? பெரியார் தளரும் காலத்து இந்த இரண்டு சமூகங்களும், அதாவது நாடார் ஆதிதிராவிடர் சமூகங்கள் தான், உதவிசெய்து வந்திருக்கின்றன.'

ராஜாஜி ஏளனமும் பெரியாரின் தலைமையும்

இந்தி எதிர்ப்புப் போராட்டத்தில் அடிநிலைச் சக்திகளின் பங்களிப்பு இன்றியமையாததாக இருந்தது. அடிநிலைமக்கள் திரட்சி இருந்ததாலேயே அப்போராட்டத்தைக் கொச்சைப்படுத்த கருதிய அரசு அம்மக்களைக் காட்டியே இழிவுபடுத்தியது. அற்பக் கூலிக்கு அமர்த்தப்பட்டவர்களென்றும் சிறையில் ஒழுங்காகச் சோறு கிடைக்குமென்பதாலும் பல அரிஜனங்கள் கைதாகியிருந்ததாக ராஜாஜி மட்டுமல்லாமல் பிராமணரல்லாத தமிழரான டாக்டர் சுப்பராயனும் சட்ட மன்றத்திலே கூறினார். அரசுத் தரப்பில் நீதிபதி, ஆளுநர் என்று யாவரும் இவ்வாறே கருதினர். கைதானவர்கள் என்றும் பணம் கிடைக்கும் பட்சத்தில் காங்கிரசுக்கு ஆதரவாகவோ எதிராகவோ எந்தப் போராட்டத்திலும் ஈடுபடுவார்கள் என்றும் ஆளுநர் கூறினார். இவ்வாறு போராட்டத்தில் ஈடுபட்ட திரட்சியைச் சுயசெயலூக்க மற்றுத் தூண்டப்பட்டவர்களாகவே அரசு கருதியது. ஆனால், அப்போராட்டத்தில் ஈடுபட்ட அடிநிலை வகுப்பினர் அவர்களின் தலைவர்களின் அழைப்பில் கலந்துகொண்டவர்கள் என்பதே உண்மை. தாழ்த்தப்பட்ட மக்கள் ஏற்கனவே திராவிட அரசியல் உணர்வுபெற்று சுயமரியாதை இயக்கம் போன்ற அமைப்புகளோடு

தொடர்புகொண்டிருந்தனர். அதோடு போராட்டம் உணர்ச்சி மயமாகிப்போன காலத்திலும்கூட அதை உண்மையாக நம்பி ஈடுபட்டவர்களாகவே இருந்தனர்.

பெரியார் சிறையிலிருந்தபோதே நீதிக்கட்சியின் தலைவராகத் தேர்ந்தெடுக்கப்பட்டார். பிளவுண்டு பெரும்சரிவை எட்டியிருந்த கட்சியைப் பெரியாரைத் தலைவராக்குவதன் மூலம் ஈடுகட்ட முடியும் என்று கருதினர். ஏற்கெனவே இருந்துவந்த பல்வேறு அம்சங்களோடு இந்தி எதிர்ப்புப் போராட்டக் காலத்தில் அவர் கைதுசெய்யப்பட்டு முக்கியத்துவம் பெற்றதும் உடனடி காரணமாக அமைந்தது. பெரியார் சிறையிலிருந்தபோது அவருடைய சுயமரியாதை இயக்க சகாக்களால் இந்தி எதிர்ப்புப் போராட்டம் பெரியார் தலைமையிலானதாக மாற்றப்பட்டது. பெரியாரைக் காட்டிலும் நாவன்மை படைத்த அச்சகாக்களால் தமிழ் உணர்ச்சிபூர்வமான கருவியாக்கப்பட்டது. இந்தி எதிர்ப்புப் போராட்டத்தில் பிராமணரல்லாத பல்வேறு சக்திகளும் கட்சி, சாதி, கருத்தியல் போன்றவற்றைத் தாண்டி ஒன்று சேரும் வாய்ப்பு வந்தது.[7] பெரியாரின் தீவிர நாத்திகத்தால் விலகியிருந்த சைவர்களும் பல்வேறு அமைப்புகளில் செயற்பட்டுவந்த தமிழ் அபிமானிகளும் தமிழைக் காப்பதற்காக ஒன்றுகூடியபோது அதற்கு எதிராக ராஜாஜி என்னும் பிராமண வடிவத்தை முன்வைத்து அதுவரையிலும் தாம் பேசிவந்த பிராமணரல்லாதோர் கருத்திற்கு ஒப்புதலைப் பெற்றுக்கொண்டார் பெரியார். பிராமண எதிர்ப்பு நியாயப்பாட்டிற்குத் தமிழ் அடையாளமே வாய்ப்பை ஏற்படுத்தித் தந்தது. ஆனால், இத்தமிழ் அடையாளம் அறிவார்ந்த புலப்பாடாக இல்லாமல் பெரும் உணர்ச்சிகரமாக மாற்றப்பட்டுப் மக்கள் திரட்சி கேள்விகளற்று ஒன்றுசேர்ந்தபோது புதியவகைத் தமிழ் அடையாளம் பரிணமித்தது.[8] இவ்வாறு சைவத் தமிழறிஞர்களிடமிருந்து வெகுமக்கள் திரட்சியும் அவர்கள்மூலம் வெளிப்பட்ட உணர்ச்சியும்தான் போராட்ட பலனைப் பெரியாருக்கு கைமாற்றித் தந்தன. இம்மக்கள் திரட்சி பெரும்பான்மையும் அடிநிலை வகுப்பு சார்ந்ததாகவே இருந்தது.

ஆனால், பின்னால் போராட்டத்தில் ஈடுபட்ட அடிநிலை வகுப்பினர் பிரதிநிதிகள் உரிய முறையில் அரவணைத்துச் செல்லப்படவில்லை. போராட்டத்தின் உச்சத்தில் (1939) கட்சி என்ற நிறுவனமாக உருப்பெற்ற திராவிடர் கழகத்தில் சுயமரியாதை இயக்க காலத்திலிருந்து வந்த பலரும் இல்லாமல் போயினர்.

புதிய மாற்றங்களினூடாகக் கட்சியில் பல்வேறு வகுப்பினரும் செல்வாக்குப் பெற்றனர். அவ்வருகைக்கேற்ப கட்சியின் கொள்கையும் பிரதிநித்துவமும் வரையறைக்கு ஆளானது. தாளமுத்து இரங்கல் கூட்டத்தில் பெரியாருக்கு இருபுறமாகவும் நிற்கக்கூடிய இரண்டு வகுப்பினர் என்று அண்ணாதுரையால் கூறப்பட்டோரில் ஒரு வகுப்பான தலித்துகளில் ஒருவர்கூடக் கட்சியின் முக்கியப் பொறுப்பில் இல்லாமல் போயினர். நீதிக் கட்சியின் தலைவராக பெரியார் நியமிக்கப்பட்டப் பின்னால் 24, 25.08.1940 ஆகிய நாட்களில் தென்னிந்திய நலஉரிமைச் சங்க 15வது மாகாண மாநாடு திருவாரூரில் நடந்தது. இம்மாநாட்டில் மீனம்மாள் உள்ளிட்ட தலித் ஆளுமைகள் எவருக்கும் பிரதிநிதித்துவம் இல்லை. அவர்கள் பங்கேற்றதாகவும் தெரியவில்லை. ஆனால் மாநாட்டை வாழ்த்தி பலரும் அனுப்பி வாழ்த்துக் கடிதங்களில் எம்.சி. ராஜாவும் மீனம்மாளும் இடம்பெற்றிருந்தனர். இந்தி எதிர்ப்புக் கிளச்சியில் சிறைப்பட்டு சிறையிலேயே உயிர்துறக்க நேர்ந்த வீரத்தோழர்கள் நடராஜன், தாளமுத்து ஆகியவர்கள் முடிவுக்காக இம்மாநாடு வருந்துவதோடு தனது ஆழ்ந்த அனுபதாபத்தைத் தெரிவித்துக் கொள்கிறது என்று தீர்மானம் நிறைவேற்றப்பட்ட அம்மாநாட்டில் அறிவிக்கப் பட்டத் தலைவர், உபத்தலைவர், காரியதரிசி, கூட்டுக் காரியதரிசி, பொது ஆர்கனைசர், மொழிவாரி ஆர்கனைசர்கள், ஜில்லா பிரதிநிதிகள் என எவற்றிலும் தாழ்த்தப்பட்டோரின் பிரதிநிதித்துவம் இல்லாமல் இருப்பதை பார்க்க முடிகிறது. இந்த இடைவெளி ஏன் ஏற்பட்டது என்பது குறித்து நிதானமான ஆய்வுகள் தேவைப்படுகின்றன.

இக்காலத்தில் எழுப்பப்பட்ட திராவிட நாடு கோரிக்கை பற்றி எழுதிய மெயில் ஏடு அக்கோரிக்கைக்கான காரணத்தை குறிப்பிட்டுவிட்டு திராவிடர் கழகத்தின் சமூகக் கண்ணோட்டம் பற்றி எழுதியது. அதில் இது எல்லா வர்க்கத்தினருக்கும் வகுப்பினருக்கும் சாதியினருக்கும் சமூக பொருளாதார அரசியல் உரிமையோடு கூடிய சமவாய்ப்பு வழங்க வேண்டும் என்றும் அதேபோல உயர்சாதியினருக்கு வழங்கப்படும் மரியாதையும் மதிப்பும் தாழ்த்தப்பட்டோருக்கும் அளிக்கப்பட வேண்டும் என்றும் வலியுறுத்தி இருந்தது. ஆனால், இந்தி எதிர்ப்புப் போராட்டம் வழியாக நிறுவனப் பண்பை பெற்ற கட்சியில் தலித்துகள் இல்லாதது அல்லது பிறசாதியினர் ஆதிக்கத்தால் தலித் இருப்பு பின் தள்ளப்பட்டது என்பதே மெயில் ஏட்டின் இக்கூற்று மூலம் வெளிப்படுகிறது.

அடிக்குறிப்புகள்:

1) இந்தி எதிர்ப்புப் போராட்டத்தில் மீனாம்பாள் பங்களிப்பு பற்றிக் கிடைக்கும் ஒரே தலித்தரப்பு ஆதாரம் அவருடைய ஒரு நேர்காணல் மட்டுமே. அந்நேர்காணல்கூட நீதிக்கட்சிப் பவளவிழா மலருக்காகத் திராவிடர் கழகம் சார்பாக எடுக்கப்பட்டதென்பது குறிப்பிடத்தக்கதாகும். முழுநேர்காணல் – சொ. பாக்கியராஜ் தொகுத்த விடுதலைப் பதிவுகள் என்னும் நூல் (மார்ச் 2012, கழகம் வெளியீடு, சென்னை–2)

2) மீனாம்பாள் பங்கு பற்றிய கூடுதல் தகவல் அனைத்தையும் தமிழில் தரும் நூல்: நம்பியாரூரன் எழுதிய ஆங்கில நூலின் தமிழாக்கமான தமிழ் மறுமலர்ச்சியும் திராவிடத் தேசியமும் என்னும் நூல். மொழி பெயர்ப்பு: க. திருநாவுக்கரசு, முத்துக் கிருஷ்ணன், 2009, ஆரூரன் பதிப்பகம், சென்னை–4.

3) மேலதிக விவரம் இல்லாத இதை அன்பு பொன்னோவியம் தன் கட்டுரை ஒன்றில் கூறுகிறார் (அறவுரை, 1993).

4) இத்தவறான வரிசை குறித்தும் மொழிப்போரில் முதலில் இறந்தது நடராசன் என்ற தாழ்த்தப்பட்டவரே என்பதைக் குறித்தும் ரவிக்குமார் தாழ்த்தப்பட்டோரும் மொழிப் போரும் என்ற கட்டுரையில் விவரித்துள்ளார்.

5) மா. இளஞ்செழியன் எழுதிய தமிழன் தொடுத்த போர் – முதல் இந்தி எதிப்புப் போராட்ட வரலாறு (இரண்டாம் பதிப்பு – 1986, பெரியார் சுயமரியாதைப் பிரச்சார நிறுவன வெளியீடு) என்னும் நூலில் மட்டும் இப்படம் இடம்பெற்றுள்ளது. ஆனால் இப்படம் பற்றி மேலதிக விளக்கம் நூலாசிரியரால் தர முடியவில்லை.

6. பட்லர்களுக்கு இந்த அளவிற்கு வாய்ப்பு இருந்திருக்குமா? என்று தெரியவில்லை. ஆனால், பட்லர்கள் பற்றி ஆய்வுகள் எதுவும் நடைபெறவில்லை என்பது குறிப்பிடத்தக்க விசயம். குறிப்பாக ஐரோப்பியர் வீடுகளிலும் பணியிடங்களிலும் தங்குமிடங்களிலும் பணியாற்றிய சமையலர்கள் பிற பணியாளர்கள் ஆகியோரின் வாழ்வு பற்றி அதிகம் யாரும் யோசிக்க முன் வந்ததில்லை. தாழ்த்தப்பட்டோரின் நவீன அரசியல் வாழ்வில் இப்பணியின் தாக்கம் கணிசமானது. ஆங்கிலம், உணவு, உடை, அதிகார நெருக்கம், முறையான

ஊதியம் என்று வாழ வாய்ப்பளித்த இப்பணியின் மூலம் தத்தம் உறவினர்களை வேலைகளுக்கு கொணர்ந்தனர். சொந்த ஊர்களில் நிலம் முதலியவற்றை வாங்கினர். உள்ளூரின் சீர்திருத்த முயற்சிகளுக்கு முன்கை எடுத்தனர். அதிகாரிகளோடு பேசுதல் என்ற அளவில் ஓர் அதிகார நெருக்கம் இவர்களுக்கு இருந்தது. கிடைத்த இத்தகு வாய்ப்புகளால் 'மேட்டிமை' அணுகுமுறை இருந்திருக்க முடியும். இப்போக்கு தலித்துகளுக்கு உதவ வந்தவர்களுக்கு எரிச்சலைக் கொடுத்திருக்கலாம். இதுபற்றிய பாரதியின் பதிவொன்று போகிறபோக்கில் பட்லர்களைப்பற்றி எரிச்சலோடு சொல்லிச் செல்கிறது. பறையர் என்ற தலைப்பில் எழுதிவரும் பாரதி பறையரைக் கொண்டு பிராமணர் களை அடித்துவிட்டார்களென்று கூறிவிட்டு முதலில் பறையர்களை அரவணைக்க வேண்டும் என்கிறார். அவர் களுக்கு முதலாவது வேண்டியது சோறு என்கிறார். இப்பரிவெல்லாம் கிராமங்களிலுள்ள பண்ணைப் பறையர்களைப் பற்றியதேயல்லாது சென்னைப் பட்டணத்து 'பட்லர்'களைப் பற்றிய பேச்சில்லை என்றும் கூறுகிறார். அதன்மூலம் பட்லர்கள் ஏற்கெனவே சோறு உள்ளிட்ட வசதி கொண்டவர்கள் என்பதும், அவர்களுக்கு உதவ வேண்டியதில்லை என்றும் கூறுகிறார்.

7. போராட்டக்காரர்களைப் பண்பாட்டுப் போக்கினர், அரசியல் போக்கினர் என்று இரு போக்கினராகப் பார்க் கலாம். தமிழறிஞர்கள் குறிப்பாக சைவத் தமிழறிஞர் குழுவினரை முதல் வகையினர் எனலாம். இந்தியை சைவத்தின் மொழியான தமிழ் மீதான வடமொழியின் படையெடுப்பாகக் கருதி எதிர்த்தனர். இவர்களின் எதிர்ப்பு அறிவுரீதியாகவும் பிரச்சார அளவிலும் இருந்தன. இந்தி எதிர்ப்பு மக்களைத் திரட்டிய போராட்டமாக மாறும்வரை வளர்த்தெடுத்து சென்றவர்கள் இவர்களே. பிராமண அரசியல் ஆதிக்கத்தை எதிர்க்கும் நோக்கோடு போராட்டத்திற்கு வந்த சுயமரியாதை இயக்கம் மற்றும் அதன் ஆதரவாளர்கள் ஆகியோரை இரண்டாம் போக்கினராகக் கூறலாம். இவர்களே மக்கள் திரளை நோக்கி செல்லும் அமைப்பாக்க வாய்ப்பைப் பெற்றிருந்தனர். முதல் வகையில் பண்பாட்டுத் தூய்மை பேசி சமூக சீர்திருத்த வாய்ப்புகளைக் காண மறுத்தனர். இரண்டாம் வகையினர் உடனடி அரசியல் நோக்கம் என்பதைத் தாண்டி பிரச்சினையின் பண்பாட்டு

ஆழத்தை மக்களிடம் கொண்டு செல்லாமல் உணர்ச்சி அடிப்படையில் திரளச் செய்தனர். அதில் பண்பாட்டு நிலையினரைவிட சீர்திருத்த நோக்குடையவர்களையே சாதகமாகப் பார்க்க முடிகிறது. இதனாலேயே சீர்திருத்தம் பேசியவர்களிடம் தலித்துகள் நெருக்கமாகின்றனர். அதனால்தான் நீதிக்கட்சி தோழமையோடு இந்தி எதிர்ப்புப் போராட்டத்தில் அவர்கள் பங்கெடுத்தனர்.

8. பிராமணர் எதிர்ப்பு அரசியல் வெகுமக்கள் ஏற்பை பெற்றதில் இந்தி எதிர்ப்புப் போராட்டத்திற்கு முக்கிய இடமுண்டு. பொதுவாகவே உயர்சாதியினர் தவிர அடிநிலை சாதியினர் பலரும் பிராமணர்களை விலக்கிய கலாச்சார வாழ்வு கொண்டவர்களாகவே இருந்தனர். எனவே, அதிகார நோக்கில் பிராமண எதிர்ப்பு பேசிய மேட்டிமை சாதியினரும் பண்பாட்டு நிலையில் பிராமணரை விலக்கியிருந்த அடிநிலைச் சாதியினரும் பிராமண எதிர்ப்புக்காகச் சந்திக்கும் சந்தர்ப்பம் உண்டானது. அதுவரை தமிழ் போன்ற பண்பாட்டு அடையாளங்கள் பற்றிப் பேசாதிருந்த பிராமண எதிர்ப்புக் கருத்து நிலையினரும், பிராமண எதிர்ப்பு பற்றிப் பேசா திருந்த தமிழ்ப்புலமை குழத்தினரும் இத்தருணத்தில் ஒருவரையொருவர் கருத்தளவில் இணைத்துக்கொண்டனர். தமிழ் பற்றிக் கவனம் காட்ட தேவையில்லாதிருந்த அரசியல் பணியை மேற்கொண்டிருந்த மீனாம்பாள் பிராமண எதிர்ப்பு நிலையிலிருந்து தமிழ்நோக்கி வந்ததை இவ்வாறே புரிந்துகொள்ள முடியும். 1937க்கு முன்பு பெரியாரும் தமிழ்மொழி அடையாளத்தைப் பேசியவரில்லை. பிராமண எதிர்ப்புக் கருத்தியலைப் பரவலாக்கியதில் இப்போராட்டத்தைச் சரியாக இனங்கண்டு பயன்படுத்தி னார் எனலாம். போராட்டம் நடந்து வந்தபோதே வேறு அரசியல் காரணங்களால் ராஜாஜி தலைமையிலான காங்கிரஸ் அமைச்சரவை 1939 அக்டோபர் 27ஆம் நாள் பதவி விலகியது. அதேவேளையில் கட்டாய இந்தி விலக்கப்படவில்லை. ஆனால் இந்தி எதிர்ப்பு கிளர்ச்சி தற்காலிகமாக நிறுத்திவைக்கப்படுவதாக அறிவித்தார் பெரியார். நீதிக்கட்சி பிரிட்டீஷ் அரசுக்கு நிபந்தனையற்ற ஆதரவு தெரிவிப்பதாகவும் எந்தவிதமான போராட்டமும் நடத்தபோவதில்லை என்றும் பெரியார் கூறினார். அவருக்கு ராஜாஜி தலைமையிலான பிராமணிய அரசுதான் முக்கிய இலக்காக இருந்தது. அக்கருத்தை மக்கள் மயப்படுத்த

இப்போராட்டம் உதவியது என்ற அளவில் அதை அவர் புரிந்திருந்தார். இந்தி நீக்கப்படாதபட்சத்தில் இந்தி எதிர்ப்பு வாரியம் கலைக்கப்பட்டதை ஈழத்து சிவானந்த அடிகள், தருமாம்பாள் உள்ளிட்டோர் எதிர்த்தனர். போராட்டத்திற்கு விதையாக இல்லாத நிகழ்ச்சிக்கோ போராட்டத்திற்கோ தலைமை ஏற்காத ஒருவர் போராட்டக் காரணம் நிறைவடையாத நிலையில் தன்னிச்சையாக முடிவெடுத்து அறிவித்தமை தவறு என்று அவர்கள் பெரியாரை விமர்சித்தார்கள்.

காலச்சுவடு, ஜூலை 2012

பின்னிணைப்பு

கொடியேற்றுவிழா (திருமதி. மீனாம்பாள் சிவராஜ்)

சித்திரபானு ஆண்டு ஆடித்திங்கள் 17ஆம் நாள் (1.8.1942 சனிக்கிழமை காலை 10.30 மணிக்கு மதுரை புதுமண்டபத்தின் முன் பாண்டியன் கொடியாகிய மீனக்கொடியையும், சேர, சோழ பாண்டியராகிய தமிழ்நாட்டு மூவேந்தர்களுடைய (வில், புலி, மீன்) முக்கொடியையும் ஏற்றுவித்து விழாவை மிகவும் சிறப்புற நடாத்திவைத்த திருமதி. மீனாம்பாள் சிவராஜ் அவர்கள் ஆற்றிய சொற்பொழிவு.

சகோதரிகளே! பெரியோர்களே!

அறிஞர்கள் என்றும் இங்கேயே கூடுவதால் கூடல், கூடல் மாநகர், கூடலம்பதி என்று திருப்பெயர்கொண்ட இம்மதுரை மாநகரில், இன்றும் பல அறிஞர்கள் கூடி அடியாளுக்கு ஓர் திருப்பணியைக் கொடுத்திருக்கின்றீர்கள். அதனை மகிழ்ச்சியுடன் ஏற்றுக்கொள்கிறேன். இன்று ஆரம்பமாகும் முத்தமிழ் மாநாட்டின் முதற்பணியாகிய மீனக்கொடியை உயர்த்தவேண்டிய தொண்டை எனக்கு இம்மாநாட்டினர் அளித்தது ஒரே ஒரு காரணம் பற்றியே என்று எனக்கு நன்கு தெரிகிறது. என்னுடைய பெயர் மீனாம்பாள். அதனால் மீனக்கொடியை உயர்த்தும் பணியை எனக்குக் கொடுத்திருக்கின்றீர்கள். எனது நன்றி உரியதாகுக.

இனி இம்மீனக் கொடியின் தத்துவமென்ன? இங்கு ஏன் அதனை உயர்த்தவேண்டும்? என்ற காரணங்களை உங்கள் முன் எடுத்துக்கூறுவது சற்று கடினமான காரியமேயாம்.

இறைவனே பல்வேறு வடிவாகத்தோன்றிப் பலவித திருவிளையாடல்களைச் செய்த பழம் பெரும்பதி இம்மதுரை மாநகர் … … … பாண்டிய மன்னர்களின் ஆட்சியும் கீர்த்தியும் நிலைத்து நிற்கச் செய்தது இம்மதுரை மாநகர். தேவர்களின் சாபத்தையும் பழியையும் தீர்த்து வைத்தது இம்மதுரை மாநகரம். இம்மதுரையை என்றும் தலைநகரமாகக் கொண்டு ஆட்சிகோலமுற்பட்டவர்களும் முதல் ஆட்சி புரிந்தோர்களும் பாண்டிய மன்னர்கள் தான் என்பது சரித்திரங்கண்ட உண்மை. பண்டைய மன்னர்கள் என்பதின் மருஊ பாண்டிய மன்னர்கள் என வழங்கலாயிற்று. அத்தகைய பாண்டிய மன்னர்கள் பலரையும், புலவர்கள், புரவலர்கள், வள்ளல்கள் முதலியவர்களையும் தன்னகத்தே கொண்டிருந்தது இம்மதுரை யம்பதி என்பதை நினைக்கையில் என்னை அறியாமலே என் உள்ளம் இறுமாப்படைகின்றது.

“வாசமான தென்பாண்டி நன்னாடு – மதுரை
நாட்டில் வளரு மின்னாடு”

என்று கண்ணுடையம்மன் பள்ளுவில் கூறப்பட்டிருக்கிறது. அதாவது பாண்டிய ராஜ்யமும், பாண்டிய வம்சமும் கீர்த்தி பெற்றோங்குவதற்கு ஆதாரமானது இம்மதுரை மாநகர் தான் என்பதை வலியுறுத்திக் கூறலாம்.

தடாதகைப் பிராட்டியார் தோன்றத் தலம் செய்து பேறுபெற்றது; நக்கீரரோடு பரமசிவன் வாது செய்தது; இந்திரன் பழிதீர்த்தது; பத்தினிக்கடவுள் கண்ணகிதேவியின் கற்பிலக்கணத்தை எடுத்துக்கூறும் நிகழ்ச்சிகள் முதலியவைகள் நடைபெற்றதுமாகிய இத்திருத்தலத்தில், தமிழை வளர்த்த வள்ளல்: பாண்டித்துரை தேவர்கள் முதலியவர்கள் வாழ்ந்த இந்த நல்ல நகரில், இத்தகைய முத்தமிழ் மாநாடு நடைபெறுவதும் அதற்கு முதல் காரியமாக மீனக்கொடியாகிய பாண்டியக் கொடியை உயர்த்தி வைப்பதும் மிகவும் பொருத்தமான காரியமே.

இனி இம்மீனக்கொடியின் சரித்திரத்தைப் பற்றியும் சில மொழிகள் கூற விரும்புகிறேன். ஒவ்வொரு மன்னரும் ஒவ்வொரு அடையாளமிட்ட கொடியைத் தங்கட்கு விருதாகக்கொள்வது அன்றும், இன்றும் ஏற்பட்டதோர் நியதி. பாண்டிய மன்னர்கள் மீன் … … … குரிய சரித்திர நிகழ்ச்சிகள் போதியவாறு கிடைக்காவிடினும், அனுபவ ஆதாரமும், புராண ஆதாரமும் அநேகம் இருக்கின்றன. இம்மதுரையம்பதியின் சக்திக் கடவுளாக விளங்கும் அம்மையின் திருபெயர் “மீனாட்சி”

என்பதாகும். இது வடமொழி உச்சரிப்பு. அட்சி என்றால் கண்கள். மீன்–அட்சி–மீன் போன்ற கண்களையுடையவள் மீனாட்சி என்பதாகும். "கயல் கண்ணி" என்று தமிழ் மொழியில் கூறுவது மிகப் பொருத்தமாகும். கயல் கண்ணுடைய அம்மன் தங்கள் குலதெய்வமாதலால் கயலை – அதாவது மீனைத் தங்கள் கொடியில் குறித்துக்கொண்டனர்போலும். மீன் தனது சிறு குஞ்சுகளுக்கு இரை கொடுக்காமல் தனது கருணைக் கண்களோடு குஞ்சுகளைப் பார்க்குமாம். உடனே குஞ்சுகளின் பசி தீர்ந்துவிடுமாம். அதனைப் போன்றே கயல் கண்ணியினுடைய கருணை நோக்கம் பட்டதும் உலக மக்கள் பசிப்பிணியும் பவப்பிணியும் அற்றுவிடும் என்பதற்காக, கருணையும், அழகும்கொண்ட கண்களையுடைய மீனைத் தங்கள் கொடியில் இருத்தச் செய்திருக்கலாம் பாண்டிய அரசர்கள்.

வேறொன்றையும் எடுத்துக் காட்டலாம். அக்காலத்தில் பொருள் அதிகமாகக் கிடைக்கின்றதோ, எப்பொருள் அதிகமாக மதிக்கப்படுகின்றதோ அதனையே தங்கள் சின்னமாகக் குறித்துக் கொள்ளப்படுவது பண்டைய மன்னர்களுடைய வழக்கம். உதாரணமாக யானைகளைத் தங்கள் நாட்டில் அதிகமாகவுடைய அரசர்கள் யானையைத் தங்கள் கொடியிலும், சங்கு உற்பத்தியை அதிகமாகக் கொண்ட கொச்சி நாட்டின் மன்னர்கள் சங்கு அடையாளத்தைத் தங்கள் கொடியிலம், நாணயங்களிலும் முத்திரையிட்டுக்கொள்வதையும் காண்கின்றோம். அதுபோன்ற கடற்கரையை அதிகமாகக் கொண்ட பாண்டிய தேசத்தில் அக்காலத்தில் மீன் பிடித்தல் என்ற தொழில் அதிகமாக இருந்திருக்கிறது. அரசனுக்குத் திறைகூட பிடித்த மீனில் ஆறில் ஒரு பங்கு அளவையிட்டுக் கொடுத்ததாகவும் தெரிகிறது. தங்கள் வருமானத்திற்கு முக்கிய காரணமான மீனைத் தங்கள் கொடியில் பாண்டிய மன்னர்கள் குறித்திருக்கலாம்.

……… தில் கூறுகிறது. கயல் கண்ணி அம்மை மீன் பிடிப்போர் குலத்திலும் அவதரித்துப் பரமசிவனை மணந்திருக்கிறான்.

ஆய பட்டினத் தொருவன்றே லாற்றிய தவத்தால்
தூய வானவர் தம்மினுக் தூயனாய்ச் சிறிது
தீய தீவினைச் செய்தியாற் றிண்டிமில் வாணர்
மேய சாதியிற் பிறந்துளான் மேம்படு மனையான்.

ஆயபட்டினத்தொருவன் என்று கவிக்குடையார் கூறுகின்றார். பட்டினம் என்று அக்காலத்தில் கட்டுரையை அடுத்துள்ள

நகரங்கட்கு வழங்கப்பட்டு வந்தன. உதாரணமாக இப்போதும் சென்னைப் பட்டினம், காவேரிப்பட்டினம், நாகப்பட்டினம் முதலிய நகரங்கள் கடற்கரையையே அடுத்துள்ளதைக் காணலாம். கடற்கரையோரம் வதியும் மீன் பிடிப்போர்க்குப் பட்டினத்தார் என்ற பெயரும் வழங்கப்பட்டு வருகிறது. அத்தகைய பட்டினத்தார் குலத்தில் உற்பவித்த மீனாட்சி அம்மையைச் சிவபிரான் திருமணம் செய்துகொண்டார். பட்டினத்தார் குலத்திற் பிறந்த கயற்கண்ணியைச் சிவபிரான் மணந்து கொண்டதின் காரணமாகச் சிவனடியார்களான பாண்டியர்கள் மீனைத் தங்கள் நொடியில் பதிப்பித்துக்கொண்டனர் போலும். அன்றி கயற்கண்போன்ற கண்களை யுடைய மீனாட்சி அம்மனின் மீது ஏற்பட்ட பக்திக்கு அடையாளமாகத் தங்கள் நொடியில் மீனைச் சின்னமாகக் குறித்திருக்கலாம்.

திருவிளையாடல் புராணத்தில் மற்றுமோர் ஆதாரம் காணப்படுகிறது. இந்திரனுக்கு ஏற்பட்ட பழியைத் தீர்த்துக்கொள்ள ஆலவாய்க் கடவுளை இந்திரன் வணங்கி வந்தான். மதுரைச் சொக்கநாதர் பழியைத் தீர்த்து இம்மதுரையம்பதியை ஆள அருளினார். அவனுக்குப் பண்டைய மன்னன் என்று திருநாமமிட்டுக் கொடிச் சின்னமாக மீனைக்குறித்தனர் என்றும் காணப்படுகிறது. அம்மீனினுடைய கண்களைப் போன்ற கயற்கண்ணி, இந்திரனுகுப் பிறகு அண்ட மலையத்துவஜ பாண்டியனுக்கு மகளாகப் பிறந்து சிவமூர்த்தியால் ஆளப்பட்டனர். இத்தகைய பழம் பெருமைவாய்ந்த மீனக்கொடியை பாண்டிய மன்னர்கள் என்றும் உயர்த்தி வந்தார்கள். அதனைக் காப்பாற்ற வேண்டித் தங்கள் நாடுநகரங்களை இழந்தனர். உயிர் விட்டனர் என்றாலும் உயிரினும் மேன்மையாகக் கொடியைக் கருதினர். இன்றைய நிலை என்ன? ஐந்து வருடத்திற்கொருதடவை, பத்து வருடத்திற்கொரு தடவை இதைப்போன்ற கொடியேற்றும் வைபவம் ஒன்று செய்துவிட்டால் போதுமா? பாண்டிய மன்னன் ஆண்ட இந்நாட்டில், தமிழ் மணத்தை எங்கும்வீசி தமிழ்க்கலையையோங்கச் செய்த இந்நாட்டில், முத்தமிழ்ச் சங்கம் பிறந்து வளர்ந்த இந்நாட்டில் எங்கும் என்றும் ஏன் மீனக்கொடியைப் பறக்கவிடக்கூடாது? தென்நாட்டில் முதன்முதல் தமிழ் மன்னர்களின் ஆட்சிக்கு ஆதாரமாக விளங்கியது மீனக்கொடி. பாண்டிய மன்னர்களையும் பரம்பரையாக நிலவச் செய்து வந்தது மீனக்கொடி, தமிழுலகிற்கும், வெளி உலகிற்கும் தமிழைப் பரவிடச்செய்யும் தமிழ்ச்சங்கத்தை வளரச் செய்தது மீனக்கொடியின் ஆட்சி அல்லவா? இத்தகைய மீனக்கொடி

இங்கு எங்கோ ஒன்றிரண்டுதானே காணப்படுகின்றது! ஏன், பாண்டிநாட்டிலுள்ள தேவாலயங்கள், பொதுஇடங்கள், வியாபாரஸ்தலங்கள் போன்ற இடங்களில் மீனக்கொடியைப் பறக்கவிடக்கூடாது?

நாங்கள் பாண்டிய நாட்டினர், பரம்பரையினர், வீரமரபினர், சிவன்படையினர் என்று பெருமை பாராட்டிக்கொள்ளும் தமிழர்கள், இனியாவது புனித மீனக்கொடியை வீட்டிற்கு வீடு, தெருவிற்குத் தெரு நிலைநாட்டி வணங்கி வரும்படி வணங்கிக் கேட்டுக்கொள்ளுகிறேன். கயற்கண்ணி அம்மையார் துணையிருந்து இம்மாநாட்டைச் சிறப்பாக நடந்தேற்றுமாறு அருள்புரிய வேண்டுமென வணங்கி இப்புனிதக்கொடியை உயர்த்துகின்றேன். வாழ்க பாண்டியன் கொடி! வாழ்க தமிழ்க்கொடி!! வாழ்க மீனக்கொடி!!!

குறிப்பு: பின்னிணைப்பாக அமைந்துள்ள இப்பொழிவு எளிய சொற்பொழிவுதான். ஆனால் மீனாம்பாள் தமிழ் தொடர்பான மாநாடுக்கு அழைக்கப்பட்டிருக்கிறார் என்பதை அறிந்துகொள்ளும் பொருட்டு ஒரு வரலாற்று பதிவு என்ற முறையில் இணைக்கப்பட்டுள்ளது. இந்தி எதிர்ப்புப் போராட்டக் காலத்திற்குப் பிறகே இம்மாநாட்டிற்கு அவர் அழைக்கப் பட்டிருக்கிறார் என்பது குறிப்பிடத்தக்கது. 1942ஆம் ஆண்டு ஆகஸ்ட் 1, 2 ஆகிய தேதிகளில் மதுரை புதுமண்டபத்தில் நடந்த முத்தமிழ் மாநாட்டின் கொடியேற்றி மீனாம்பாள் இவ்வாறு பேசியிருக்கிறார். இம்மாநாட்டை ஒருங்கிணைத்தவர்கள் யாவர் என்று தெரியவில்லை. ஆனால் இம்மாநாட்டில் பி.டி. ராஜன், இ.மா. கோபாலகிருஷ்ணகோன், இ.ஆ.பெ. விசுவநாதம், கு. அருணாச்சல கவுண்டர் ஆகியோர் கலந்துகொண்டுள்ளனர். முத்தமிழ் மாநாட்டு மலரிலிருந்து இப்பொழிவை எடுத்தளித்தவர் பொ. ராஜா.

8

தங்கை வீரம்மாளும் தமையன் வீராசாமியும்

திருச்சி விமான நிலையத்திற்கு எதிரேயுள்ள சாலையில் சென்று அன்னை ஆசிரமம் என்று கேட்டால் எவரும் வழி சொல்லுகிறார்கள். மகளிர் மேல்நிலைப்பள்ளி, ஆரம்பப்பள்ளி, திக்கற்ற குழந்தைகள் காப்பகம், முதியோர் இல்லம், தொழிற்பயிற்சிப் பள்ளி போன்றவை அமைந்திருக்கும் வளாகத்திற்குத்தான் அன்னை ஆசிரமம் என்று பெயர். பழையதும் புதியதுமான கட்டடங்களைக் கொண்ட நாலரை ஏக்கர் வளாகம் நிதானமாக இயங்கிகொண்டிருக்கிறது. அரசு உதவி பெறும் மகளிர் மேல்நிலைப்பள்ளியாக மாறியிருக்கும் இதில் எளிய குடும்பங்களைச் சேர்ந்த மாணவிகளுக்கே முதலிடம் தரப்படுகிறது. கட்டணம் குறைவு என்பதோடு வருடத்திற்கு 98 விழுக்காடு தேர்ச்சியை எட்டும் அளவிற்குக் கற்பித்தல் முறையும் தரமாக இருக்கிறது என்பதே இதற்குக் காரணம். திக்கற்ற குழந்தைகள் இல்லத்தில் தற்போது 150பேர் தங்கிப் படிக்கின்றனர். முதியோர் காப்பகத்தில் 50க்கும் மேற்பட்டோர் தங்கவைக்கப்பட்டுள்ளனர். இவை தவிர தையற்பயிற்சி, கணினி, ஸ்போக்கன் இங்கிலீஷ் வகுப்புகளும் தனியே நடந்துவருகின்றன.

1954ஆம் ஆண்டு வீரம்மாள் என்ற பெண்ணின் வீட்டுத் திண்ணையில் சிறு பாலர் பள்ளியாக ஆரம்பித்த முயற்சிதான் இன்றைக்கு விரிந்து அன்னை வளாகமாக வளர்ந்து நிற்கிறது. அந்தவகையில் இந்நிறுவனத்தின் வயது இந்தாண்டோடு 62. பெண் ஒருவரால் தொடங்கப்பட்டு முழுக்கவும் பெண் களாலேயே நிர்வகிக்கப்பட்டு வருவதுதான் இதன்

தனித்த அம்சம். இந்தவகையில் அன்னை என்றழைப்பது வீரம்மாளையேயாகும். அவர் 2006ஆம் ஆண்டு மறைந்தபோது, அவருக்கு வளாகத்திலேயே சமாதியும் சிலையும் அமைத்து அன்னை ஆசிரமம் என்றழைத்து வருகின்றனர்.

வீரம்மாள்

பெண் ஒருவரால் வளர்த்தெடுக்கப் பட்டது என்பதால் மட்டுமல்ல; சாதி மறுப்பின் ஓர்மையோடு தொடங்கப் பட்ட பயணம் என்பதாலும்தான் இதன் வரலாறும்அதனூடாகக் கிடைக்கும் அனுபவங்களும் நமக்கு முக்கியமாகின்றன. ஆனாலும், தமிழ்நாட்டுச் சமூக அரசியல் வரலாற்றில் மட்டுமல்ல பெண்ணிய தலித்திய சொல்லாடல்களிலும் வீரம்மாளின் பெயரோ அவர்போன்று இக்கட்டான காலகட்டத்தில் ஒடுக்கப் பட்டோரிடையே கல்விப் பணியாற்றியவர்களின் அனுபவங்களோ இடம்பெறறதில்லை. (தமிழகத்தில் அறியப் பட்டிருக்க வேண்டிய அவர் பற்றிய எழுத்து ரவிக்குமாரும் அழகரசனும் தொகுத்து *Oxford University Press* வெளியீடாக வந்த *'Tamil Dalit Writing' (2012)* என்ற ஆங்கிலத் தொகுப்பில் மட்டுமே இடம்பெற்றது. வீரம்மாள் பற்றி மேலும் அறிய உதவியவர் கவிஞர் புதுச்சேரி மதியழகன்). இப்போக்கிற்கான காரணங்கள் எனச் சிலவற்றைக் கூற முடியும். ஆவேசம், கோஷம், திரட்சி ஆகிய கண்ணுக்குத் தெரிந்து உடனடிப் பலன்களைத் தரக்கூடிய அரசியலைத் தேர்ந்தெடுத்துப் பேசுவது மட்டுமே வரலாற்றாக்கப்பட்டிருக்கும் நிலையில் கல்விபோன்ற கண்ணுக்குப் புலப்படாத நிதானச் செயற்பாடுகளுக்குப் போராட்டம் என்ற மதிப்பைத் தருவதற்கு யாரும் யோசிப்பதில்லை. தங்களின் இல்லாமையையும் இழிவையும் மாற்றிக்கொள்ளக்கூடிய வகையில் ஒடுக்கப்பட்டவர்களே செய்துகொண்ட சுய ஏற்றங்களுக்கு யாரும் இங்கே முக்கியத்துவம் தருவதில்லை. காரணம், அது தலித்துகளைக் கைத்தூக்கி விட்டதாகக்கூறி அரசியல் செய்ய விரும்பும் புதிய கருணையாளர்களுக்கான வாய்ப்பை இல்லாமல் செய்துவிடுகிறது. 60 ஆண்டுக் காலம் என்ற அளவில் நீடித்து நிற்கும் வீரம்மாளின் கல்விப் பயணம் தமிழக ஒடுக்கப்பட்டோர் போராட்ட வரலாற்றின் முக்கியமான அங்கம். தங்கள் மீதான புறக்கணிப்புக்கு எதிராகப் போராடுதல் என்ற எதிர் மறைச் செயற்பாட்டால் மட்டுமல்ல; கல்வி போன்ற நேர்மறையான செயல்பாடுகள் வழியாகவும் இயங்க முடியும் என்பதற்கான வரலாற்று அனுபவங்களே அவை.

வீரம்மாள், அவரின் கல்விச் செயற்பாடுகள் பற்றி நமக்கறியக்

கிடைக்கும் ஒரே ஆதாரம் அவரெழுதிய 'இது என் வாழ்க்கைக் கதை' ('அன்னை ஆசிரமம் வெளியீடு', திருச்சி, *1996*) என்ற சுயசரிதைதான். தலித் சுயசரிதை இலக்கியங்களின் இழிவு, தலித் சாதி வரலாற்று நூல்களின் பெருமை என்ற இரட்டை எதிர்மறைகளுக்கு அப்பால் தன்னை முன்னிறுத்திக்கொள்ளாத தலித் பெண்ணொருவரின் அனுபவங்களும் முயற்சிகளும் செயற்பாட்டாளரின் கண்ணோட்டத்தில் இந்நூலில் எளிமை யாகச் சொல்லப்பட்டுள்ளன. என்னைப் போன்ற சாதாரண ஏழைக் கிராமத்துப் பெண்ணும் முயற்சியால் தன்னால் முடிந்த வரை சேவை செய்ய முடியும் என்பதைக் காட்டுவதற்காக இதை எழுதினேன் என்று இந்நூலின் முன்னுரையில் வீரம்மாள் குறிப்பிடுகிறார்.

❍

*1924*ஆம் ஆண்டு மே மாதம் *16*ஆம் தேதி திருச்சிக்கு அருகிலுள்ள திருப்பராய்த்துறையில் விவசாய வேலையோடு ரெயில்வே கேங்க் மேஸ்திரி வேலையையும் செய்துவந்த வேம்பு மேஸ்திரி என்பவரின் மகளாக வீரம்மாள் பிறந்தார். குழந்தைகளைப் பள்ளியில் சேர்ப்பதற்காக ஆசிரியர்களே வீடுவீடாகத் தேடிச்சென்று பேசுவதும் குழந்தைகளுக்கு மிட்டாய் தந்து மெல்ல பள்ளிக்கு அழைத்துச்செல்வதும் அக்காலத்தின் சேர்க்கை வழிமுறைகளில் ஒன்று. இப்படித்தான் வீரம்மாள் ஆரம்பப் பள்ளியில் சேர்க்கப்பட்டார். படித்த *32* பேரில் அவர் மட்டுமே பெண். அவர் நடுநிலைப்பள்ளிக்குச் செல்லத் தொடங்கியிருந்த வேளையில் காந்தியின் அரிஜன சேவா சங்கப் பணிகள் பரவலாகிவந்தன. கிராமத்திலிருந்து மூன்றரை மைல் தூரமிருந்த ஜீயர்புரம் நடுநிலைப்பள்ளிக்கு நடந்தே சென்று படித்த வீரம்மாளை அரிஜன சேவா சங்கத்தோடு தொடர்புகொண்டிருந்த தலைமை ஆசிரியரான வெங்கடராமசர்மா அரவணைத்தார். வீராயி என்ற இயற்பெயரை வெங்கடராம சர்மாவே வீரம்மாள் என்று மாற்றியதாக வீரம்மாள் குறிப்பிடுகிறார். மேலும் திருச்சி மாவட்ட அரிஜன சேவா சங்கத் தலைவரை கல்வி உதவி தொடர்பாக வீரம்மாள் சந்தித்துப் பேசவும் அவர் உதவினார். அவர் வீரம்மாளின் ரயில் பாஸுக்கும் புத்தகங்களுக்கும் தக்கர் பாபா நிதியைப் பெற்றுக்கொடுத்தார். நடுநிலை வகுப்பு முடித்து மேற்கொண்டு படிப்பதற்காகக் குளித்தலை அரசு உயர்நிலைப் பள்ளியில் கட்டணம் இல்லாமலேயே அவர் சேர்த்துவிட்டார். படிப்பின் மீதிருந்த இயல்பான ஆர்வமும் இதுபோன்ற உதவிகளும் வீரம்மாளுக்குத் தனிவாழ்விலும் சமூக வாழ்விலும் கல்வி மட்டுமே கைகொடுக்கக்கூடிய ஆதாரம் என்ற நம்பிக்கையை ஏற்படுத்தியிருந்தது. அவருக்கு அப்போதே சாதிப் பாகுபாடு

பற்றிய புரிதல் இருந்தது. பள்ளிப் படிப்பை முடித்திருந்த நிலையில் இலங்கைத் தோட்டத் தொழிலிலிருந்து திரும்பியிருந்த தூரத்து உறவினரோடு அவருக்குத் திருமணம் செய்துவைக்கப்பட்டது. பிறகு, திருச்சி வானொலி நிலையத்தில் பேசக் கிடைத்த வாய்ப்பு ஒன்றையொட்டி அங்கேயே வேலையில் சேரும்படி வந்த அழைப்பை ஏற்று வானொலி நிலையக் கலைஞர் பணியில் சேர்ந்தார். பெரும் பாலும் பிராமணர் உள்ளிட்ட உயர்சாதி யினர் செல்வாக்கோடு இருந்த அந்நிலையத் தில் ஒடுக்கப்பட்ட வகுப்புப் பெண்ணாக நுழைந்த இவர்மீது சாதிய ஏச்சுப் பேச்சுகள் வெளிப்பட்டன. இதைப் பற்றி எழுதும் வீரம்மாள், தான் கற்றிருந்த கல்வி தந்த ஆற்றல்தான் இதுபோன்ற அனுபவங்களைத் தாண்டும் மனதைரியத்தைத் தனக்குத் தந்திருந்தது என்கிறார்.

தொண்டு வீராசாமி

மெல்லமெல்ல கணவரின் குடிப் பழக்கமும் குடும்பச் சிக்கல்களும் வீரம்மாளை அலைக்கழித்தன. கணவரை அணுகுவதில் மரபான பெண்ணாக விளங்கிய அவர் 1948 ஆம் ஆண்டு அதாவது 24 வயதில் தன்னை அலங்கரித்துக் கொள்வதை விடுத்தார்; வீட்டில் வைத்து வணங்கிவந்த கடவுளர் படத்தையும் அகற்றியிருந்தார். அதன்பின் பெரியார் இயக்கத்தின்பால் நாட்டம் கொண்டார். இக்காலத்தில் அவர் பெரியாருக்கு எழுதிய கடிதமொன்று முக்கியமானது. இல்வாழ்க்கைக்கு இன்றியமை யாதவை என்ற பெயரில் நூலொன்று எழுதி அவர் வெளியிட வேண்டுமென்பது அக்கடிதத்தின் சாராம்சம். பிறகு பெரியார் திருச்சி வரும்போதெல்லாம் அவரை வீரம்மாள் சென்று சந்தித்துவந்தார். இரண்டு குழந்தைகள், ஏழு வயது நாத்தனா ரோடு தனியாக வசித்துவந்த அவருக்கு, கல்விப் பணியில் தன்னை ஈடுபடுத்திக்கொள்ள வேண்டுமென்ற எண்ணம் படித்துவந்த இளமைக் காலத்திலிருந்தே இருந்தது. சாதியால் ஒடுக்கப்பட்டவர்களைக் கல்விதான் மேம்படுத்த முடியும் என்று கருதிவந்த அவருக்குக் கணவனைப் பிரிந்து தனியாக வாழ்ந்த இத்தருணத்தில் ஆதரவற்றவர்களுக்கும் அதுவே சிறந்த வழி என்ற எண்ணம் வலுப்பெற்றது. வீரம்மாளின் கணவர் பிறந்த ஊரில் 1943இல் ஆரம்பப்பள்ளியொன்றை நிறுவிய அனுபவம் அவருக்கு இருந்தது. கல்விப் பணியில் அதுதான் அவரின் முதல் முயற்சி. இத்தொடர்ச்சியில் இப்போது திருச்சி நகரத்தில் படிப்பதற்குத் தங்க இடமில்லாமல் அவதிப்படும் தலித் பெண்களுக்கு விடுதி

ஒன்றைத் தொடங்க வேண்டுமெனவும் அதற்குப் பெரியாரின் மனைவி நாகம்மையார் பெயர் வைப்பதெனவும் அவர் முடிவு செய்திருந்தார். ஆனால், அதுபோன்ற விடுதியை அரசாங்கமே அமைக்கவிருந்ததால் அம்முயற்சி நின்றுபோனது. எனினும், அவரின் உதவியை அதிகாரிகள் பயன்படுத்திக்கொண்டனர். இதற்குப் பிறகு கல்விப் பணியில் வேறு திட்டங்கள் பற்றி அவருக்குச் சில முடிவுகள் இருந்தன.

வீரம்மாளின் பக்கத்து ஊரைச் சேர்ந்த காமாட்சி என்னும் உறவுப்பெண் பத்தாம் வகுப்பு முடித்துவிட்டுத் திருச்சி தொலைபேசி நிர்வாக அலுவலகத்தில் எழுத்தர் வேலைக்குச் சேர்ந்தார். அவர் வீரம்மாள் வீட்டில்தான் தங்கி வேலைக்குச் சென்று வந்தார். காமாட்சியோடு சேர்ந்து வீரம்மாள் எடுத்த முடிவின்படி கல்விச் சங்கம் ஒன்றைத் தொடங்குவதென்று முடிவு செய்தனர். தாழ்த்தப்பட்ட வகுப்புப் பெண்களுக்காகக் கல்விச் சேவை செய்ய வேண்டும் என்பது அவர்களின் முதன்மைத் திட்டம். அதற்காக முதலில் எட்டாவது வகுப்பிற்கு மேல் படித்த ஒடுக்கப்பட்ட வகுப்புப் பெண்களை ஒருங்கிணைக்கத் திட்டமிட்டனர். அம்முயற்சியில் தொடர்புக்குக் கிடைத்த பெண்களை வைத்து 1954ஆம் ஆண்டு மே மாதம் தமிழ்நாடு ஷெட்யூல்டு வகுப்புப் பெண்கள் நலச்சங்கம் என்ற அமைப்பைத் தொடங்கினர். இதே வேளையில் அவர் தாழ்த்தப்பட்டோரின் இழிதொழில் மறுப்பு தொடர்பாகப் பெரியாரிடம் அரசியல் ரீதியாக முரண்படுவதாகக் கடிதமொன்று எழுதியதற்குப் பின் அவரைச் சென்று சந்திப்பதை நிறுத்திக்கொண்டார். அதற்குப் பிறகு அரசியல்ரீதியாக அவர் எந்தக் கட்சியோடும் தன்னை முழுமையாக ஒப்படைத்துக்கொண்டதாகத் தெரியவில்லை. இந்நிலையில்தான், அவர் ஆரம்பித்த சங்கத்தையும் எந்த அரசியல் கட்சியையும் சார்ந்தது அல்ல என்றமைத்துக்கொண்டார். சங்க உறுப்பினர்களின் சந்தாத் தொகையைக் கொண்டு இரவுப் பள்ளி, முதியோர் கல்வி வகுப்பு ஆகியவற்றை ஏற்படுத்தினார். சங்கத்தின் தொடக்க விழாவில் அப்போதைய முதலமைச்சர் காமராசர், மத்திய இணை அமைச்சர் மரகதம் சந்திரசேகர் ஆகியோர் கலந்துகொண்டனர். சங்கத்தைக் கட்சி சாராமல் அமைத்துக்கொண்டாலும் அப்போதைய காங்கிரஸ் கட்சியோடு அவருக்கு நெருக்கம் உருவானது. அரிஜன சேவா இயக்கத்தின் தொடர்ச்சி காரணமாக காங்கிரஸ் கட்சிக்குள் தலித் அக்கறைக்கு அரசியல்ரீதியாக இடமிருந்தது. ஏற்கெனவே காங்கிரஸ் தொடர்பிலிருந்த மரகதம் சந்திரசேகர், கிருஷ்ணம்மாள், ஜெகநாதன் ஆகியோருடைய உறவு இவரின் கல்வி முயற்சிகளுக்கு உதவிகரமாய் இருந்தது. பின்னாளில் கல்விப் பணிகள்

நிறுவன நிலையை அடைந்துவிட்டதோடு காங்கிரஸ் கட்சியும் பலவீனமடைந்துவிட்ட நிலையில் வீரம்மாள் இந்த வகையிலான அரசியல் தொடர்புகளிலிருந்தும் முற்றிலுமாக விலகிவிட்டதாகத் தெரிகிறது.

சங்கம் தொடங்கப்பட்ட ஆண்டிலேயே வீரம்மாள் குடியிருந்த வாடகைவீட்டு வராண்டாவில் இலவச பாலர் பள்ளி தொடங்கப்பட்டது. அப்பள்ளியின் ஆசிரியையாக 16 ஆண்டு காலம் அவரும் பணியாற்றினார். இப்பாலர் பள்ளியிலிருந்து வளர்ந்த மரம்தான் இன்றைக்கு அன்னை ஆசிரம வளாகமாகப் படர்ந்து நிற்கிறது. தொடர்ந்து சங்கத்தின் சார்பில் பல்வேறு சமூகநல ஸ்தாபனங்கள் தொடங்கப்பட்டன. இலவசக் குழந்தைகள் காப்பகம், குடும்ப நலப்பணி மையம், சத்துணவு மையம், சிறிய மருத்துவமனை, குழந்தைகள் பொழுதுபோக்கு மன்றம், கைக்குத்தல் மையம், பணிபுரியும் பெண்கள் விடுதி, இலவச முதியோர் இல்லம், உடல் ஊனமுற்ற குழந்தைகள் இல்லம் போன்றவை படிப்படியாக ஆரம்பிக்கப்பட்டுப் பெண்கள் குழுக்களாலேயே நிர்வகிக்கப்பட்டன. ஷெட்யூல்டு வகுப்புப் பெண் களுக்காகத் தொடங்கப்பட்ட இப்பணிகள் பிற வகுப்பைச் சேர்ந்த நலிவுற்ற குடும்பப் பெண்களுக்கும் குழந்தைகளுக்கும் விரிவுபடுத்தப்பட்டது. அவ்வகையில் கல்வி பெற்றுப் பலனடைந் தோர் ஏராளம். நன்கொடைகள் அரசாங்கக் கடனுதவி என்றெல்லாம் திரட்டிய இவர்கள் ஒரு நிறுவனமாக நிலை பெறுவதற்கு உதவி கிடைக்கும்பட்சத்தில் எந்த வாய்ப்பையும் பயன்படுத்திக்கொண்டனர்.

வீரம்மாள் திருச்சி வானொலி நிலையத்தில் பணியாற்றி வந்தபோது, வானொலி நிலைய இயக்குநராக சத்தியபாமா என்பவர் பதவி வகித்தார். திருமணம் செய்துகொள்ளாத அவர் வீரம்மாளைப் பற்றிக் கேள்விப்பட்டுப் பெண்கள் நலச்சங்கத்தில் உறுப்பினரானார். அவர் ஓய்வுபெற்ற பிறகு சென்னை தியோசபிகல் சொசைட்டியின் தொடர்பில் இயங்கிய ஆல்காட் நினைவுப் பள்ளியின் செயலராகப் பணியாற்றிவந்தார். பிறகு, அதை ராஜினாமா செய்துவிட்டு 1986ஆம் ஆண்டு திருச்சி வந்து பெண்கள் நலச் சங்கத்தில் இணைந்து அங்கேயே தங்கிவிட்டார். இன்றைக்கு நிலைபெற்றிருக்கும் அன்னை ஆசிரம வளாகம் வீரம்மாள், காமாட்சி, சத்தியபாமா ஆகிய மூன்று பெண்களின் உழைப்பின் வழியாகவே உருப்பெற்று எழுந்து நிற்கிறது.

1980களின் இறுதியிலும் 1990களின் தொடக்கத்திலும் உருவாகிவந்த பல்வேறு மாற்றங்கள் கல்வித் தளத்திலும் பிரதிபலிக்க ஆரம்பித்தன. சேவை நோக்கோடு ஆரம்பிக்கப்பட்ட

கல்வி நிறுவனங்கள் பலவும் புதிய சூழலுக்கேற்பத் தங்களை மாற்றிக்கொள்ள வேண்டிய தேவை ஏற்பட்டது. அதுபோன்ற சூழலில் அதுவரை கைக்கொண்டு வந்த சேவைசார்ந்த விழுமியங்களோடு மட்டும் செயல்பட முடியாத நிலை உருவானது. மாறாக, சேவை என்கிற 'பிடிவாதத்தோடு' மட்டும் நின்றபோது, தாக்குப்பிடிக்க முடியாமல் தடுமாறின. இந்நிலையில் வீரம்மாள் தொடங்கி நடத்திவந்த கல்விக்கூடங்கள் புதிய சூழலில் தங்களை நிறுவனமாகத் தக்கவைத்துக்கொள்ளப் போராடின எனலாம். இப்போராட்டத்தின் பின்னணியில்தான் இப்போதும் அவை இயங்குகின்றன.

இத்தகைய காலகட்டத்தில் இந்நிறுவனத்தைத் தக்கவைத்த செயற்பாடுகள் சத்தியபாமாவினுடைய தாகவே இருந்திருக்கின்றன. இன்றைய புதிய கட்டடங்கள், மரங்கள், ஆசிரமச் சுற்றுச்சுவர் ஆகியவை அவர் காலத்தில் கட்டப்பட்டன. நன்கொடை பெறுவதற்கான புதிய வாய்ப்புகள், வெளிநாட்டு நிதியுதவிகள் போன்றவற்றைத் தனக்கிருந்த தொடர்புகள் மூலம் சத்தியபாமா ஈட்டினார். தான் தொடங்கிய கல்வி முயற்சி பெரும் நிறுவனமாக மாறிவிட்டதைக் கண்முன்னால் பார்த்துவிட்ட வீரம்மாள் 2016 ஆம் ஆண்டு மரணமடைந்தார்.

தொழில்நுட்பத்தின் வருகைக்குப் பின் நீண்டகாலமாக இயங்கிவந்த அச்சகம் மட்டும் இன்றைக்கு மூடப்பட்டிருக்கிறது. மற்றவை கூடுதல் முன்னேற்றத்தோடு இயங்கிவருகின்றன. நிறுவனமாகப் பதிவுபெற்ற பின்னால் அரசின் நிதி உதவி கிடைத்து வருகிறது. மற்ற செலவுகளைப் பல்வேறு இடங்களில் திரட்டும் நன்கொடைகள் மூலம் ஆசிரமமே கவனித்துக்கொள்கிறது. முதியோர் காப்பகத்தில் இப்போதிருக்கும் 92 பேரில் 30 பேருக்குப் பணம் செலுத்தப்படுகிறது. மற்ற 62 பேரில் 25 பேருக்கு அரசு, பணம் செலுத்துகிறது. 37 பேரை ஆசிரமமே பார்த்துக் கொள்கிறது. எனினும், ஆசிரமத்தின் தற்போதைய செயலாளர் காமாட்சியைச் சந்தித்தபோது, இவற்றை நிறுவனமாக நடத்துவதில் உள்ள சிரமங்களையும் அவற்றை எதிர்கொண்டு வருவதிலுள்ள சவால்களையும் குறிப்பிட்டார். ஒடுக்கப்பட்டோர் மேம்பாட்டுக் கருத்தியலுக்கான கடந்தகாலச் செயற்பாடுகளின் அடையாளமாக இந்நிறுவனம் நம்முன் இன்று எஞ்சி நிற்கிறது.

○

வீரம்மாளின் வரலாற்றைப் படிக்கும்போது, தன் சகோதரர் என்று ஒருவர் பெயரை அடிக்கடி குறிப்பிடுவதைப் பார்க்க முடிகிறது. வீரம்மாள் என்னும் பெயருக்கான ஆண்பால்

சொல்லைப் போன்று அப்பெயர் அமைந்திருக்கிறது. ஒரே சமூகப் பின்னணி, ஒரே மாதிரியான சமூகப்பணி என்பதால் மட்டுமல்ல ஒரே இன்ஷியலாக அமைந்திருந்தாலும் அவர் சகோதரராகத் தானே இருக்க முடியும் என்ற அளவிற்கு அவர்களிடையே ஒற்றுமை காணப்படுகிறது. வீ. வீராசாமி என்பதே அப்பெயராகும். அவர் தொண்டு வீராசாமி என்ற பெயரில் கடந்தகாலத் தமிழக தலித் அரசியல் செயற்பாட்டுத் தளத்தில் அறியப்பட்டவர். வீரம்மாளின் கல்விச் சேவை வரலாற்றில் முக்கிய உந்துசக்தியாக அவர் இருந்தார்.

1919ஆம் ஆண்டு தஞ்சைக்கு அருகிலுள்ள பூதலூரில் பிறந்து திருச்சி தேசியக் கல்லூரியில் இளங்கலைப் படிப்பை முடித்து சமூகச் செயற்பாடுகளை நோக்கி வந்த முதல் தலைமுறைப் படிப்பாளி இவர். இளவயதிலேயே அம்பேத்கரின் கருத்துகளாலும் பிம்பத்தாலும் ஈர்க்கப்பட்ட இவர், தாழ்த்தப்பட்ட மக்களின் மேம்பாட்டுக்குக் கல்வியே வழி என்று நம்பியவர். பிற்காலங்களில் தாழ்த்தப்பட்ட மாணவர்களுக்கென்று விடுதிகளையும் பள்ளிகளையும் ஏற்படுத்தினார். வீரம்மாளும் வீராச்சாமியும் சாதி என்ற பாரம்பரிய இழிவை மாற்ற கல்வி என்ற நவீன வடிவம் உதவும் என்ற காலகட்டத்தின் பிரதிநிதிகள். இந்த அணுகுமுறைதான் வீராசாமியையும் வீரம்மாளையும் இணைத்தன. அம்பேத்கரை நேரடியாக ஏற்றிருந்தாலும் ஏற்காதிருந்தாலும் அக்காலத்தில் கல்வி என்னும் நவீனத்தின் வழியாகப் பாரம்பரியத்திலிருந்து விடுபடுதல் என்ற கருத்தியலுக்கான பிம்பமாக அம்பேத்கர் மாறியிருந்தார்.

அம்பேத்கர் கருத்துகளால் ஈர்க்கப்பட்டிருந்த வீராசாமி சமகாலத்திலேயே பெரியாரின் கருத்துகளாலும் ஈர்க்கப்பட்டார். பெரியாரின் பிரதான செயற்படுகளமாகத் திருச்சி மாறியபோது, டி.பி. வேதாசலம் மூலம் பெரியாருக்கு வீராசாமி நெருக்கமானார். 1952ஆம் ஆண்டு நடந்த முதல் பொதுத்தேர்தலில் மாயவரம் நாடாளுமன்றத் தொகுதியில் சுயேட்சையாகப் போட்டியிட்டு வெற்றிபெற்று 1957ஆம் ஆண்டுவரை நாடாளுமன்ற உறுப்பினராகச் செயற்பட்டார். அவர் பாராளுமன்றத்தில் பேசிய பேச்சுகளைச் சுட்டி எழுதிய குத்தூசி குருசாமி 'ஒண்ணே ஒண்ணு கண்ணே கண்ணு' என்று பாராட்டினார். இதே சமயத்தில் தாழ்த்தப்பட்டோர் மேம்பாட்டிற்கென்று மாணவர் நலவிடுதியையும் மாணவர் கூட்டமைப்பையும் வீராசாமி ஏற்படுத்தினார். ஏறக்குறைய வீரம்மாளும் கல்விப் பணிகளில் ஈடுபட்ட காலம் இது; வீராசாமி தன் வாழ்வில் தூண்டுகோலாகவும் உதவியாகவும் இருந்ததாக வீரம்மாள் பல்வேறு இடங்களில் எழுதிச் செல்கிறார்.

1942ஆம் ஆண்டு இரண்டாம் உலகப்போர் சமயத்தில் தீண்டாமை ஒழிப்பு என்ற தலைப்பில் பேசுவதற்காக வீரம்மாளின் கிராமத்திற்கு வீராசாமி சென்றிருந்தார். எந்த ஊருக்குச் சென்றாலும் தாழ்த்தப்பட்டவர்களில் படிக்கிறவர்களையும் அதிலும் குறிப்பாகப் பெண் குழந்தைகளின் ஈடுபாட்டையும் அறிந்துகொள்வது அவரின் வழக்கமாக இருந்தது. அவ்வாறு அறிந்துகொண்டு அவர்களுக்கு மேற்கொண்டு படிக்க அவர் உதவிய அனுபவங்கள் உள்ளன. அதேபோல இங்கும் விசாரித்த போது, திருச்சி சென்று எஸ்.எஸ்.எல்.சி படித்துத் திரும்பும் வீரம்மாளையே எல்லோரும் சொன்னார்கள். அப்போதே வீரம்மாளை நேரில் சந்தித்த அவர் ஊருக்குத் திரும்பிய பின்னாலும் கல்வி நிலவரங்களைத் தொடர்ந்து விசாரித்துக் கடிதங்கள் எழுதி வந்தார். இவ்வாறு உருவான தொடர்பு பின்னாளில் அண்ணன் தங்கை என்று உறவு முறையாக அழைத்துக்கொள்ளும் அளவிற்கு இறுதிவரை நீடித்தது. பின்னாட்களில் வீரம்மாளுக்குக் குடும்பரீதியாக ஏற்பட்ட பிரச்சினைகள், வானொலி நிலையப் பணி, கல்விப்பணி, அரசியல் ஆர்வம் என யாவற்றிலும் ஆலோசனையும் ஆதரவும் அளிப்பவரானார் வீராசாமி.

ஒருமுறை அம்பேத்கர் சென்னைக்குத் திருச்சி வழியாக ரெயிலில் சென்றபோது, தொண்டு வீராசாமி ஏற்பாட்டில் அவரைக் கண்டு திரும்பினார். வீரம்மாளின் தனிப்பட்ட வாழ்வில் சிக்கல்கள் ஏற்பட்டபோது, வீராசாமி தன் குடும்ப சகிதம் அவருக்கு ஆதரவளித்தார். சொந்த வாழ்வனுபவத்திலிருந்து சடங்குகளுக்கும் அலங்காரத்திற்கும் விடைகொடுத்த வீரம்மாளுக்கு, வீராசாமி மூலமாகவே பெரியாரின் விடுதலை, குடியரசு ஏடுகள் அறிமுகமாயின. அதுமுதல்தான் அவர் பெரியார் அபிமானியானார். வீராசாமி நடத்திய தொண்டு இதழில் வீரம்மாள் கட்டுரைகள் எழுதினார். தமிழ்நாடு ஷெட்யூல்டு வகுப்புப் பெண்கள் நலச்சங்கத் தொடக்க விழாவிலும் வீராசாமி சிறப்பு அழைப்பாளராகக் கலந்துகொண்டார். தொடர்ந்து சங்கத்தின் ஆலோசகராகவும் இருந்தார். பின்னாட்களில் காங்கிரஸில் திருச்சி மாவட்ட மாதர் சங்க கமிட்டித் தலைவராக ஆவதற்கான வாய்ப்பு வீரம்மாளைத் தேடி வந்தபோது, அவர் அதை ஏற்க வேண்டுமென வீராசாமி விரும்பினார். ஆனால், அதை வீரம்மாள் தவிர்த்துவிட்டார்.

தஞ்சையில் வீராசாமி தாழ்த்தப்பட்ட மாணவர்களுக்கென்று மாணவர் இல்லத்தைத் தொடங்கினார். ஆனால், அது பின்னாளில் என்னவாயிற்று என்று தெரியவில்லை. அவர் ஆற்றிய கல்விப் பணிகள் பற்றியோ சமூக அரசியல் செயற்பாடுகள் பற்றியோ எவையும் முழுமையாகத் தொகுக்கப்படவில்லை என்பது

மாபெரும் குறைபாடு. அவர் மாதமிருமுறையாக நடத்திய தொண்டு இதழ்கள் முழுமையாகச் சேகரிக்கப்பட்ட இடங்களையோ தனிநபர்களையோ அறிய முடியவில்லை. வீரம்மாள்போல அவர் வரலாற்றை முறையாகப் பாதுகாத்துவைக்கும் நிறுவனபலமோ சுயசரிதையாக எழுதிவைக்கும் முன்னுணர்வோ அவர் பெற்றிருக்கவில்லை. மாறாக, அறிவுவழி ஏட்டில் தன் அரசியல் வாழ்வுபற்றி அவர் எழுதிய சுயசரிதையின் சில அத்தியாயங்கள் வெளியாகியிருக்கின்றன.

வீராசாமி 'அகில இந்திய அம்பேத்கர் மிஷன்' என்றொரு அமைப்பை ஏற்படுத்தினார். சொந்தச் செலவில் உருவான இந்த அமைப்பிற்காகத் திருச்சி துறையூருக்கு அடுத்திருக்கும் பெருமாள் மலை அடிவாரத்தில் நான்கே முக்கால் ஏக்கர் இடம்வாங்கி புத்தர் நகர் என்று பெயர் சூட்டி 99 ஆண்டுகளுக்கென்று பட்டா பெற்றார். அவ்விடத்தில் புத்தர் சிலையொன்றை நிறுவி சித்தார்த்தா ஆசிரமம் என்று பெயரிட்டார். அனாதை இல்லமும் பள்ளியும் தொடங்குவதாகத் திட்டமிட்டு 30பேர் வரை தங்கிப் படித்த பள்ளியொன்றையும் நடத்திவந்தார். 1995ஆம் ஆண்டில் அவர் மரணமடைந்த பிறகு அப்பள்ளி மூடப்பட்டதோடு பராமரிப்பதற்கும் ஆளில்லாமல்போனது. களஆய்வுக்காக நான் சென்றிருந்தபோது, அவரின் இறந்த நாள் (பிறந்த நாளும் அதுவே). இடிந்துகிடக்கும் கட்டட இடிபாடுகளிலிருந்து சற்றுத் தள்ளி அவரின் சமாதி அமைந்திருந்தது. அதில் ஒற்றை மாலை போடப்பட்டிருந்தது. அருகிலிருந்த குடியிருப்பாளர்களிடம் விசாரித்தேன். வெளியூரிலிருக்கும் அவர் மகள்களில் ஒருவர் வந்து அதைப் போட்டுச் சென்றதாகச் சொன்னார். இடிந்த கட்டடத்தின் மேல் அமர்ந்துகொண்டு சமாதியையே பார்த்துக் கொண்டிருந்தேன். என் கண்களில் நீர்கோத்தது. திரும்பிப் பார்க்காமல் நண்பர்களோடு எழுந்து அங்கிருந்து புறப்பட்டேன்.

○

வீரம்மாள், வீராசாமி இருவரின் அணுகுமுறையும் அரசியல் புரிதலும் வேறுவேறானவை. அதே வேளையில் இருவரின் தனித்துவங்களை அங்கீகரித்துக்கொண்டே அவர்களின் பணிகளை ஒப்பிட்டுப் பார்ப்பதற்கான சில முக்கிய விசயங்கள் இருக்கின்றன. அவர்கள் தலித்துகளைக் கல்வியே கைதூக்கிவிடும் என்று நம்பிய காலத்தின் பிரதிநிதிகள். கல்விப் பணிகளைச் சமூக சேவையாகக் கருதிய லட்சியவாதிகள். தங்களின் புரிதலுக் குட்பட்டு நம்பிய விசயத்திற்காக உளப்பூர்வமாக இயங்கியவர்கள். வீரம்மாள் தனிநபர் ஒழுக்கத்திலும் சமூகவாழ்விலும் ஈட்டிய நற்பெயர் அவரின் சமூகச் சேவைக்கு உதவியது. வீராசாமி அம்பேத்கரை முன்மாதிரியாகக் கொண்ட முதல் தலைமுறை

அம்பேத்கர்வாதி. அம்பேத்கரைப் பின்பற்றிப் பௌத்தம் தழுவியதோடு வெள்ளைச் சட்டை பேண்ட் அணிந்து சிறு சூட்கேஸ் சகிதமாக அம்பேத்கரைத் தோற்றத்திலும் முன்மாதிரி யாகக் கொண்டு வாழ முயன்றவர். இருவருக்குமே சமூகப் பணி களிலும் அரசியலிலும் ஈடுபாடு இருந்தது. எனினும், வீரம்மாளின் முயற்சிகள் மட்டுமே இன்றளவும் தாக்குப்பிடித்து நிற்கின்றன. வீராசாமியின் பணிகள் அவர் காலத்திலேயே தட்டுத் தடுமாறி அவர் மரணத்திற்குப் பின் மறைந்துபோயின. இவற்றை அவரின் வாரிசுகள் கைவிட்ட பிரச்சினையாக மட்டுமே பார்க்க முடியும் என்று தோன்றவில்லை.

வீராசாமி அரசியலில் இருந்த காலத்திலிருந்தே கல்விப் பணிகளில் ஆர்வம் காட்டிவந்தாலும் அரசியலிலிருந்து விலகிக்கொண்ட கடைசிக் காலத்தில்தான் அவற்றில் முழுமை யாக ஈடுபட முடிந்தது. அவர் அரசியலில் 'பயன்கள்' பெற்றவராக இல்லாததால் அவற்றின் நலன்களென்று எவற்றையும் தன் கல்விப் பணிகளின்பால் திருப்ப முடியவில்லை. தீவிர அம்பேத்கரியத் தொனிகொண்ட அரசியலின் தொடர்ச்சியில் அவர் பணிகள் 'தனித்து' அமைந்திருந்தமையால் வெளியிலிருந்து எந்த உதவியும் இல்லாமல் தன் பணிகளைச் சுயாதீனமாகவே அமைத்துக் கொள்ள வேண்டியிருந்தது. அம்பேத்கரியம், பௌத்தம் போன்ற கருத்துகள் புதியவை; தனித்துவமானவை. அதனால் பிறரின் ஆதரவைப் பெற்றுவிட முடிவதில்லை. அதனால் இவற்றைக் கருதி இக்கருத்துகளில் சமரசமும் செய்துகொள்ள இயலாது. பொருளாதாரப் பலம் தேவைப்பட்ட இம்முயற்சியில் தலித் மக்களின் ஆதரவை மட்டுமே நம்பியும் இயங்க முடியாது.

வீரம்மாளுக்கும் வீராசாமிக்கும் சில விசயங்கள் ஒன்று போலவே நடந்திருக்கின்றன. காந்தியின் அரிஜன சேவா சங்கம் – தீவிரமான பக்தி என்று ஆரம்பித்த வீரம்மாள் இடையில் பெரியாரின் அபிமானியாக மாறிப் பிறகு கல்விப்பணியில் ஈடுபடும் போது, காங்கிரஸ் – பக்திச் சார்பு என்று மாறியிருக்கிறார். வீராசாமி அம்பேத்கரில் ஆரம்பித்துப் பெரியாரின் அணுக்கத் தொண்டராக மாறிப் பிறகு அம்பேத்கரிஸ்டாக வாழ்ந்து மறைந்தார். இந்த அனுபவங்கள் தனியான ஆய்வுக்குரியன. ஆனால், மாற்றங்களும் உறவும் முரணும் ஆதரவும் இவர்களின் அரசியல் வாழ்வில் தவிர்க்க முடியாததாகவே இருந்திருப்பதைப் பார்க்க முடிகிறது. ஒருவகையில் அலைக்கழிப்பு ஓர்மை இது எனலாம்.

வீராசாமி பெரியாரிடமிருந்து ஏன் விலகினார் என்பதைத் துல்லியமாக அறிய முடியவில்லை. ஆனால், எஸ்.வி. ராஜதுரை எழுதிய 'பெரியார்: ஆகஸ்ட் 15' (1996) என்ற நூலில் தனிப்பட்ட விருப்புவெறுப்பு காரணமாகவே வீராசாமி பிரிந்தார் என்றெழுதும்

அவர், அவை எவை என்று கூறாமலேயே முடிக்கிறார். அம்பேத்கர் பிறந்தநாளைக் கொண்டாடியதற்காகப் பெரியார் வெளியேற்றினார் என்று எல். இளையபெருமாள் கூறிய கருத் தொன்றை அதே இடத்தில் எடுத்துக்காட்டும் எஸ்.வி.ஆர். அதை "அபத்தமானது; அருவருக்கத்தக்க குற்றச்சாட்டு" என்று கூறுவதோடு மட்டும் முடித்துக்கொள்கிறார். இளையபெருமாளின் கூற்று மேற்கொண்டு ஆராயத்தக்கவையாக இருக்கலாம். ஆனால், அவரின் கூற்றை அபத்தமானது என்றுகூற எந்த ஆதாரத்தையும் எஸ்.வி.ஆர். கூறவில்லை என்பதுதான் விந்தை. எல். இளையபெருமாளின் குற்றச்சாட்டு பெரியார்மீது விமர்சனம் வைக்கிறது. எனவே, அதைப் பற்றிக் கூற வேண்டுமானால் அதை மறுப்பதற்கான ஆதாரம் இருக்க வேண்டும். எஸ்.வி.ஆர் ஆதாரம் தரவில்லை. ஆனால், ஆதாரமில்லாவிட்டாலும் அதை மறுக்க வேண்டுமென்ற அறிவுஜீவித தன்முனைப்பு என்பதைத் தவிர வேறெந்த 'நியாயமும்' எஸ்.வி.ஆரிடம் இல்லை. ஆனால், பின்னாளில் திராவிடர் கழகத்திலிருந்து விலக்கப்பட்ட டி.பி. வேதாசலமும் குத்தூசி குருசாமியும் இணைந்து பட்டுப்போய்விட்ட சுயமரியாதை இயக்கத்தைப் புதுப்பிப்பதாகக் கூறி தமிழ்நாடு சுயமரியாதை இயக்கம் என்ற இயக்கமொன்றை ஆரம்பித்தபோது, அதன் துணைப் பொதுச்செயலாளர் ஆனார் தொண்டு வீராசாமி. திராவிடர் கழகம்போல் பார்ப்பனர்களை மட்டுமல்லாமல் பார்ப்பனரல்லாதோரின் சாதியத்தையும் இந்தப் புதிய இயக்கம் பேச வேண்டும் என்று அதன் தொடக்கக் கூட்டத்தில் வீராசாமி பேசினார் என்பது குறிப்பிடத்தக்கது.

வீரம்மாள் முயற்சிகளின் பிற்கால வளர்ச்சி இவ்வாறு அரசியல் சார்ந்து அமையவில்லை. அவர் கல்விப்பணிகளில் ஈடுபடத் தொடங்கியபோதே தீவிர அரசியல் கட்சி அமைப்பி லிருந்து விலகிக்கொண்டார். கல்விப் பணிகளில் மட்டுமே கவனம் செலுத்தி வந்தார் என்றே கூற வேண்டும். விடுதலை, அடையாளம் போன்ற நவீன அரசியலின் முழக்கங்கள் இல்லாமல் எளியோரைக் கைத்தூக்கிவிடும் நடைமுறையாகத் தம் பணிகளை அமைத்துக்கொண்டதால் அன்றைய அரசாங்கச் சட்டகத் திற்குள்ளும் பொது உளவியலுக்குள்ளும் அவர் செயற்பாடுகள் பொருந்திக் கொண்டன. அரசின் உதவி, காந்திய அணுகுமுறை கொண்ட காங்கிரஸ் ஆதரவு போன்றவை அவரின் பணிகளுக்கு உரமிட்டன. தலித் அல்லாதோரின் ஆதரவும் கிடைத்தன. ஒருவகையில் இக்கல்விப் பணிகள் நீடிக்க வேண்டுமெனில் அதற்குகந்ததாக அவற்றை மாற்றியமைக்க வேண்டிய தேவை இருந்தது. அன்னை ஆசிரமம் அமைந்துள்ள நாலரை ஏக்கர் நிலம் கிருஷ்ணம்மாள் ஜெகநாதனின் முயற்சியால் வினோபாவின் பூதான வாரியத்தின் அன்பளிப்பாகும்.

இதே அணுகுமுறையோடு, இன்னும் விரிவாக கிருஷ்ணம்மாள் ஜெகநாதன் நாகப்பட்டினத்தில் லாப்டி என்ற நிறுவனத்தைத் தொடங்கி நிலவுரிமைக்காகச் செயல்பட்டார் என்பதும் குறிப்பிடத்தக்கதாகும். இப்பள்ளிகள் ஒரு கட்டம் நோக்கி வளர்ந்த பின்னால் அவற்றை நிறுவனமாகத் தக்கவைப்பதற்கான முயற்சிகளை வீரம்மாள் செய்தார். தமிழ்நாடு ஷெட்யூல்டு வகுப்புப் பெண்கள் நலச்சங்கம் என ஆரம்பிக்கப்பட்ட சங்கத்தின் பெயரை 1970களில் தமிழ்நாடு நலச்சங்கம் என்று அவர் மாற்றினார் என்பது இதையே காட்டுகிறது. ஒடுக்கப்பட்டோர் சார்ந்து செயற்படத் தொடங்கும் அரசியல் நிலைபாட்டினர் தொடங்கி சமூகச் செயற்பாட்டினர் வரையிலும் இந்நிலையை இக்கட்டான ஆனால், தவிர்க்க முடியாத நிலைமையாகவே இருந்துவந்திருக்கிறது. தீவிரமான முயற்சியொன்றைத் தொடங்கவும் அதை வளர்க்கவும் அதே தீவிரத் தன்மை கை கொடுக்காது என்று நம்புகிறபோது, இத்தகைய மாற்றங்களுக்கு உட்படுகின்றனர் எனலாம். இவற்றை நம் சமூக அமைப்பின் நிர்ப்பந்தம் என்றே புரிந்துகொள்ள வேண்டியுள்ளது. இத்தகைய சமரசத்திற்குத் தயாராயில்லாதபோது, ஆதரவற்று கைவிடப்படுகின்றனர்; இதனால் அவர்கள் வளர்ச்சியடையாதவர்கள் என்றும் அடையாளப்படுத்தப்படுகின்றனர். ஒடுக்கப்பட்டோருக்கான சமூக வாழ்வில் இத்தகைய நிலைப்பாடு ஒரே நேரத்தில் சமரசமாகவும் தக்க வைத்தலாகவும் இருப்பது இக்கட்டான நிலையாகும். இப்பின்னணியில்தான் வீராசாமியின் பணிகளையும் புரிந்துகொள்ள வேண்டியுள்ளது. வேறெந்த உதவியும் வீராசாமிக்குக் கிடைத்ததில்லை. அவருடைய அரசியலும் புரிதலும் அதற்கான சமூக அணுகுமுறையும் அவ்வாறானவை. இதனால் மெல்லமெல்ல வீராசாமியின் முயற்சிகள் மறைந்தே போயின. இதற்கு மாறாக, வீரம்மாளின் தொடக்க முயற்சியிலிருந்த ஒடுக்கப்பட்டோருக்கான சேவை என்ற அணுகுமுறையும் குறியீட்டு அளவில் மட்டுமே தக்கவைக்கப்பட்டு அப்பள்ளிகள் நிறுவனமாக நிலைநிறுத்தப்பட்டு விட்டன எனலாம்.

இருவரின் பணிகளில் எது நிலைத்து நிற்கிறது என்று பார்ப்பது இந்த ஒப்பீட்டின் நோக்கமல்ல. நிலைத்து நிற்க முடியாததாலேயே அதைக் கீழாகப் பார்க்க வேண்டிய அவசியமுமில்லை. மாறாக, இருவருக்குமே பங்களிப்பு உண்டு. ஆனால், ஒரே காலகட்டத்தில் ஒன்றுக்கொன்று தொடர்பில்லாமல் உருவான இருவேறு முயற்சிகளில் ஒன்று தழைப்பதற்கும் மற்றொன்று மறைவதற்கும் நபர்களைத் தாண்டிப் பொது மற்றும் அரசியல் உலகின் உளவியலுக்கு அழுத்தமான இடமிருக்கிறது. கடந்தகால வரலாறு இவ்வாறு நமக்குத் தரும் அனுபவங்கள் ஏராளம்.

காலச்சுவடு, நவம்பர் 2016

9

கருங்காலிகளும் நன்றிகொன்றவர்களும்

எம்.சி.ராஜாவின் அனுபவங்கள் வழியாக நீதிக்கட்சி, காங்கிரஸ் பற்றிய சில குறிப்புகள்

இரண்டொரு ஆண்டுகளுக்கு முன் (2009) மதுரை எழுத்துப் பதிப்பகம் தலித் வரலாற்று நூல்வரிசை என்ற பெயரில் நான்கு நூல்களை வெளியிட்டது. அவற்றுள் பெருந்தலைவர் எம்.சி.ராஜா சிந்தனைகள் முதல் தொகுதி என்ற நூலும் ஒன்று. எம்.சி. ராஜா (1883–1945) 20ஆம் நூற்றாண்டின் தொடக்கத்தில் முப்பது ஆண்டுகள் தமிழகத்திலிருந்து சென்னை மாகாண அளவிலும் இந்திய அளவிலும் இயங்கிய முன்னோடி செயற்பாட்டாளர் ஆவார். இன்று வரையிலும் இந்திய அளவில் நடைமுறையிலிருக்கும் பல்வேறு சிந்தனைகளும் அமைப்புகளும் உருவான அன்றைய காலனி காலச்சூழலில் பிரிட்டீஷார், தேசியவாதிகள், பிராமணரல்லாதோர் ஆகியோரிடையே தலித் சார்பாக இடையீடு மேற்கொண்டவராவர். ஆனால், அவரைப் பற்றித் தமிழில் ஆதாரப்பூர்வமான நல்ல நூல் ஒன்றுகூட இருந்ததில்லை.

தமிழ் அரசியல் வரலாற்றை எம்.சி. ராஜாவை முன்னிட்டுத் தேடினால் இரண்டு அனுபவங்களையே சந்திக்க நேரிடும். ஒன்று, அப்படியொருவரையே

அறியாமலிருப்பது; மற்றொன்று முற்றிலும் எதிர்மறைக் கோணத்தில் சொல்லப்பட்டு மொத்தமாக இல்லாமல் ஆக்கியிருப்பது. பிராமணரல்லாதோர் இயக்கத் திடமிருந்து விலகிக்கொண்டார் என்பதால் திராவிட சமூகநீதி வரலாற்றாளர்களும், இரட்டை வாக்குரிமை (1932) பிரச்சினை யின்போது, காந்திக்கு ஆதரவாக அம்பேத்கருக்குத் துரோகம் செய்தாரென்று தலித் தரப்பும் அவரைப் பேசாமலேயே புறக்கணித்துவிட்டன. எம்.சி. ராஜா எழுதிய நூலான The Oppressed Hindus என்ற ஆங்கில நூல் மட்டுமே (மேலும் எம்.சி. ராஜா King G என்ற ஆங்கில நூலையும் எழுதியிருப்பதாக Who's Who in Madras 1935 என்ற நூல் குறிப்பிடுகிறது. 1968இல் சில தலித் பெரியவர்களால் மொழிபெயர்க்கப்பட்டுத் தமிழில் ஆங்காங்கு உலவிவந்தது.) தற்போது இந்நூலோடு 1938இல் ஜே.எஸ். சிவசண்முகம் பிள்ளை ஆங்கிலத்தில் எழுதிய எம்.சி. ராஜா பற்றிய வாழ்க்கை வரலாற்று நூல் மற்றும் எம்.சி. ராஜாவின் உரைகள், விண்ணப்பங்கள் ஆகியவற்றை உள் ளடக்கி 400 பக்கங்களை எட்டுமளவில் விரிவாக இந்நூலை எழுத்துப் பதிப்பகம் வெளியிட்டுள்ளது. இத்தொகுப்பு முழுவதும் ஆங்கிலத்திலிருந்து தமிழுக்கு மொழிபெயர்க்கப்பட்டவை. ஆனாலும், எம்.சி. ராஜாவின் தொகுக்கப்படாத எழுத்துக்கள் இன்னமுள்ளன என்பது குறிப்பிடத்தக்கது.

தலித் பற்றிய பல்வேறு கருத்தமைவுகளும் அடையாளங்களும் உருப்பெற்ற தருணங்களைத் தன்னகத்தே கொண்டுள்ள இந்நூல் தலித் அரசியல் வரலாற்றை மட்டுமல்ல; நம்பப்படும் பொதுவான வரலாற்றையும் திருத்திப் பார்க்கக் கோருகிறது. பொத்தாம் பொதுவாகப் புரிந்துகொள்ளப்பட்டுள்ள பல்வேறு விஷயங்களில் தலித்துகள் எடுத்த குறிப்பான நிலைப்பாடுகள், குறிப்பாக எம்.சி. ராஜா ஒரு பிரச்சினையைப் புரிந்துகொண்ட முறை, சூழலை எதிர்கொண்ட விதம் ஆகியவற்றை இந்நூல் மூலம் அறிய முடிகிறது. எம்.சி.ராஜா பற்றி மௌனம் நிலவிவரும் தமிழ்ச்சூழலில் இந்நூல் அதிகம் விவாதிக்கப்பட்டிருக்க வேண்டும். காந்தியைப் பற்றி சாதகமான பார்வைக்கு மாறியிருப் போர்கூட காந்திக்கு ஆதரவாகவிருந்தார் என்ற குற்றச்சாட்டால் புறக்கணிக்கப்பட்டதை மாற்றி எம்.சி. ராஜா பற்றிப் பேசுவதில்லை. இந்நிலையில்தான் இந்நூலை முன்வைத்து நீதிக்கட்சி, காங்கிரஸ் ஆகிய இரண்டு கட்சிகளும் மேற்கொண்ட தலித் ஆதரவு நிலைபாடுகளை எம்.சி.ராஜாவின் அனுபவத்தின் வழியே வாசிக்க இக்கட்டுரை முயல்கிறது.

○

புதிதாக உருவான பிரிட்டீஷ் அரசாங்கத்தின் உத்தியோக நிலைகளில் பிராமணர்கள் செல்வாக்குப் பெற்றதை எதிர்த்துத் தங்களுக்குப் பணி வாய்ப்புகளில் ஒதுக்கீடு என்ற எண்ணத்தை வெளிப்படுத்தும் வண்ணம் பிராமணரல்லாதார் என்ற பெயரில் 1916இல் நீதிக்கட்சி என்ற தென்னிந்திய நலவுரிமைச் சங்கம் தொடங்கப்பட்டது. அக்காலக் கட்டத்தில் ஆதிதிராவிடர் என்ற தனித்த அடையாள அரசியலில் ஈடுபட்டுவந்த எம்.சி.ராஜா நீதிக்கட்சிக்கு ஆதரவளித்தார். நீதிக்கட்சியைத் தோற்றுவிப்பதற்குக் காரணமாகக் கூறப்படும் சென்னை வேப்பேரி கூட்டத்தில் (20.11.1916) கலந்துகொண்ட 26 பேரில் எம்.சி. ராஜாவும் ஒருவர். 26பேரில் அவர் மட்டுமே தலித். இட ஒதுக்கீடு, பிராமணர் எதிர்ப்பு மற்றும் அரசு ஆதரவு என்ற விஷயங்களில் நீதிக்கட்சிக்கு முன்பே அமைப்பாக்க தொடர்ச்சியைக் கொண்டிருந்த தலித் அமைப்புகள் நீதிக் கட்சியை ஆதரித்ததில் வியப்பில்லை. ஆனால், இந்து உயர்சாதி முதலாளிகளால் தொடங்கப்பட்ட அக்கட்சி தாழ்த்தப்பட்டோர் நலனை ஓம்பிய இயக்கமல்ல. அது முழுக்க முழுக்க பிராமணரல்லாத இந்து உயர்சாதியினரால் ஆக்ரமிக்கப்பட்டிருந்த கட்சி. எனினும், தங்களுடைய கோரிக்கைகளை ஏற்கெனவே எழுப்பி வந்தவர்கள் என்ற முறையிலும், எண்ணிக்கைக்கான தேவை என்ற முறையிலும் தலித்துகளைச் சேர்த்துக்கொண்டிருந்தனர். நீதிக்கட்சியின் மொத்த நடவடிக்கைகளிலும் சொல்லாடல்களிலும் தலித்துகளுக்கு இடமிருந்தது இல்லை. இந்தப் புரிதல் தலித் முன்னோடிகளுக்கும் இருந்தது என்றே சொல்ல வேண்டும். நீதிக்கட்சியோடு சேர்ந்திருந்த வேளையிலும் தனித்த அமைப்புகளையும் கோரிக்கைகளையும் தலித்துகள் மேற்கொண்டிருந்தனர். எனினும், விரைவிலேயே இரண்டு தரப்பாருக்குமிடையே முரண்பாடு வெடித்தது. இது எம்.சி. ராஜாவின் அனுபவம் மூலம் பிரதிபலித்தது.

1870களின் பிற்பகுதியில் பங்கிங்காம், கர்நாட்டிக் என்ற இரண்டு நூற்பு, நெசவு ஆலைகள் சென்னையில் தொடங்கப் பட்டன. வெள்ளையர் நிர்வாகத்தின்கீழ் இயங்கி வந்த இரண்டு தனித்தனி ஆலைகளும் 1920இல் ஒரே கம்பெனியாக இணைந்து பின்னிமில் என்றழைக்கப்பட்டது. இந்த ஆலையில் சாதி இந்துக்கள், இசுலாமியர்கள், தலித்துகள் ஆகியோர் தொழிலாளர்களாகப் பணியாற்றினர். உடலுழைப்புச் சாதியினரான தலித்துகளுக்கு நிறுவனமயப்பட்ட தொழிற்சாலைப் பணி முறையான ஊதியத்தோடு பணி உத்தரவாதத்தையும் வழங்கியிருந்தது. பணித்தளத்தில் மட்டுமே தொழிலாளர்களாக ஒன்று கூடிய பல்வேறு சாதியினரும் ஆலைகளை ஒட்டி தனித்தனியே வசித்தனர். இங்கு தொழிலாளர் உரிமைகளுக்காகப் பல்வேறு சிறுசிறு

வேலை நிறுத்தங்கள் நடந்துவந்த போதிலும் 1921ஆம் ஆண்டு பெரிய வேலைநிறுத்தம் நடத்துவதென முடிவெடுக்கப்பட்டது. இந்த வேலை நிறுத்தத்தில் தலித்துகள் பங்கேற்க மறுத்துவிட்ட காரணத்தால் 'ஆதரவு குறைந்து' வேலை நிறுத்த முயற்சி தோல்வியுற்றது. இதனால் இசுலாமியர்களும், சாதி இந்துகளும் தலித்துகள்மீது கோபமுற்றிருந்தனர். இது பின்னர் பெரும் மோதலாக வெடித்தது. இதுவே, புளியந்தோப்பு கலவரம் (1921) என்றழைக்கப்படுகிறது. இப்பிரச்சினையில் நீதிக்கட்சி தலித்துகளுக்கு எதிராக முடிவெடுத்தபோது, எம்.சி.ராஜா தலித்துகளுக்கு ஆதரவாக நின்றதோடு நீதிக்கட்சியோடு முரண்பட்டார்.

1920ஆம் ஆண்டின் கடைசிப் பகுதியில் நடந்த தொழிலாளர் வேலைநிறுத்தம் 3 அல்லது 4 மாதம் தொடர்ந்தது. இதனால், தொழிற்சாலைப் பணிகளை மட்டுமே நம்பியிருந்த தலித்துகள் பொருளாதாரச் சிக்கலில் துன்புற்றதாகவும், சிறிதளவு சேமிப்பையும் பொருள்களையும்கூட விற்க வேண்டிவந்தது என்றும் எம்.சி. ராஜா குறிப்பிட்டார். அதனால்தான் 1921ஆம் ஆண்டின் ஜூன்மாத வேலை நிறுத்தத்தில் கலந்து கொள்ள முடியாதெனத் தெரிவித்தாகக் கூறுகிறார். முடிவெடுப்பதற்காகச் சென்னை புளியந்தோப்பில் நடந்த கூட்டத்தில் எம்.சி. ராஜாவும் கலந்துகொண்டதால் தலித்துகளின் முடிவின்மீது அவர் செல்வாக்குச் செலுத்தியிருப்பார் என்பதைப் புரிந்து கொள்ள முடிகிறது. அரசு ஆதரவை தலித் அரசியல் நடவடிக்கையின் அங்கமாகக் கொண்டிருந்த எம்.சி. ராஜா ஆங்கிலேய அரசாங்கத்தின் பிரித்தாளும் சூழ்ச்சியைத் தலித் தொழிலாளர்கள் மீது திணித்தார் என்றே அன்றைய தேசியவாதிகள் முதல் இன்றைய ஆய்வாளர்கள் வரை விளக்கி வருகின்றனர். ஆனால், இப்பிரச்சினையில் தன்னுடைய தரப்பை எம்.சி.ராஜா வெளிப்படையாகவே முன்வைத்துவந்தார். இதைப் பற்றி 12.10.1921இல் சென்னை சட்டப்பேரவையில் உரையாற்றிய எம்.சி. ராஜா ஏழைகளான தங்களுக்கு வேலை செய்வதைத் தவிர வாழ்வாதாரம் இல்லையென்றும், அதுவரை நடந்த போராட்டங்களில் தங்களின் சொற்ப உடைமைகளும் மார்வாடிகள் வசமானதைப் போல தற்போதும் நடக்காதிருக்கும் வகையில் போராட்டத்தில் சேர முடியாதென்று ஆதிதிராவிடத் தொழிலாளர்களின் கூட்டுக்கடிதம் ஜூன் 19இல் தொழிலாளர் தலைவருக்கு அனுப்பப்பட்டது. அந்தக் கடிதத்திற்கு எந்தப் பதிலும் வரவில்லை. இந்நிலையில்தான் தங்களின் முடிவின்படி தாழ்த்தப்பட்டவர்கள் வேலைக்குச் சென்றனர். தங்களுடைய நலனுக்கு உகந்த வகையில் உழைப்பைக் கொடுக்கவோ

அல்லது விலக்கவோ தங்களுக்கிருக்கும் உரிமையைத்தான் எம்மக்கள் பயன்படுத்தியுள்ளனர் என்று எம்.சி. ராஜா இதைக் குறிப்பிடுகிறார். மேலும் தம் வகுப்பாருக்கு எது நன்மையென்று அறிவுறுத்தியதில் எந்தத் தீமையும் இல்லையென்று கருதுகிறேன். சமுதாயத்தின் தலைவர் என்ற முறையில் குறிப்பிட்ட அவசர பிரச்சினையில் தம்முடைய கருத்துகள் யாவை என்பதை தமது இனத்தாருக்குச் சொல்லப் பயப்படுவாரேயானால் அவர் அம்மக்களின் தலைவராயிருப்பதற்கு எந்த வகையில் உரிமை படைத்தவர்? என்று தன் மீதான குற்றச்சாட்டை ஒத்துக்கொண்டு அதற்கான காரணத்தை விளக்கினார்.

திரு.வி.க. தரும் மேலுமொரு சான்று இதை உறுதிப்படுத்து கிறது. இப்போராட்டம் நடந்துகொண்டிருந்தபோது, ஒருநாள் எம்.சி. ராஜா திருவிகவைக் கண்டபோது, 'என்னை அரசாங்கம் சார்பில் நிற்கச் செய்திருப்பது எனது சமூகம். சமூகம் மிகத் தாழ்ந்த நிலையிலிருக்கிறது அதை முன்னேற்ற அரசாங்கத்தின் துணை தேவையாயிருக்கிறது' என்று கூறியதைப் பார்க்கலாம். உயர்சாதியினருக்கு எதிராக ஆங்கிலேயர் ஆதரவு, ஒடுக்கப்பட்டோரின் நலனுக்கேற்ற அரசியல் உறவு என்ற தலித் முன்னோடிகளின் செயற்பாடுகளைக் கவனித்துப் பார்த்தால் இந்த நிலைபாட்டைப் புரிந்துகொள்ள முடியும். ஆதிதிராவிடரைப் புரட்சியாளராக்குதல் வேண்டும் என்று பேசிய திருவிகவிடம் 'நீங்கள் எங்களைக் கொண்டு புரட்சி செய்வித்தால் அதன் பலனை மேல்சாதியாரே அனுபவிப்பார்' என்று எம்.சி. ராஜா கூறியதாகத் திருவிக எழுதுவார். உண்மையில் நீதிக்கட்சியுடனான உறவில் தலித்துகள் இத்தகைய பட்டறிவையே பெற்றனர்.

புளியந்தோப்பு கலவரத்தில் தலித்துகள் ஒருபக்கமாகவும், பிறர் ஒரு பக்கமாகவும் நின்றனர். இதில் எம்.சி. ராஜா தலித் சார்பாகவும் அரசாங்கத்தை எதிர்க்கும் தேசியவாதிகளும் அரசாங்கத்தை ஆதரிக்கும் நீதிக்கட்சியும் தலித்துகளைக் கருங்காலிகளெனத் தூற்றி சாதி இந்துக்கள், இசுலாமியர் பக்கமாகவும் நின்றனர். ஏனெனில், ஆலைத் தொழிலாளர் போராட்டம் சென்னைத் தொழிலாளர் சங்கத்தின் செல்வாக்கால் நடந்தது. சென்னைத் தொழிலாளர் சங்கம் 1918 ஏப்ரலில் தொடங்கப்பட்டது. பெரும்பான்மையும் தேசிய அரசியலோடு தொடர்புகொண்டிருந்தோரால் நடத்தப்பட்ட இச்சங்கத்தில் பல்வேறு தரப்பினரின் நலன் என்ற அடிப்படையில் பிராமணரல்லாத அமைப்பின் தலைவர்களும் பங்கு கொண்டிருந்தனர். தொழிற்சங்க நடவடிக்கைகளில் அதிகமும்

பங்கெடுக்காவிட்டாலும் அவற்றின் நடவடிக்கைகளோடு எம்.சி. ராஜாவும் தொடர்புகொண்டிருந்தார் எனத் தெரிகிறது. அந்நாளில் சங்கக் கூட்டங்களில் கலந்துகொண்டு சேவை செய்தோரை திருவிக குறிப்பிடும்போது, சர்க்கரை செட்டியார், இ.எல். ஐயர், என். தண்டபாணி பிள்ளை, ஹரிசர்வோத்தமராவ், ராஜகோபாலாச் சாரியார், ஆதிநாராயண செட்டியார், எம்.எஸ். சுப்பிரமணிய முதலியார், கஸ்தூரிரங்க அய்யங்கார், வி.பி. பக்கிரி சாமிப்பிள்ளை, என்.எஸ். ராமசாமி அய்யங்கார், ஜார்ஜ் ஜோசப் ஆகியோரோடு (பக்.376) எம்.சி. ராஜா பெயரையும் குறிப்பிடுகிறார். அதேவேளையில் புளியந்தோப்பு கலவரத்தின் போது, தலித்துகளைப் பிரித்தாளும் சூழ்ச்சிக்கு இரையாக்கியதாக எம்.சி. ராஜாவைப் பற்றிக் கருதும் திருவிக, தொழிலாளர் சங்கத்தின் முன்னணிச் செயற்பாட்டாளராக இருந்து இவ்வாறு கருதினாரோ என்னவோ அதனால்தான் நவசக்தி தலையங்கத்தில் இதுவரை இந்த எம்.சி. ராஜா எங்கே சென்றிருந்தார் என்று எழுதினார்.

நீதிக்கட்சி வெளியீட்டு அறிக்கை

புளியந்தோப்பு கலவரத்தைப் பற்றிய அறிக்கையொன்றை நீதிக்கட்சி சார்பாக தியாகராய செட்டி தலைமையிலான முகமது உஸ்மான், ராமசாமி முதலியார், நடேச முதலியார் ஆகியோர் அடங்கிய குழு அரசுக்கு அளித்தது. அதில் தலித்து களை ஓரிடத்தில் குடிவைக்கக் கூடாது என்றும் சென்னைக்கு வெளியே தனித்தனியே வைக்க வேண்டும் என்றும் சொல்லப் பட்டிருந்தது. மேலும், தலித்துகளால் சாதி இந்துக்கள் அச்சமுற்று இருப்பதாகவும் அது கூறியது. இந்த அறிக்கையை சாதி இந்துகளுக்கு சார்பானதாக அரசு கருதியது. அறிக்கை கருதுவதுபோல் சாதி இந்துக்களிடம் பயம் இல்லை. மாறாக, ஆதிதிராவிடர்களே அச்சுறுத்தப்பட்டுள்ளனர் என்று அரசு கூறியது. வன்முறையின்போது, போலீஸ் சாதி இந்துகளுக்கு எதிராகச் செயற்பட்டது உண்மைதான். அதேவேளையில் போலீஸ் தலையீடு இல்லாமல் போயிருந்தால் தலித் தரப்பு கடும் சேதாரத்தைச் சந்தித்திருக்கும்.

இதைப் பற்றி அரசு சார்பாக அறிக்கை அளித்த சர்லயன்ஸ் என்பவர் இப்பிரச்சினை போராட்டத்திற்கு ஒத்துழைப்போர் x ஒத்துழையாதார் என்ற கட்டத்தைத் தாண்டிவிட்டது. மாறாக, நீண்ட நாளைய சாதிவன்மத்தின் விளைவுதான் இது என்று அந்த அறிக்கையில் குறிப்பிட்டார். ஆனால், நீதிக்கட்சி ஒரு முடிவெடுத்து தலித்துகளுக்கு முற்றிலும் எதிராகச் செயல்பட்டது.

நீதிக்கட்சி சாதி இந்து மயமானதன் மொத்த வெளிப்பாடுதான் தொழிலாளர் போராட்டத்தின் இந்நிலைப்பாடு எனலாம். தலித்துகளை எதிர்ப்பதற்காக அதுவரை ஆதரித்துவந்த அரசாங்கத்தின் விருப்பத்திற்கும் எதிராக நின்றது அக்கட்சி. இந்நிலைப்பாட்டைப் பற்றி மெயில் ஏட்டில் கடிதம் எழுதிய தலித் சமூகத்தைச் சேர்ந்த ஒருவர் கொடுமையான விளைவைத் தரக்கூடிய மனு தர்மத்தின் விதிகளுக்கு நிகரானது தியாகராய செட்டியின் அறிக்கை என்றார்.

நீதிக்கட்சியின் இந்த அறிக்கை தலித்துகள் பற்றி அவர்கள் அதுவரை கொண்டிருந்த ஒவ்வாமையை வெளிக்கொண்டுவந்தது. நீதிக்கட்சியுடன் தலித்துகளின் இருப்பு, பங்களிப்பு பற்றிய சிக்கல் ஆரம்பத்திலிருந்தே இருந்துவந்தது. குறிப்பாக, பிராமணரல்லாதோர் அடையாளத்தில் இவர்களைச் சேர்ப்பதா வேண்டாமா என்ற விவாதம் இருந்துவந்தது. இதைப் பற்றிக் கூறும் கு. நம்பிஆரூரன் ‘உயர் வகுப்பு பார்ப்பனரல்லாத இந்து களுக்குப் பஞ்சமர்களின் நாணயத்தின்மீது ஐயம் இருந்தது. பஞ்சமர் அமைப்புகளை நடத்திவந்த தலைவர்களுக்கும் நீதிக்கட்சிக்கு ஆதரவளிப்பதில் விருப்பம் இல்லை’ என்ற கருத்தை இர்ஷிக்கின் நூலை அடிப்படையாக வைத்துக் கூறுகிறார். நீதிக்கட்சியின் ஆரம்பக் காலங்களில் தலித்துகள் உதவிகரமாக இருந்தனர். அதிகாரத்திற்கு வந்ததும் சமூகவியல் கூறுகளைக் குறைத்துக்கொண்ட நீதிக்கட்சி சாதி இந்துக்களின் முழு பிரதிநிதித்துவக் கட்சியானது. சமூக முன்னேற்றக் காரியங்களில் குறைந்த அக்கறையையே அக்கட்சி காட்டியது எனக் கூறும் இர்ஷிக் சாதி இந்துகளுக்கு வேலைவாய்ப்புகளைப் பெற்றுத்தரும் புரோக்கராக மாறிய அக்கட்சி கட்சித் திட்டங்களில் தலித்துகளை உள்ளடக்க விரும்பவில்லை என்றும் மதிப்பிடுகிறார். 1919 முதல் இலங்கையிலிருந்து வெளிவந்த ஆதிதிராவிடன் என்னும் இதழ் ஆரம்பத்திலிருந்து நீதிக்கட்சியை ஆதரித்துவந்தது. ஆனால், புளியந்தோப்பு கலவரம் பற்றிய நீதிக்கட்சியின் நிலைபாட்டைக் கண்டித்ததோடு அதுவரையிலான தம் நீதிக்கட்சி ஆதரவு நிலைப்பாட்டையும் மாற்றிக்கொண்டது.

சென்னை தொழிலாளர் சங்கம் (1918) தோன்றியது முதலே பல்வேறு மாற்றங்களைச் உள்வாங்கிவந்தது. 1921இல் அதுவரை தலைவராயிருந்த வாடியா விலகிக்கொண்டார். இவ்வாறு அவ்வப்போது பங்கெடுப்போரின் நிலைப்பாடும், பங்கெடுப்பின் அளவும் மாறிவந்திருக்கிறது. அதில் தலித்தரப்பு ஆரம்பத்திலிருந்தே அரச ஆதரவை நோக்கியிருந்தது. 1921 ஜூன் மாதப் போராட்டத்திலிருந்து விலகிக்கொள்ள இப்போக்கும்

காரணமாயிருக்கலாம். இந்த நிலையைப் பற்றி எம்.சி. ராஜா 1923 மார்ச்சில் நிகழ்த்திய உரையில் 'வாடியா விலகியவுடன் தியாகராய செட்டியாரிடமும் பிராமணர் அல்லாத தலைவர்களிடமும் தொழிலாளர் இயக்கத்திற்குத் தலைமைவகித்து ஒத்துழையாதார் (அரசுக்கு ஒத்துழையாத தேசியவாதிகள்) தரப்பில் சிக்காமல் இருக்க ஆதரவாக வேலைநிறுத்தத்தில் கலந்துகொள்ளாமல் இருந்தோம். இதற்குப் பிராமணர் அல்லாதோர் நன்றி கூறியிருக்க வேண்டும். அதைவிடுத்து எங்களைக் கருங்காலிகள் என்றனர்' என்று கூறிவிட்டு 'அவர்கள் தொழிலாளர்களுக்குள்ளேயான பிரிவினையைச் சொல்வதாயிருந்தால் ஒத்துழையாதவர்கள், ஒத்துழையாமைக்கு ஒத்துழையா தொழிலாளர்கள் என்று பிரித்திருக்கலாம். ஆனால், ஒத்துழையாதவர்களை ஒன்று கூட்டி மேல்சாதி இயக்கம் என்ற ஒன்றைத் தோற்றுவித்து ஆதிதிராவிட உழைப்பாளர்களுக்கு எதிராகத் தங்கள் பக்கம் நிற்க வற்புறுத்தினர்' என்றும் சொன்னார். இதன் மூலம் தொழிலாளர் சங்கம் பற்றி இருந்துவந்த பல்வேறு தரப்பு, சாதி இந்து தரப்புக்கு தலித்துகள் பற்றி இருந்து வந்த முன்கூட்டிய வெறுப்பு ஆகியவற்றை அவர் விவரித்தார். 1923 ஜூலையில் பேசிய பேச்சொன்றில்கூட அவர் 'அவர்கள் நம்மைக் கருங்காலிகள் என்றழைத்தமையானது ஓர் இழிவுபாடாகும். இந்த இழிவார்த்தை அவர்களின் கெட்ட எண்ணத்திலிருந்து தோன்றியது' என்றார். அதாவது அரசியல் ரீதியான போராட்டத்தில் தங்கள் நிலைப்பாட்டைக் காப்பாற்ற தொழிலாளர்களிடையே இயல்பாக உள்ள சமூகப் பாகுபாட்டு எண்ணங்களைப் பயன்படுத்தினர் எனலாம். அரசியல் ரீதியாகத் திரட்டுவதைக் காட்டிலும் சாதிபோன்ற விசயத்தை சுட்டும்போது, அணிதிரளல் தானாகவே நடக்கும் இல்லையா? அதுதான் இங்கும் நடந்தது.

இவ்விடத்தில் நீதிக்கட்சியின் தலித் பற்றிய பார்வையைப் பற்றிக் கூறும் கோ. தங்கவேலுவின் கருத்தும் காட்ட வேண்டிய ஒன்றாகும். நீதிக்கட்சியின் பெருவாரியான வெற்றிக்கு ஆதிதிராவிட மக்களும் அதன் தலைவர்களும் காரணம் என்று கூறும் அவர் நீதிக்கட்சியென்பது ஒடுக்கப்பட்டோருக்கு விடுதலையளிக்கும் கட்சியெனத் தம் மக்களிடையே அத்தலைவர்கள் கூறி அவர்களை அடித்தளத் தொண்டர்களாக்கினர். பொதுமக்களைச் சந்தித்து அறியாத (மேட்டிமையான) நீதிக்கட்சித் தலைவர்களைப் பொதுமக்கள் அறியும்படி செய்தனர் என்று கூறுவது முற்றிலும் சரியே. 19ஆம் நூற்றாண்டின் தொடக்கத்திலிருந்தே பெரும் கூட்டத்தைக் கூட்டி மாநாடு, விண்ணப்பம் ஆகியவற்றை நடத்தி வந்த தலித் முன்னோடிகள் அதுபோன்ற கூட்டங்களுக்கு நீதிக்கட்சித் தலைவர்களையும் வரவழைத்தனர். இவ்வாறு

1917இல் சென்னையில் பெரும் கூட்டத்தினரிடையே டி.எம். நாயரைத்தாம் பேசவைத்த சம்பவமொன்றை 1937 ஜூலையில் நடந்த வட ஆர்க்காடு மாவட்ட ஆதிதிராவிடர் மாநாட்டில் எம்.சி. ராஜா நினைவுகூர்ந்தார்.

நீதிக்கட்சித் தலைவர்கள் பணக்காரர்களாகவும் உயர்சாதி ஜமீன்தார்களாகவும் இருந்தவர்கள் என்பதைப் பின்னால் வந்த பெரியார் முதல் அண்ணாதுரை வரை குறிப்பிட்டு விமர்சித்துள்ளனர். அவர்களிடம் சாதி மரபு குடிகொண்டு இருந்ததையும், பொதுமக்களை நெருங்காமல் செயற்பட்டதையும் எளிதில் புரிந்துகொள்ளலாம். நீதிக்கட்சி ஆட்டம் கண்டதற்கு இரண்டு காரணங்களை கோ. தங்கவேலு குறிப்பிடுகிறார். ஒன்று பிராமணர்களும் கட்சியில் சேரலாம் என்று தீர்மானம் போட்டது. மற்றொன்று ஆதிதிராவிடர் தலைவர்களைப் புறக்கணித்தது என்கிறார். 1923இல் நீதிக்கட்சி இரண்டாவது முறை தேர்தலைச் சந்தித்தபோது, சரிவைச் சந்தித்துதான் ஆட்சியைக் கைப்பற்றியது. இச்சரிவுக்குச் சில காரணங்களை இரா. நெடுஞ்செழியன் கூறுகிறார். அவற்றுள் ஒன்று நீதிக்கட்சியின் முன்னணித் தலைவர்களான சி. நடேச முதலியார் எம்.சி. ராஜா, கந்தசாமிபிள்ளை போன்றோர் கட்சித் தலைமையின் நடவடிக்கைகள் முறையாக நடைபெறவில்லையென்று கடுமையாக எதிர்த்து வந்தனர் என்று கூறுவது இங்கு குறிப்பிடத்தக்கது.

1920 முதல் 1937 வரை நீதிக்கட்சி ஏழு முறை அமைச்சரவைகளை அமைத்தும் ஒருமுறைகூட அமைச்சர் உள்ளிட்ட முக்கியப் பொறுப்புகளைத் தலித்துகளுக்கு வழங்கியதில்லை 1929ஆம் ஆண்டில்தான் ஓர் இக்கட்டான சூழலில் எம்.சி. ராஜாவைச் சட்டமன்ற துணைத்தலைவராக்கியது. கட்சிக்கு நெருக்கடி நேரும்போதெல்லாம் தலித்துகள் தேவைப்பட்டனர். நீதிக்கட்சிக் காலத்தில் கொணரப்பட்ட வகுப்புவாரி பிரதிநிதித்துவத்தில்கூட தலித்துக்களுக்கெனத் தனி ஒதுக்கீடு இல்லாமல் 'ஏனையோர்' என்பதில்தான் அடக்கப்பட்டனர்.

ஆலைப் போராட்ட அனுபவத்தால் மட்டுமே நீதிக்கட்சிக்கு எதிரான போக்கை எம்.சி. ராஜா மேற்கொண்டார் என்று கூற முடியாது. நீதிக்கட்சியின் பிற தலித் புறக்கணிப்பையும் அவர் எடுத்துக்காட்டினார்.

நீதிக்கட்சி மீதான எம்.சி. ராஜாவின் குற்றச்சாட்டுகள்

நீதிக்கட்சி பறித்த தலித்துகளுக்கான வாய்ப்புகளை எம்.சி. ராஜா பட்டியலிட்டார் அவை:

1. நீதிக்கட்சி பதவியிலமர்ந்து ஓராண்டு காலத்திற்குள் தாழ்த்தப்பட்டோர் நலனுக்காக ஒதுக்கப்பட்ட மானியத்தில் ஒரு லட்ச ரூபாயை வெட்டியது. அதைத் தொடர்ந்து தாழ்த்தப்பட்டோர் நலத்துறைகளை மூடியதால் அதில் பணியாற்றிய அதிகாரிகள் பணியிலிருந்து நீக்கப்பட்டனர்.

2. பட்ஜெட் தயாரிக்கப்படுவதற்குமுன் உத்தேசமாக ஒவ்வொரு துறைக்கும் தேவைப்படும் தொகை அதைச் செலவிடுவதால் ஏற்படும் பயன் ஆகியவற்றைக் காட்டும் உத்தேச வரவு செலவுப் பட்டியல் தயாரிக்கப்படும். அதில் '1921-23ஆம் ஆண்டில் செலவிட உத்தேசித்து 6.47 லட்ச ரூபாயைத் தொழிலாளர் நலத்துறையும் மற்ற துறைகளும் கேட்டன. ஆனால், சட்டமன்றம் இத்தொகையை ஒரு லட்சமாகக் குறைத்தது. 1922-23ஆம் ஆண்டிற்காக 12.25லட்சம் கோரியபோது, நிதிக்குழு அதை 7.87 லட்சமாகக் குறைத்தது. இந்த 7.87 லட்சத்தில் 3.25 லட்சம் கூட்டுறவுச் சங்கங்களுக்குக் கடனுதவி வழங்க வேண்டும். அத்தொகையைக் கடனாகத் திருப்பிச் செலுத்த வேண்டும். ஆனால், இத்தொகையும்கூட சட்டமன்றத்திற்கு வந்துபோது, 21,380 ரூபாயாகக் குறைக்கப்பட்டது. இவ்வாறு ஒவ்வொரு படியிலும் உத்தேசச் செலவுத்தொகையை ஏன் குறைக்கிறார்கள் அல்லது வெட்டுகிறார்கள் என்பதற்குக் காரணமே இருக்காது' என்றார்.

3. நகராண்மைக் கழகங்களுக்குச் சுயாட்சி அளித்தவுடன் நகராண்மைப் பிரதிநிதித் துவத்திலிருந்து தலித்துகள் துரத்தப்பட்டார்களே ஒழிய அம்மக்களுக்குரிய பங்கு தரப்படவில்லை. சிலசமயம் தரப்பட்ட இடங்களையும் நீதிக்கட்சி சாதி இந்துக்களே எடுத்துக்கொண்டனர்.

4. அரசினர் ஆரம்பப் பள்ளிகளில் ஏழை தலித் குழந்தைகளுக்கு மதிய உணவு வழங்க வேண்டும் என்று சென்னை சட்டசபையில் எம்.சி. ராஜா கோரியபோது, 'இத்திட்டத்திற்குக் கல்வி இயக்குநர் கணக்குப்படி ஆண்டிற்கு 67 லட்சம் செலவாகும் என்பதால் நிதிக் குழு ஏற்க மறுக்கிறது' என்று பதிலளிக்கப்பட்டது. அத்தகைய உத்தேச செலவுத் திட்டத்தின் நகலொன்றை தரும்படி எம்.சி. ராஜா கேட்டபோது, 'இதுவரை திட்டமாக தீட்டப்படவில்லை' என்று கல்வியமைச்சர் பதிலளித்தார்.

5. சிதம்பரம் தாலுகா போர்டுக்கு ஆதிதிராவிடரை ஏன் நியமிக்கவில்லை என்று எம்.சி. ராஜா கேட்டபோது, 'தாலுகா போர்டு அலுவலகம் சாதி இந்து ஒருவரின் கட்டடத்தில்

இயங்கி வருவதால், அக்கட்டடத்தில் ஆதிதிராவிடர் நுழைவதை விரும்பாததால் பிரதிநிதித்துவம் கொடுக்க வில்லை' என்றார் அமைச்சர்.

6. 1923ஆம் ஆண்டு சட்டமன்றத்தில் தலித் மாணவர்களுக்கு வழங்கப்படும் உபகாரச் சம்பளத்தை அதிகரிக்க வேண்டுமென்று எம்.சி. ராஜா ஒரு தீர்மானத்தைக் கொண்டு வந்தார். அதற்குப் பதிலளித்த கல்வி அமைச்சர் 'ஏழ்மை யென்பது ஆதிதிராவிடருக்கு மட்டுமே உரிய தனிச் சொத்தல்ல. மற்ற வகுப்பினரிலும் ஏழைகள் உண்டு' எனக் கூறித் தீர்மானத்தை மறுத்தார். மறுநாள் விவாதத்தில் பதிலளித்துப் பேசிய எம்.சி. ராஜா 'ஏழ்மை தாழ்த்தப் பட்டோருக்கு மட்டும் உரியதல்ல பிராமணர்களிலும் ஏழை களுண்டு என்ற உண்மையை அமைச்சர் எப்போது கண்டுபிடித்தார்? அமைச்சாரவதற்கு முன்பே கண்டாரா? பின்பு கண்டுபிடித்தாரா? பிராமண மாணவர்களிலும் ஏழைகள் உண்டென்றால் அவர் ஏன் அம்மாணவர்களுக் காகப் பாடுபடக் கூடாது? தாழ்த்தப்பட்ட மாணவர்களின் ஏழ்மைக்கும் பிறசாதி மாணவர்களின் ஏழ்மைக்கும் வேறுபாடு இல்லையென்று எண்ணுகிறாரா?' என்று கேள்வி யெழுப்பியதோடு 'எப்போதெல்லாம் தாழ்த்தப்பட்டோரின் கோரிக்கைகளை நான் வலியுறுத்துகிறேனோ அப்போ தெல்லாம் எம் கோரிக்கைகளைக் குறைக்கும் நோக்கத்துடன் பிற்படுத்தப்பட்ட வகுப்பினர் முன்னிற்கின்றனர். ஒடுக்கப் பட்ட அல்லது தீண்டப்படாத வகுப்பாரிடமிருந்து வேறுபட்டு நிற்கும் இவர்கள் யார்? சாதி இந்துக்கள்தாம்' என்று பேசிமுடித்தார்.

இவ்வாறு நீதிக்கட்சியோடு மோதிவந்த அவர் அக்கட்சி யோடு நிலைமைக்குத் தக்கவாறு கூட்டுறவை மேற்கொண்டி ருந்ததாகத் தெரிகிறது. ஆனால், அக்கட்சியில் சேரவோ, முற்றும் எதிர்ப்பு அல்லது ஆதரவு என்ற நிலைப்பாட்டையோ அவர் கொண்டிருக்கவில்லை. இப்போக்கு அவரது பயணத்தில் தொடர்ந்து இருந்துவந்த நிலைப்பாடாகத் தெரிகிறது. நீதிக்கட்சியின் தலித் வெறுப்பு நிலைமையைப் பேசிய அவர் நீதிக்கட்சியைத் தொடங்கிய முன்னோடிகளில் முதன்மையானவரான டாக்டர் டி.எம். நாயர் பற்றிச் சாதகமான கருத்தைக் கொண்டிருந்ததாகத் தெரிகிறது. 1927 நவம்பரில் ஆற்றிய உரையொன்றில் இந்தியாவில் தீண்டாதாருக்காக நடத்தப்பட்ட முயற்சிகளைப் பட்டியலிட்ட அவர் '1917இல் பிரமணரல்லாதோர் கட்சி தொடங்கியபோது, டாக்டர்

டி.எம். நாயர் தமது அரசியல் திட்டத்தின் முதல்படியாகத் தீண்டாமை ஒழிப்பை முன்வைத்தார்' என்று கூறியதோடு தனித்தொகுதியை ஆதரித்தும் அம்பேத்கரைத் தங்கள் பிரதிநிதியென்று வலியுறுத்தியும் சென்னை எழும்பூர் ஏரியில் 1931 அக்டோபரில் நடந்த கூட்டமொன்றில் 'இக்கூட்டத்தைக் காணும்போது, சுமார் 13 ஆண்டுகளுக்கு முன் (அதாவது 1917) நம்மை ஆழ்ந்த நித்திரையிலிருந்து தட்டியெழுப்பி உன்னத நிலையிலிருக்கத் தூண்டிய உரையை வழங்கிய டி.எம்.நாயர் இதே இடத்தில் தலைமை வகித்து நடத்திய கூட்டத்தைப் போல் அமைந்துள்ளது என்று நினைவுகூர்ந்தார். டி.எம். நாயரைப் பிற நீதிக்கட்சித் தலைவர்களிடமிருந்து வேறுபடுத்தி புரிந்து கொண்டிருந்தாலேயே அவர் போன்றோரை அழைத்து கூட்டம் நடத்தினார் என்று சொல்லலாம். 1937 ஜூலையில் நடந்த வட ஆர்க்காடு மாவட்ட ஆதிதிராவிடர் மாநாட்டில் உரை யாற்றுகையில் நாயரின் பங்களிப்பை நன்றியுடன் நினைத்துப் பார்க்காமலிருக்க முடியவில்லை என்றும் நாயர் மட்டும் நீதிக் கட்சியின் தலைவராக இருந்திருந்தால் அக்கட்சியில் ஜனநாயக முறையைப் பாதுகாத்திருப்பார் என்றும் அக்கட்சியின் மாற்றத்தை மதிப்பிட்டார் அவர். நீதிக்கட்சி ஆட்சிக்கு வருவதற்கு முன்பே 1919இல் டாக்டர் டி.எம். நாயர் மரணமடைந்தார் என்பது குறிப்பிடத்தக்கது.

டாக்டர் நாயரைத் தவிர்த்த பெரும்பாலான பார்ப்பன ரல்லாத தலைவர்கள் 'பார்ப்பனரல்லாதார்' என்றால் பஞ்சமர்களை நீக்கியே பார்த்தனர் என்றும் ஆனால், முஸ்லிம்களையும் இந்தியக் கிறித்துவர்களையும் அணைத்துக் கொண்டனர் என்ற கு. நம்பிஆரூரனின் தகவலும் நாயர் பற்றிய தாழ்த்தப்பட்டோரின் கருத்தை உறுதிப்படுத்துகிறது. நீதிக்கட்சியின் தொடக்கக்காலத் தலைவர்களான டாக்டர் டி.எம்.நாயர், கந்தசாமி செட்டி, நடேசமுதலியார் போன்றோர் பல்வேறு பிரச்சினைகளுக்கு மத்தியில் தலித்துகளை உள்ளடக்குவதில் ஆர்வம் கொண்டி ருந்தனர் என்று கூறும் யூஜின் இர்ஷிக் இப்போக்கு நீதிக்கட்சியின் மற்ற தலைவர்களிடம் இல்லாமலிருந்து முற்றிலும் தலித்துகள் விலக்கப்பட்டதையும் கூறுகிறார்.

நாயர் பற்றிய நேர்மறையான பதிவுகளை 1910 ஜனவரி யிலேயே அயோத்திதாசர் எழுதினார். ஒடுக்கப்பட்டோர் நலனுக்காக ஆரம்பக் கல்வியில் அக்கறைக் காட்ட வேண்டு மென்று 1922 நவம்பரில் சட்ட பேரவையில் பேசிய எம்.சி. ராஜா பிராமணரல்லாதார் கட்சியின் கொள்கையைத் தெளிவுப் படுத்தும் வகையில் டாக்டர் டி.எம். நாயர் செய்த முதல் காரியங்

களில் ஒன்று கல்விக் கொள்கையின் சமூக அநீதிகள் என்ற தலைப்பில் ஜஸ்டிஸ் இதழில் தொடர் கட்டுரைகளை எழுதிய தாகும் என்று அயோத்திதாசர் போன்று நாயருடைய எழுத்து களை நினைவுகூர்ந்த எம்.சி. ராஜா மிகச் சிறிய எண்ணிக்கை யிலான மக்கள் பயன்பெறும் உயர்கல்விக்காகப் பெரிய தொகை செலவிடப்படுகிறதென்றும், இடைநிலைக் கல்விக்காகச் செலவிடப்படும் தொகை நாட்டின் தேவைகளுக்குப் போதுமான தல்லவென்றும் ஆரம்பக் கல்விக்காகச் செலவிடப்படும் தொகை அற்பமாகவும் குறைவாகவும் உள்ளதென்றும் நாயர் அக்கட்டுரைகளில் எழுதியதைத் தம் வாதத்திற்கு ஆதாரமாக எடுத்தாண்டார். டாக்டர் டி.எம். நாயர் திருவல்லிக்கேணி வட்டத்திலிருந்து தேர்ந்தெடுக்கப்பட்டு 1904 முதல் 12 ஆண்டுகள் நகராட்சி உறுப்பினராகப் பணியாற்றினார். நகராட்சி நிர்வாகம் பற்றி அவர் நிகழ்த்திய சொற்பொழிவுகள் ஒரு நூலாக வெளிவந்தது என்கிறார் முரசொலிமாறன். 1915இல் சென்னைப் பல்கலைக்கழக செனட் சபைக்கும் தேர்ந்தெடுக்கப்பட்டுத் தலையீடு நடத்திவந்தார். ஒருமுறை நாயர் எழுதிய கட்டுரைகளுக்காக அவர்மீது அன்னிபெசண்ட் வழக்குத் தொடுத்தார். எனவே, அயோத்திதாசரும் எம்.சி. ராஜாவும் கூறும் கூற்றுகள்மூலம் நாயர் பற்றிய சித்திரம் துலக்கமடைகிறது. நீதிக்கட்சியின் பிற தலைவர்களின் செயற்பாடுகளோடு ஒப்பிட்டு டி.எம். நாயரைச் சாதகமாக மதிப்பிடுவது நாயரின் பெருமையை மட்டமல்ல; பிற தலைவர்களின் மோசடிகளையும் சுட்டுகிறது.

❍

நீதிக்கட்சியோடு உறவும் முரணும் கொண்டிருந்த எம்.சி. ராஜா பிற்காலத்தில் காங்கிரசோடு உறவை மேற் கொண்டிருந்தார். அவ்வுறவிலும் உறவும் முரணும் இருந்தன. எம்.சி. ராஜா எதிர்கொண்ட இவ்வனுபவங்கள் தலித் என்ற அளவிலும் தலித் அரசியலின் நிலை என்ற அளவிலும் கவனிக்கத்தக்கவை. தலித்துகளின் அரசியல் உறவு நிலையற்றதாக மாறிக்கொண்டிருப்பதற்குத் தலித்துகள் மட்டுமே காரணமல்ல. பொதுச்சூழல் அவர்களை எவ்வாறு வைத்துக்கொள்ள விரும்புகிறது என்பதோடும் தொடர்புடையது. இந்நிலையில் அவர்களால் ஓரிடத்தில் ‘நிலையாக’ இருக்க முடிவதில்லை. தலித்துகளுக்கு கிடைக்கும் அனுபவங்கள் தவிர்க்க இயலாதவை. தங்களுக்கு யாரும் நண்பர்கள் இல்லை என்பதை உணரவைப்பவை.

1932ஆம் ஆண்டு பூனா ஒப்பந்தம் நடந்தது முதல் காங்கிரஸ், காந்தியுடனான எம்.சி. ராஜாவின் உறவு உருவானது. காந்திமீது விமர்சன நிலையிலிருந்து வந்த அவரது அரசியல் வாழ்வின் அடுத்த

கட்டம் இது எனலாம். அவரே கூறுவதைப் போல காங்கிரசுடனான உறவு 1932இல் இரட்டை வாக்குரிமையுடன் கூடிய தனித் தொகுதிமுறைக்கு எதிராக காந்தி உண்ணாநோன்பிருந்த நேரத்தில் தொடங்கியது. பூனா ஒப்பந்தத்தில் காந்திக்கு ஆதரவாக நிலையெடுத்த எம்.சி. ராஜாவை காங்கிரஸ் கைவிட்டுவிடக் கூடாது என்று காந்தியும் வலியுறுத்தி வந்ததாகத் தெரிகிறது. ஆனால், காங்கிரஸ் கட்சியைப் பொறுத்த மட்டில் இவ்வுறவு பூரணத்துவம் பெற்றதாக அமையவில்லை. இந்நிலையில் 1937ஆம் ஆண்டு சென்னை மாகாண அமைச்சரவையில் எம்.சி. ராஜா வளர்ச்சித்துறை அமைச்சராகப் பொறுப்பேற்றார். காங்கிரசுக்கும் அது தேவைப்பட்டது. எனினும், தொடக்கத்திலிருந்தே உறவு சிக்கலாகவே தொடர்ந்தது.

அமைச்சராக்கப்பட்டது தொடர்பாக ஏற்பட்ட விமர்சனங் களுக்கு விளக்கமளிக்கும் வகையில் அறிக்கையொன்றை (12 ஏப்ரல் 1937, மெட்ராஸ் மெயில்) வெளியிட்டபோது, "நான் நீதிக்கட்சியைச் சேர்ந்தவல்லன். தேர்தலில் அக்கட்சி வேட்பாளரை எதிர்த்து வெற்றிபெற்றேன். பொது நன்மைக்காகவும், தாழ்த்தப்பட்ட சாதியாரின் மேம்பாட்டிற்காகவும் எடுக்கப்படும் நடவடிக்கைகளை ஆதரிப்பதில் ஒடுக்கப்பட்ட வகுப்பார் ஏதேனுமொரு கட்சியுடன் ஒத்துழைக்க வேண்டுமென்றா லும்கூட எனது இனமக்கள் எந்தவொரு அரசியல் கட்சியையும் சேராமல் தனித்து நிற்கவேண்டும். இந்த உண்மையை நீதிகட்சியுடன் எனக்கேற்பட்ட அனுபவம் கற்றுத்தந்துள்ளது" என்றார். காங்கிரசுடன் நான் ஒத்துழைப்பது பெரும்பாலும் சமூகநீதியிலும் சமூக லட்சியங்களால் உந்தப்பட்ட வகையிலுமே அமைந்துள்ளது என்ற அவர் காங்கிரஸ் வேட்பாளர்களாகி நிற்கும் தாழ்த்தப்பட்ட சாதி வேட்பாளர்களுக்கான காங்கிரஸ் தந்த வாக்குறுதிகளை அக்கட்சிக்குத் தொடர்ந்து நினைவுபடுத்திவந்தார். அரிஜன சமூக உயர்வுக்காக அரசாங்க உதவியை நாடுவதில் அரிஜன உறுப்பினர்கள் சுயாதீனமாகச் செயற்படலாம். அரிஜன சமூக நலன்களைப் பாதிக்கும் விஷயங்களில் கருத்துகளைச் சொல் வதற்கும் சுயமாகவே வாக்களிக்கப்பதற்கும் காங்கிரஸ் கட்சி யிலுள்ள அரிஜன உறுப்பினர்களுக்கு முழு சுதந்திரம் உண்டு என்பவையே அவ்வாக்குறுதிகளின் சாரம். பூனா ஒப்பந்தத்தில் தாமெடுத்த நிலைப்பாட்டைக் காப்பாற்றிக்கொள்ள வேண்டிய நெருக்கடி எம்.சி. ராஜா போன்றோருக்கும் இருந்துவந்தது. தலித் பிரச்சினை இவ்வாறு இக்காலத்தில் தேசிய அரசியலில் அழுத்தம் தருவதாகச் செயற்பட்டது. எம்.சி. ராஜா காந்தியை ஆதரித்தாலும் தலித் நிலைப்பாடுகளை விட்டுவிடவில்லை என்பது குறிப்பிடத்தக்கது. காந்திக்கும் காங்கிரசுக்கும் அம்பேத்கர்

வெளியிலிருந்த நெருக்கடியென்றால் எம்.சி. ராஜா உள்ளிட்டோர் உள்ளிருந்த நெருக்கடி எனலாம்.

அட்டவணைச் சாதி பிரதிநிதிகள் தங்களுடைய, மொத்தமான நலன்களைப் பாதிக்கும் காரியங்களில் காங்கிரஸ் பின்பற்றக்கூடிய (அரசுடன்) ஒத்துழையாமைக் கொள்கையைப் பின்பற்றாமல் தங்களுடைய சொந்த முடிவின்படியே செயற்படுவதற்கு உரிமையுண்டு என்ற காங்கிரஸின் உறுதிமொழியைக் கொண்டே அரசிடமிருந்து விலகாமலும், அரசை எதிர்க்கும் காங்கிரசிடமிருந்து விலகாமலும் செயற்பட்டார். இது எம்.சி. ராஜாவின் நிலைப்பாடு. ஆனால், விரைவிலேயே இவ்வுறுதி மொழிகள் மீறப்பட்டன. எனவே, அவர்களோடும் முரண்பட்டார். நடைமுறையைப் பார்த்தால் காங்கிரஸ்காரர்கள் தங்களுடைய வாக்குறுதிகளை மறந்திருக்கிறார்கள். தங்களது இனத்தைச் சேர்ந்த ஒரு அமைச்சரைக்கூட வரவேற்று அவருடன் உரையாடிய ஆதிதிராவிட காங்கிரஸ்காரர்கள் அனுமதிக்கப்படுவதில்லை என்று அதிருப்தி தெரிவித்த ராஜா 1937 மே மாதம் முதல் வாரத்தில் தென் ஆர்க்காடு மாவட்ட ஆதிதிராவிடர் மாநாட்டைக் கடலூரில் தொடங்கிவைத்துப் பேசுகையில் உள்ளூர் காங்கிரஸ் காரர்கள் தம்மைப் புறக்கணிக்க முயற்சிகள் மேற்கொண்ட போதிலும், அம்மாநாட்டில் அரிஜனங்கள் பெருமளவு கலந்துகொண்டிருப்பதைக் குறிப்பிட்டுவிட்டு இந்து ஆலயங்களை அரிஜனங்களுக்குத் திறந்துவிடுவதில் காங்கிரஸ்காரர்கள் அக்கறை காட்டவில்லை என்றார்.

இதற்குப் பிறகு 'காங்கிரஸ் கட்சி பெரும்பான்மை பெறும் போதெல்லாம் அக்கட்சி அரிஜனங்களின் கல்வி வளர்ச்சிக்கு உதவுமென்று அரிஜனங்கள் எண்ணினார்கள். ஆனால், அது நிறைவேறவில்லை. அதற்கான நிதியுதவியை ஒதுக்கீடு செய்ய மறுத்த செயல் எதிர்காலத்தில் காங்கிரஸ் எங்கெல்லாம் பெரும்பான்மை பலம்பெறுமோ அங்கெல்லாம் என்ன நிகழும் என்பதற்கான அச்சாரமாய் விளங்கிற்று. நாட்டிலுள்ள ஏனைய அரசியல் கட்சிகளுடன் ஒத்துழைக்கவும் இந்து கூடாரத்தினுள்ளே தமது இனத்தவரை வைத்துக்கொள்ளவும் தம்மாலியன்றதைக் கடந்த காலத்தில் தாம் செய்துவந்தேன். ஆனால், கடலூர் மாவட்டத்தில் நடந்ததைப் போன்று காங்கிரஸ் புறக்கணிப்பு போன்ற அர்த்தமற்ற செயல்கள் ஒடுக்கப்பட்ட இனத்தாரை இந்து கூடாரத்திலிருந்து துரத்தி விடுமோவென்று தாம் அச்சப்படுவதாகக்' கூறினார்.

இவ்வாறு காங்கிரஸோடு முரண்பட்டாலும் காந்தியின் செயல்பாடுகளை வேறுபடுத்திப் பேசினார். பூனா ஒப்பந்தத்தில்

நேரடித் தொடர்பு கொண்ட காந்தியுடன் உரையாடலை நிகழ்த்த முடியும் என்று கருதினார். காங்கிரஸின் தலித் அக்கறை காந்திய செல்வாக்கால் உருவானது என்று புரிந்துகொண்டிருந்ததே அதற்குக் காரணம். 1937 மேமாதத்தின் இறுதியில் ஈரோடு பழையகோட்டையில் நடைபெற்ற ஆதிதிராவிடர் மாநாட்டில் 'இடைக்கால அமைச்சரவைமீது நம்பிக்கையும் காங்கிரஸ் கட்சிமீது நம்பிக்கையின்மையும் தெரிவிக்கப்பட்டதோடு சட்டப்பேரவைக்கு அட்டவணைச் சாதியாரைத் தேர்ந்தெடுக்கத் தற்போதிருக்கும் தேர்தல் முறைக்குப் பதிலாகத் தனித்தொகுதி முறையே பின்பற்ற வேண்டுமெனவும் ஆளுநரை கேட்டுக்கொண்டனர்.

இங்கு பேசிய எம்.சி. ராஜா 'கிணறுகளும் சாலைகளும் தொழிற்துறைப் பணியின் விளைவாக ஏற்பட்டிருக்க, அவற்றை யெல்லாம் காங்கிரஸ் கட்சியின் பணியால் விளைந்தவையென்று ராஜாஜி பேசியிருப்பதைக் கேட்டு வியப்படைகிறேன். தென்னிந்திய அரிஜனங்களின் முன்னேற்றத்துக்காக காங்கிரஸ் எதையுமே செய்யவில்லை. அரிஜன சேவா சங்கம் என்பது காங்கிரஸ் கட்சியின் அமைப்பல்ல. திருவிதாங்கூர் ஆலயங்கள் அரிஜனங்களுக்குத் திறக்கப்பட்டது காந்தியின் முயற்சிகளால் விளைந்ததேயன்றி காங்கிரஸ்காரர்களின் முயற்சியால் அல்ல' என்று காந்தியைத் தனிப்படுத்திப் பேசினார். 1937 ஜூலையில் வட ஆர்க்காடு மாவட்ட ஆதிதிராவிடர் மாநாட்டில் '1921இல் தீண்டாமை ஒழிப்பிற்கான தீர்மானத்தை நிறைவேற்றி அதனைத் தமது செயல்திட்டத்தில் ஓர் அம்சமாகச் சேர்த்துக்கொண்ட காங்கிரஸ் 1932இல் பூனா ஒப்பந்தம் நிறைவேறும் வரையிலும் தீண்டாமை ஒழிப்பில் எந்தக் கவனமும் செலுத்தவில்லை. ஒடுக்கும் அம்சங்களை நீக்குவதில் தமது சக்தியை காங்கிரஸ் பயன்படுத்த முன்வரவில்லை. தீண்டாமை ஒழிப்பு ஏதோ காங்கிரஸ் கட்சியின் சாதனைபோல சித்தரிக்கப்படுகிறது. ஆனால், அது உண்மையல்ல. தொகுதி ஒதுக்கீட்டுடன் கூடிய கூட்டுத் தொகுதி முறையை நாம் ஏற்றுக் கொண்டதன் மூலம் காந்தி தமது உண்ணாநோன்பைக் கைவிட உதவினோம் என்ற உண்மையை மறந்த காங்கிரஸ்காரர்கள் நம்மை நன்றி மறந்தவர்கள் என்று குற்றஞ்சாட்டுவதை விட்டுவிட்டு அவர்கள் நமக்கு நன்றியுள்ளவர்களாயிருக்க வேண்டும்' எனப் பேசினார். பூனா ஒப்பந்தம் காந்தியின் வாக்குறுதி ஆகியவற்றிலிருந்து காங்கிரஸ் விலகி எம்.சி. ராஜா போன்றோர் புறக்கணிக்கப்படுவது குறித்த குறிப்பொன்று மீனாம்பாளின் 31.1.1937இல் நடந்த திருநெல்வேலி மாவட்ட ஆதிதிராவிடர் மாநாட்டு உரையில் கிடைக்கிறது. தேர்தல்களில் தாழ்த்தப்பட்ட மக்கள் விஷயத்தில் காங்கிரஸ்காரர்கள் பிரவேசிக்கக் கூடாது

என்று பூனா ஒப்பந்தத்தில் விளக்கப்பட்டிருந்தும் அது ஒரு முக்கிய நிபந்தனையாகயிருந்தும் சமீபத்திலும் காந்தியார் தாழ்த்தப்பட்டவர்கள் விஷயத்தில் காங்கிரஸ்காரர்கள் தலையிடக் கூடாதென்று கூறியிருந்தும், பிறகு காங்கிரஸ்காரர்கள் அதில் தடையை உண்டாக்கி காந்தியாருடைய அறிக்கையை மாற்றி இப்போது பூனா ஒப்பந்தத்தில் காந்தியின் உயிரைக் காப்பாற்றக் கையெழுத்து இட்டவர்களுக்கே காங்கிரஸ்காரர்கள் எதிர் அபேட்சகரை நிறுத்தி தொந்தரவு கொடுத்துவருகிறார்கள் என்று மீனாம்பாள் விளக்கியிருப்பதன் மூலமும் இச்சிக்கலை அறிய முடிகிறது.

நீதிக்கட்சியை விமர்சித்தாலும் டி.எம். நாயரின் அரசியல் பண்பைச் சாதகமாகப் பார்த்த எம்.சி. ராஜா அதேபோல காங்கிரஸை விமர்சித்தாலும் காந்தியை வேறுபடுத்தி சாதகமாகப் பார்த்தார் என்பது குறிப்பிடத்தக்கது. நீதிக்கட்சி உருவானபோது, டி.எம்.நாயரிடமும், பூனா ஒப்பந்தம் ஏற்பட்ட போது, காந்தியிடமும் தலித் சார்ந்து உரையாடல் நடத்தினார் எம்.சி. ராஜா. நீதிக்கட்சியும் காங்கிரசும் தலித் அக்கறையிலிருந்து விலகிச் சென்றபோது, தலித்துகளால் அத்தகைய உரையாடல் நடத்தும் நிலையில்லாமல் போனதைக் கட்சிகள் பெரும்பான்மை சாதிமயமாகியிருந்த பின்னணியில் பார்க்கிறோம். தம்முடைய அளவுகோல்களால் மட்டுமே பிறகட்சிகளையும், தலைவர்களையும் சார்ந்திருக்க விரும்பியும் எம்.சி. ராஜா போன்றோர் அக்கட்சிகளின் சாதிய அளவுகோல்களால் அதிருப்தி அடையும் நிலையே உருவானது. இவ்வகைப் போக்கில் எம்.சி. ராஜாவுக்கு ஏற்பட்ட அனுபவம் அவரை அரசியலில் பின்தள்ளவும் காரணமாகிவிட்டன.

அடவி, நவம்பர் 2012

10

டி.எம். நாயர் கலந்துகொண்ட ஸ்பர்டாங்க் சாலைக் கூட்டம்

நீதிக்கட்சி முன்னோடிகளைச் சொல்லும் போது, நடேச முதலியார், தியாகராயச் செட்டியார், டி.எம். நாயர் ஆகிய மூவரைப் பொதுவாகக் குறிப்பிடுவதுண்டு. ஆனால், இம்மூவரைக் குறித்து விவரிக்கும்போது, திராவிடச் சங்கம் தொடங்கியவரான நடேச முதலியாருக்கும் பிராமண ரல்லாதார் அறிக்கையை வெளியிட்டவரான தியாகராயச் செட்டியாருக்கும் தரப்படும் அழுத்தம் டி.எம். நாயருக்குத் தரப்படுவதில்லை. டி.எம். நாயரின் பங்களிப்பு பற்றிய தகவல்கள் உரிய அளவில் சொல்லப்படாமல் பெயரளவிலான இடமே தரப்படுகிறது. பிராமணரல்லாதார் இயக்கத்தின் தோற்றம் பற்றி இன்றைக்குத் தரப்படும் சித்தரிப்பிற்கு நாயரின் பங்களிப்பு பற்றிய செய்திகள் தோதாக அமைவதில்லை என்பதே இதற்குக் காரணம். தற்போதைய திராவிட இயக்கத்தின் நூற்றாண்டு பற்றிய அறிவிப்பிலும் அதையொட்டி வெளியாகும் எழுத்துக்களிலும் இக்குறையே தென்படுகிறது. நீதிக்கட்சியின் தோற்றத்தையும் அதன் பிந்தைய திசை மாற்றத்தையும் புரிந்துகொள்ள டி.எம். நாயரின் பணிகளை ஆராய்வது உரிய வழியாக இருக்க முடியும். குறிப்பாகத் திராவிட இயக்க

நூற்றாண்டு அறிவிப்புமீதான தலித்தரப்பு விமர்சனத்தைப் புரிந்து கொள்ள டி.எம். நாயர் வழிநடத்திய நீதிக்கட்சியின் பணிகளை அறிய வேண்டியுள்ளது.

நீதிக்கட்சியைத் தோற்றுவிப்பதற்கான தொடக்கக் கூட்டமாக அறியப்படும் சென்னை வேப்பேரிக் கூட்டம் 1916ஆம் ஆண்டின் நவம்பர் 20ஆம் தேதி நடந்தது. இக்கூட்டத்தில் நீதிக்கட்சி மூலவர்களாக அறியப்படும் இம்மூவர் உள்ளிட்ட 26 பேர் கலந்துகொண்டனர். 1916ஆம் ஆண்டின் இறுதியில் தொடங்கப்பட்ட இக்கட்சி 1917ஆம் ஆண்டில் சில கூட்டங்களை ஒருங்கிணைக்கத் தொடங்கியது. நீதிக்கட்சிக்கு முன்பு நடேச முதலியார் கணிசமான உறுப்பினர்களைக் கொண்டு நடத்திய திராவிடச் சங்கம் பிராமணரல்லாதோரின் கல்வி மேம்பாட்டுக் காகத் தொடங்கப்பட்டது. அதன் செயற்பாடு பெயரளவிலேயே அமைந்திருந்தது. அடுத்து வந்த நீதிக்கட்சியின் 'தொடக்கம்கூட முதலில் சிறப்பாக அமையவில்லை என்றுதான் சொல்ல வேண்டும். ஏனெனில், அதற்கான நோக்கத்தைப் பிராமணரல்லாதார் அனைவரிடமும் எடுத்துச் சொல்ல முடியவில்லை. இந்நிலை சற்றொப்ப 1909ஆம் ஆண்டின் நிலையை ஒத்ததாகவே இருந்தது, என்கிறார் கு. நம்பியாரூரன். எனவே, நீதிக் கட்சியைக் கருத்தியல் மற்றும் மக்கள் திரட்சிநோக்கி வடிவமைக்கும் பணி பிந்தைய ஆண்டுகளிலேயே நடந்தது. இந்நிலையில் 1917, 1918, 1919 ஆகிய மூன்றாண்டுகளின் நீதிக்கட்சிக்கான பூர்வாங்கப் பணிகள் டி.எம். நாயருடையதாகவே இருந்தன. இதனாலேயே கட்சியின் முதல் மூன்றாண்டுக் காலத்தை நாயரின் சகாப்தம் என்கிறார் ராஜாராமன். *(The Justice Party; A Historical Perspective 1916 - 1937)* 1920ஆம் ஆண்டு கட்சி ஆட்சிக்கு வரும்வரையிலும் நாயரின் கருத்தியலிலிருந்தும் பணிகளிலிருந்தும்தான் கட்சி இயங்கியது. ஆனால், அதிகாரத்தை எட்டுவதற்கான முயற்சியாகவே அவற்றிற்கு எதிரான பேச்சுகளும் செயற்பாடுகளும் அமைகின்றன என்ற வழக்கத்தின்படி நீதிக்கட்சியும் ஆட்சிக்கு வந்த பின்பு அதுவரையில் தான் கட்டமைக்க முயன்ற கருத்தியலைக் கைவிட்டதோடு அப்பணிகளில் ஈடுபட்டு வந்த டி.எம். நாயர் 1919ஆம் ஆண்டிலேயே இறந்தும் போனார்.

நீதிக்கட்சிக்கான பூர்வாங்கப் பணிகளை மேற்கொண்டதால் மட்டுமல்ல; அவை எத்தகையனவாகக் கட்டமைக்கப்பட்டன என்பதாலும் தான் நாயருடைய மூன்றாண்டுக் காலம் முக்கியத்துவம் பெறுகிறது. பிராமணரல்லாதார் அடையாளத்தின் உள்ளடக்கம், அப்பகுப்பில் உள்ளடங்கும் வகுப்பினர் குறித்தெல்லாம் நாயர் கொண்டிருந்த எண்ணங்களைப் பிற பிராமணரல்லாத தலைவர்கள் கொண்டிராதது மட்டுமல்ல;

ஆட்சிக்கு வந்த பின்பு கட்சி நாயர் காலத்தின் கருத்துகளை முற்றிலுமாகப் புறக்கணித்தே இயங்கியது.

தாராவத் மாதவன் நாயர் (1868–1919) எனப்படும் டி.எம். நாயர் இங்கிலாந்தில் மருத்துவம் பயின்ற காது, மூக்கு, தொண்டை நிபுணர். ஆங்கிலேயர் வழி அறிமுகமான அரசியல் நிர்வாகச் சீர்திருத்தத்தின்மீது அழுத்தமான நம்பிக்கை கொண்டிருந்த அவர் அப்பணிகளில் தன்னை ஈடுபடுத்திக்கொள்ளவும் செய்தார். 1904ஆம் ஆண்டு முதல் 12 வருடங்கள் சென்னை நகராட்சியின் உறுப்பினராகத் திருவல்லிக்கேணிப் பகுதியிலிருந்து தேர்ந்தெடுக்கப்பட்டுப் பணியாற்றிய அவர் 1912இல் நகராட்சி பிரதிநிதிகள் சார்பாகச் சட்டமன்ற மேலவை உறுப்பினராகவும் தேர்ந்தெடுக்கப்பட்டார். 1915ஆம் ஆண்டில் சென்னைப் பல்கலைக்கழகத்தின் செனட் உறுப்பினராகவும் ஆனார். தாம் பங்கேற்ற பல்வேறு தளங்களிலும் தீவிரமான இடையீடு செய்பவராகவும் விவாதங்களில் ஈடுபடுபவராகவும் நாயர் இருந்தார். ஆங்கிலத்தில் சிறந்த பேச்சாளராகத் திகழ்ந்த அவர் அம்மொழியில் எழுத்தாற்றல் மிக்கவராகவும் விளங்கினார். அரசியல் அமைப்புகளைப் பொறுத்தவரை ஆரம்பத்தில் காங்கிரஸ் ஆதரவாளராக இருந்தார்.

அயோத்திதாசரின் குறிப்பு

தன்னுடைய தமிழன் இதழில் டி.எம். நாயர் பற்றி நேர்மறையான பதிவுகளை எழுதிய (1910 ஜனவரி) அயோத்திதாசர் சென்னை முனிசிபல் உறுப்பினராக அவர் ஆற்றிய பணிகளைப் பாராட்டுவதோடு இந்துக்களுடைய தராதரம் பற்றி ஆங்கில இதழொன்றில் அவர் விமர்சித்து எழுதியதையும் குறிப்பிட்டு விட்டு நாயரின் இப்பண்புக்குக் காரணம் இவர் இங்கிலாந்து சென்று படித்து ஆங்கிலேயர்களின் அரசியல் கண்ணோட்டத்தை உள்வாங்கியதால்தான் ஆங்கிலேயர்களைப் போன்று எவ்விதப் பாகுபாடும் பாராமல் செயற்படுவதாக அறிகிறோம் என்கிறார். ஆங்கிலேயர்களின் நவீன அரசியல் சீர்திருத்தங்களை இங்கிருந்த பிராமணிய அதிகாரத்திற்கு எதிராக வரவேற்ற அயோத்திதாசர் டி.எம். நாயரின் நற்பணிகளுக்குப் பின்னணியாய் இருப்பதும் அப்பண்புகளே என்று சிலாகிப்பதைப் பார்க்க முடிகிறது. ஏறக்குறைய டி.எம். நாயரைப் புரிந்துகொள்வதற்கான முக்கிய மதிப்பீடாக இதைக் கொள்ளலாம். நாயர் பற்றிய பிறபதிவுகளும் இதையே உறுதிப்படுத்துகின்றன. பிராமணரல்லாதார் கட்சியின் கொள்கைகளைத் தெளிவுபடுத்தும் வகையில் நாயர் செய்த முதல் காரியங்களில் ஒன்று, கல்விக் கொள்கையின் அநீதிகள்

என்னும் தலைப்பில் ஜஸ்டிஸ் இதழில் தொடர் கட்டுரைகளை எழுதியதாகும் என்று எம்.சி. ராஜாவும் அயோத்திதாசரைப் போன்று நாயருடைய எழுத்துக்களைப் பற்றிப் (1922 நவம்பர் சட்டமன்ற உரை) பாராட்டியுள்ளார்.

'திராவிடம் என்ற சொல்லை அமைப்பு என்ற அளவில் முதலில் கையாண்டவரான நடேச முதலியாருக்கு' முக்கியத்துவம் அளிப்பது திராவிட இயக்க மரபுக்குத் தமிழ் அழுத்தம் தருவதற்கே. நீதிக்கட்சியை உருவாக்கியதில் நடேச முதலியாரும் தியாகராயச் செட்டியாரும் கூட்டாளிகளாக இருந்திருப்பினும் கட்சியின் அமைப்பொழுங்குக்குப் பெரும்பான்மையும் நாயரே பொறுப்பாவார். நீதிக்கட்சியை வடிவமைத்ததில் உள்ளூர்த் தாக்கங்களைவிட மேற்கத்திய அரசியல் மதிப்பீடுகளின் தாக்கமே அவரிடம் மிகுதியும் செல்வாக்குச் செலுத்தின. நீதிக்கட்சி கொள்கையில் பிரிட்டீஷ் ஜனநாயகவாதிகளின் மரபும் பிரெஞ்சுத் தீவிரவாதிகளின் மரபும் மணம் பரப்புவதைக் காணலாம். அதனால்தான் கட்சியின் பெயர் South Indian Liberal Federation என வைக்கப்படலாயிற்று என்று முரசொலிமாறன் குறிப்பிடுவது (திராவிட இயக்க வரலாறு – தொகுதி 1, 1991) கவனிக்கத்தக்கது. நாயர் இங்கிலாந்தில் இருந்த காலத்தில் கிளாட்ஸ்டன் என்ற ஆங்கிலேய அரசியல் அறிஞரின் லிபரலிசக் கோட்பாடுகளால் கவரப்பட்டார் என்கிறார் பெ.சு. மணி (நீதிக்கட்சியின் திராவிடன் நாளிதழ் ஓர் – ஆய்வு, 2007).

பிரெஞ்சு நாட்டின் Radical Rebudilican Party என்ற அமைப்பின் தாக்கம் நாயருக்கு இருந்தது. தென்னிந்திய நலவுரிமைச் சங்கம் என்ற அமைப்பின் பெயர் நீதிக்கட்சி அல்லது ஜஸ்டிஸ் பார்ட்டி என்றழைக்கப்படுவதற்கு அக்கட்சி ஆங்கிலத்தில் நடத்திய Justice என்ற ஏடுதான் காரணம். தென்னிந்திய நலவுரிமைச்சங்கத்தைத் தொடங்குவதென்று முடிவுசெய்யப்பட்ட முதல் கூட்டத்திலேயே கட்சிக்கான முதல் பணியாகப் பத்திரிகை தொடங்குவதெனத் தீர்மானிக்கப்பட்டது. கட்சி நடத்திய தமிழ் மற்றும் தெலுங்கு ஏடுகளுக்கு முறையே பக்தவச்சலம் பிள்ளையும் பார்த்தசாரதி நாயுடுவும் ஆசிரியர்களாயிருக்க 26. 02. 1917இல் தொடங்கப்பட்ட ஆங்கில ஏடான Justiceக்கு நாயரே ஆசிரியராக இருந்தார். நீதிக்கட்சியின் முன்னணித் தலைவர் என்ற முறையில் நாயரின் ஜஸ்டிஸ்தான் கட்சியின் கொள்கைகளைப் பூர்வாங்கமாகப் பிரதிபலித்தது. ஒருமுறை நாயர் எழுதிய கட்டுரைகளுக்காக அவர்மீது அன்னி பெசண்ட் மானநட்ட வழக்கு தொடுத்தார் என்ற அளவிற்கு அந்த ஏடு தீவிரமாக இயங்கியது. இந்த ஏட்டிற்கான பெயரை நாயர் பிரெஞ்சு நாட்டு கிளமென்சோ

(Georges Clemenceau 1841-1929) 1880 முதல் நடத்திய *La Justice* என்ற ஏட்டின் பெயரைத் தழுவி அமைத்திருந்தார் என்ற அளவிற்கு அவருக்கு மேற்கின் தாக்கமிருந்தது. 1881இல் இந்து சட்டத்திற்கான தனது பணியில் ஜே.எச். நெல்சன் என்ற ஆங்கிலேயர் பிராமணர், பிராமணரல்லாதார் என்ற பகுப்புசார்ந்த சொற்களைப் பயன்படுத்தியது முதல் 1916ஆம் ஆண்டுவரை பலரும் அச்சொல்லை ஆங்காங்குப் பயன்படுத்தி வந்தனர் என்றாலும், பிரெஞ்சு நாட்டு ராடிக்கல் ரிபப்ளிகன் பார்ட்டி பயன்படுத்திய பிரபுகள் அல்லாதார் என்ற சொல்லின் தாக்கமும் சேர்ந்துதான் நாயரிடம் பிராமணரல்லாதார் என்ற அடையாளமாக உறுதி பெற்றது. கட்சியின் மூலத்தில் நடேச முதலியாருக்குப் பங்கிருந்தாலும் கூட்டு நிறுவனர்களாக நாயரும் தியாகராயச் செட்டியாரும்தான் அறிவிக்கப்பட்டனர். சென்னை டவுன்ஹால் கூட்டத்தில் திரு.வி.க. எழுப்பிய கேள்வி யொன்றிற்குப் பதிலளித்த நாயர் 'காங்கிரஸில் விளையும் தீமை கண்டு நண்பர் தியாகராயருடன் சேர்ந்து ஜஸ்டிஸ் கட்சியை அமைத்தேன்' என்று கூறியதிலிருந்து கட்சியின் பிரதான நிறுவனர்களில் நடேசர் முக்கியத்துவம் பெற்றிருக்கவில்லை என்பதை அறிகிறோம். சங்கத்தின் முதல் மாநாட்டில் (15.12.1919) பேசிய தியாகராயர் 'அவர் காட்டிய வழியின்படியே நாம் இப்போது களத்தில் நிற்கிறோம்" என்று நாயரின் தலைமையைச் சுட்டிப் பேசினார். பின்னாளில் தியாகராயச் செட்டியாருக்கும் நடேச முதலியாருக்கும் பனிப்போர் இருந்தது என்பதும் நடேச முதலியார் கட்சியால் புறக்கணிக்கப்பட்டார் என்பதும் குறிப்பிடத்தக்கவை.

டி.எம். நாயர் பெற்றிருந்த நவீனச் சிந்தனைகளை உள்ளீடாகக் கொண்ட அரசியலறிவு நீதிக்கட்சியின் வடிவத்தில் மட்டுமல்லாது பிராமணரல்லாதார் அடையாள உள்ளடக்கத் திலும் பிரதிபலித்தது. பிராமணரல்லாதார் பிரிவில் பல்வேறு வகுப்பினரையும் உள்ளடக்குவதில் நாயர் ஆர்வம் காட்டினார். குறிப்பாக ஆதிதிராவிடர்களையும் இசுலாமியர்களையும் இணைத்துப் பேசினார். ஆனால், டாக்டர் நாயரைத் தவிர்த்துப் பெரும்பாலான பார்ப்பனரல்லாத தலைவர்கள் பஞ்சமர்களை நீக்கியே பார்த்தனர் என்கிறார் கு. நம்பியாரூரன். திராவிட இயக்கத்தின் தொடக்கம் பற்றிய ஆய்வுகள் செய்துள்ள யூஜின் இர்ஷிக், கு. நம்பியாரூரன் ஆகிய இருவரும் நாயரின் இப்பண்பு பற்றிக் குறிப்பிட்டு எழுதியுள்ளனர். பின்னாளில் நீதிக்கட்சி ஆட்சியும் நீதிகட்சித் தலைவர்களும் எடுத்த தலித் விரோத நிலைப்பாடுகளை விமர்சித்த எம்.சி. ராஜா கடைசிவரையிலும் நாயர் பற்றி மட்டுமே சாதகமான கருத்தைக்

கொண்டிருந்தார் என்பது இதை மேலும் உறுதிப்படுத்துகிறது. நாயர் மட்டும் இவ்வியக்கத்தின் தலைவராக இன்று இருந்திருந் தால் இவ்வியக்கத்திலும் ஆட்சியிலும் ஜனநாயக முறையைப் பாதுகாத்திருப்பார் (4 ஜூலை 1937, வடஆற்காடு மாவட்ட ஆதிதிராவிட மாநாடு) எனக் குறிப்பிட்ட எம்.சி. ராஜா பிறிதோரிடத்தில் 1917இல் பிராமணரல்லாதார் கட்சி தொடங்கிய போது, நாயர் தமது அரசியல் திட்டத்தின் முதல் படியாகத் தீண்டாமை ஒழிப்பை முன்வைத்தார் (எம்.சி. ராஜா சிந்தனைகள், எழுத்து வெளியீடு, மதுரை) என்று நினைவுகூர்ந்தார்.

நீதிக்கட்சியின் தோற்றத்திற்கு முன்பும் சமகாலத்திலும் சென்னை நகரில் ஒன்றுக்கு மேற்பட்ட ஆதிதிராவிடர் அமைப்புகள் இருந்தன. 1890 தொடங்கித் திராவிட மகா ஜனசபா, ஆதிதிராவிட ஜனசபா, பறையர் மகாசபை போன்ற பெயர்களில் அமைப்புகள் செயற்பட்டு வந்தன. இந்த அமைப்புகள் சார்பாக நடந்த கூட்டங்கள், அரசுக்கு அளிக்கப்பட்ட விண்ணப்பங்கள், இதழ்கள் ஆகியவற்றில் தாழ்த்தப்பட்டோர் மேம்பாடு மட்டுமல்லாது பிராமணர் எதிர்ப்பு, இட ஒதுக்கீடு, திராவிடர் அடையாளத்தின் மீதான உரிமைகோரல் போன்றவையும் வலியுறுத்தப்பட்டன. ஏறக்குறைய பிந்தைய பிராமண எதிர்ப்பு அமைப்புகளின் முன்னோடி முயற்சிகளாக இவையே அமைந்திருந்தன. இந்நிலையில் தான் 1916ஆம் ஆண்டு தொடங்கப்பட்ட நீதிக்கட்சியின் பிராமணர் எதிர்ப்புக் கருத்துகளுக்கு ஆதரவளிப்பவர்களாக ஆதிதிராவிடர்களும் அவர்களின் அமைப்புகளும் இருந்தனர்.

முரசொலிமாறன் சொல்வதைப் போன்று நீதிக் கட்சிக்கு இவர்கள் ஆதரவைப் பெறுவதில் எவ்விதச் சிரமமும் ஏற்பட வில்லை. ஏனெனில், அந்தச் சமுதாயமும்வெகுகாலமாகவே திராவிட உணர்வு பெற்றிருந்தது. மேலும், அச்சமூகம் பிராமணர் எதிர்ப்புக்கு ஆதரவாக ஆங்கிலேயர் அரச ஆதரவையும் பேசிவந்தது. இக்காலக்கட்டத்தில் ‘சென்னை நகரில் ஆதிதிராவிட ஜனசபா, பறையர் ஜனசபா ஆகிய இரு அமைப்புகள் முன்னணியில் இருந்தன. இவ்விரு அமைப்புகளும் முறையான கூட்டங்கள் நடத்திச் சுதந்திரத்திற்கு எதிராகக் குரல் கொடுத்தன’ என்பதை 1916, 1917ஆம் ஆண்டுகளின் மெயில் ஏட்டுச் செய்திகளை ஆதாரமாகக் கொண்டு கு. நம்பியாரூரன் எடுத்துக்காட்டுகிறார்.

ஸ்பர்டாங்க் சாலைக்கூட்டம்

சென்னை எழும்பூர் ஏரிக்கரை மைதானத்தில் 1917ஆம் ஆண்டு அக்டோபர் 7ஆம் தேதி நாயரை அழைத்து வந்து

பெருவாரியான மக்கள் திரண்ட மாநாடு ஒன்றை சென்னை நகர ஆதிதிராவிடர் அமைப்புகள் நடத்தின. இக்கூட்டம் ஸ்பர்டாங்க் சாலைக்கூட்டம் *(The Spur Tank Meeting)* என்று அழைக்கப்படுகிறது. பெரும் மக்கள்திரள் என்ற முறையிலும் நாயரின் ஆவேசமான உரை என்ற விதத்திலும் இக்கூட்டம் நீதிக்கட்சி வளர்ச்சியிலும் திராவிட இயக்க வரலாற்றிலும் முக்கிய இடத்தைப் பெறுகிறது. தலைவர்கள் மட்டுமே கூடும் கூட்டங்களைக் கண்ட நீதிக்கட்சியைப் பெருவாரியான மக்கள் திரட்சி நோக்கி அணியப்படுத்தியது இக்கூட்டமே. நீதிக்கட்சி தொடங்கப்பட்ட நாள் முதல் நடந்த கூட்டங்களைக் கவனித்தால் ஸ்பர்டாங்க் சாலைக் கூட்டத்தின் முக்கியத்துவத்தை அறிந்துகொள்ளலாம். 14.03.1917இல் இசுலாமிய அமைப்பு சார்பான உள்ளரங்குக் கூட்டம் 19.08.1917இல் கோயம்புத்தூரில் நடந்த முதல் பிராமணரல்லாதார் மாநாடு, 1917 அக்டோபரில் கொள்கை வெளியீடு உள்ளிட்ட வெகுசில கூட்டங்களே நடந்திருந்தன. இவை எவையும் வெகுமக்கள் கூட்டங்கள் அல்ல. நீதிக்கட்சியின் பெருவாரியான வெற்றிக்கு ஆதிதிராவிட மக்களும் அதன் தலைவர்களும் காரணம் என்று கூறும் முனைவர் கோ. தங்கவேலு நீதிக்கட்சியென்பது ஒடுக்கப்பட்டோருக்கு விடுதலை அளிக்கும் கட்சியெனத் தம்மக்களிடையே ஆதிதிராவிடத் தலைவர்கள் கூறி அவர்களை அடித்தளத் தொண்டர்களாக்கியதோடு பொதுமக்களைச் சந்தித்தறியாத நீதிக்கட்சித் தலைவர்களைப் பொதுமக்கள் அறியும்படி செய்தனர் என்று விளக்குவது இங்கு எடுத்துக்காட்டத்தக்கது.

தன்னுடைய பிற்கால உரைகளில் இம்மாநாட்டின் சாதனையை எம்.சி. ராஜா பலமுறை நினைவுகூர்ந்தார். 'தனித் தொகுதி வேண்டும்; அம்பேத்கர்தான் எங்கள் பிரதிநிதி' என்பதை வலியுறுத்தி 1931ஆம் ஆண்டு அக்டோபரில் அதே சென்னை எழும்பூர் ஏரி மைதானத்தில் 20,000 பேர் கூடிய மாநாட்டில் பேசிய எம்.சி. ராஜா இம்மாநாட்டைக் காணும்போது, சுமார் 13 வருடங்களுக்கு முன்பு நம்மை ஆழ்ந்த நித்திரையிலிருந்து தட்டியெழுப்பி இவ்வளவு உன்னத நிலையில் இருக்கத் தூண்டிய நாயர் தலைமை வகித்து நடத்திய கூட்டத்தின் ஜனக்கூட்டத்தைப் போல் இருக்கிறது என்றும் 1937 ஜூலையில் நடந்த வடார்க்காடு மாவட்ட ஆதிதிராவிடர் மாநாட்டில் பேசும்போது, 1917இல் நான் சென்னையில் கூட்டியிருந்த ஆதிதிராவிடர்களின் கூட்டத்தை நினைத்துப்பார்க்கிறேன். ஆதிதிராவிடர்களிடையே உரையாற்றிய நாயர் இம்மக்களை விழித்தெழுந்திருக்குமாறு வேண்டுகோள் விடுத்தார். அங்ஙனம் எழுந்து நிற்காவிடின் என்றென்றுமாக வீழ்ந்துபோவோம் என்றும் எச்சரித்ததாக

எம்.சி. ராஜா ஸ்பர்டாங்க் கூட்டத்தைக் குறிப்பிட்டுப் பேசினார். இக்கூட்டத்தை ஏற்பாடு செய்தவராக எம்.சி. ராஜா தன்னைக் குறிப்பிடுவதையும் பார்க்கலாம். நீதிக்கட்சி அரசியல்ரீதியாகத் தங்களுக்குக் கடமைப்பட்டிருப்பதை டி.எம். நாயரோடு தங்களுக்கிருந்த தொடர்பைச் சுட்டுவதன் மூலம் எம்.சி. ராஜா நினைவுபடுத்தி வந்தார்.

ஸ்பர்டாங்க் கூட்டத்தில் நாயர் நிகழ்த்திய ஆவேச உரை பிராமணரல்லாதார் அடையாளத்தில் தலித்துகளை இருத்துவதில் தாக்கம் செலுத்தியது. ஆனால், இம்மாநாட்டில் பேசிய பஞ்சமர் மகாசபைத் தலைவர் அன்சஸ், பிராமணரல்லாதாரும் நீதிக்கட்சியினரும் பற்றிய அதிருப்தியை வெளியிட்டார். அதாவது, பிராமணரல்லாதார் வேறுபாடு பாராமல் பஞ்சமர்களைச் சகோதரர்களாக ஏற்காதவரையில் அவர்கள் பஞ்சமர்களைப் பிரதிநிதித்துவப்படுத்துவதாகக் கூறுவதை ஏற்க முடியாது என்றார். மேலும், அன்னிபெசண்ட்டின் ஹோம்ரூல் தலைமையைப் போல பிராமணரல்லாதார் தலைமைமீதும் தங்களுக்கு இன்னும் நம்பிக்கை ஏற்படவில்லை என்றார். இவ்வாறு டி.எம். நாயர் போன்றோரைஅழைத்துக் கூட்டம் நடத்திய போதிலும் தங்களின் இருப்பு பற்றிய கேள்விகளோடும் விவாதங்களோடும்தாம் தலித்துகள் அரசியல் உறவை மேற்கொண்டனர். உயர்வகுப்பு பார்ப்பனரல்லாத இந்துகளுக்குப் பஞ்சமர்களின் நாணயத்தின் மீது அய்யம் இருந்தது. பஞ்சமர் அமைப்புகளை நடத்திய தலைவர்களுக்கும் நீதிக்கட்சிக்கு ஆதரவளிப் பதில் விருப்பம் இல்லை என்பதை யூஜின் இர்ஷிக்கும் நம்பியாரூரனும் கூடக் குறிப்பிட்டுள்ளனர்.

முதலில் எழும்பூர் ஏரி மைதானத்தில் இம்மாநாடு நடத்துவதற்கு மைதானத்தில் விளையாட வரும் உயர்வகுப்பினர் தடை ஏற்படுத்தியபோது, அத்தடைவிலக்கப்பட்டு மாநாடு நடப்பதற்கு டி.எம்.நாயர் உதவினார். மாநாட்டில் பேசிய டி.எம். நாயர் பஞ்சமர்கள் இது போன்று அடக்கப்படுவார்களானால் அதை மீறுவதற்கானவழி வன்முறையற்றதாகவே இருக்குமென்று எதிர்பார்க்க முடியாது என்றதோடு அவர்களுக்கு அநீதி இழைக்கப்பட்டால் தன்கையிலுள்ள ஊன்றுகோல் பேசத் தயங்காது என்றும் பேசினார். டி.எம். நாயரின் ஆங்கில உரையைச் சோமசுந்தரம் பிள்ளை தமிழில் மொழிபெயர்த்தபோது, கூட்டம் ஆர்ப்பரித்தது. அன்னி பெசண்ட்டின் ஹோம்ரூல் கட்சிக்கு எதிர்வினையாகத் தொடங்கப்பட்ட நீதிக்கட்சியின் தலைவரான டி.எம். நாயர் ஹோம்ரூல் இயக்கத்திற்கு எதிரான கோபத்தைத் தம் ஆவேசப் பேச்சின் மூலம் கூர்மைப்படுத்தினார். நாயரைப் பின்னாளில் நினைவுகூர்ந்த எம்.சி. ராஜா அப்போது

நாம் ஒற்றுமையுடனிருந்து ஹோம்ரூல் ஆட்சியாரை விரட்டி அடித்தோம் என்று இதைக் குறிப்பிட்டார். இவ்வாறு பலவகைகளில் இக்கூட்டம் நீதிக்கட்சிக்குக் கை கொடுத்தது. மேலும், இந்தியர்களுக்கு அதிகாரத்தில் பங்களிப்பது குறித்த மாண்டேகு அறிக்கை (1917) வெளியான சூழலில் நீதிக்கட்சிக்குப் பெரும்மக்கள் திரண்ட இக்கூட்டம் பேருதவியாக இருந்தது. பஞ்சமர்கள் தங்களது ஆதரவை நீதிக்கட்சியினருக்கும், முஸ்லிம்கள் இந்தியக் கிறிஸ்தவர்கள் ஆகிய அமைப்பினருக்கும் வழங்கினர். அதோடு நீதிக்கட்சி நடத்தும் மாநாடுகளிலும் கூட்டங்களிலும் சுதந்திரமாகப் பங்கேற்றனர் என்கிறார் கு. நம்பியாரூரன். தலித்துகள், இசுலாமியர்களைச் சாதகமாகப் பார்த்த நாயரின் நோக்கு நீதிக்கட்சியை வளர்த்தெடுக்கும் நோக்கத்திற்கு உதவியது. ஸ்பர்டாங்க் கூட்டத்தின் உரை தலித்துகளின் பிரச்சினைகளைப் பேசியதைவிடப் பிராமணர்களைத் தாக்கிப் பேசுவதிலேயே அதிகம் கவனம் செலுத்தியது. நாயர் உருவாக்கிக் காட்ட விரும்பிய பிராமணரல்லாத கூட்டணியின் எதிரியாகப் பிராமணர்களை நிறுத்தினார். இரா. நெடுஞ்செழியன் எழுதிய திராவிட இயக்க வரலாறு என்ற நூலில் இடம்பெற்றுள்ள 12 பக்க உரையிலும் அதாவது 350 வரிகளில் 7 வரிகளிலும் க.திருநாவுக்கரசு நூலில் 836 வரிகளில் 4 வரிகளிலும் தான் நாயர் தலித்துக்களைப் பற்றிக் குறிப்பிட்டுள்ளார். இதைப் பற்றிக் கூறும் அன்புபொன்னோவியம் 'தாழ்த்தப்பட்டோர்களைப் பற்றி எழுதநேரும் போதெல்லாம் நீதிக்கட்சியினரும் அதன் ஆதரவாளர்களும் ஸ்பர்டாங்க் சாலைக் கூட்டத்தின் டாக்டர் நாயரின் உரையைக் குறிப்பிடுவார்கள். அதில் நாயர் தாழ்த்தப்பட்டோர்களைப் பற்றியும் தீண்டாமையைப் பற்றியும் மிகத் தீவிரமாகப் பேசியதாக மிகைப்பட எழுதுவார்கள். டாக்டர் நாயர் அக்கூட்டத்தில் பிராமணர்களைப் பற்றிக் கேலியாகப் பேசியதும் அன்னி பெசண்ட் அம்மையாரை நையாண்டி செய்ததும்தான் செய்திகளே தவிர தாழ்த்தப்பட்டோர்கள் பற்றியல்ல என்பதைப் படிப்போர் உணரலாம்" என்று கூறுவது சரியே. எனினும், ஏற்கெனவே அரசியல் உணர்வோடு செயலாற்றி வந்தவர்கள் என்ற முறையிலும் பரந்த அரசியல் கூட்டணி என்ற அரசியல் நோக்கத்திற்காகவும் தலித்துகளை அரவணைப்பதைத் தவிர்க்க முடியாததாக டி.எம். நாயர் உணர்ந்திருந்தார் என்றே சொல்ல வேண்டும். இது நவீன அரசியல் வடிவத்தின் அம்சம்.

திருவிக தரும் குறிப்பு

பிராமணரல்லாதார் தரப்புக்குப் பெரும் உற்சாகத்தை அளித்த டி.எம். நாயரின் ஸ்பர்டாங்க் உரை கடும் எதிர்

வினையை உண்டாக்கியது. அக்கூட்டத்தில் பிராமணர்கள் தாக்கப்பட்டதாகக் கூறப்படுகிறது. அக்கூட்டத்திற்கு அவர்கள் வந்திருந்தார்களா? யார் யாருக்கு இடையே மோதல் நடந்தது என்பதை அறிய முடியவில்லை. வன்முறை பற்றி மங்கலான குறிப்புகளே கிடைக்கின்றன. ஆனால், தாக்குதல் நடைபெற்றதை இக்குறிப்புகள் உறுதிப்படுத்துகின்றன. யான் ஒரு துண்டு அறிக்கை வரைந்து விடுத்தேன். அதனால் கலகம் விளைந்தது. ஜஸ்டிஸ் கட்சியாருக்கும் சுய ஆட்சியாருக்கும் சண்டை மூண்டது. அங்கே எழுந்த மூர்க்க சக்திக்கு நாயர் தமது பேச்சில் வரவேற்புக் கூறினார். அது ஸ்பர்டாங்க் கூட்டத்துக்கு இன்பம் மூட்டியது, அவ்வின்பம் சென்னையை விழிக்கச் செய்தது. விழிப்பு சுய ஆட்சி இயக்கத்துக்கு ஆக்கம் தேடியது (பக்: 212) என்று மட்டுமே திரு.வி.க. குறிப்பிடுகிறார். கோ. வடிவேலு செட்டியாரை ஆசிரியராகக் கொண்டு வெளிவந்துகொண்டிருந்த லோகோபகாரி இதழ் 'காவல் துறையினர் தலையிடாமல் பார்த்துக்கொண்டிருந்தாகவும் அவர்கள் உடனடியாகத் தலையிட்டிருந்தால் இந்த அநியாயத்தைப் பஞ்சமர்கள் செய்திருக்கமாட்டார்கள்' என்றும் கண்டித்தது.

பாரதியார் தரும் குறிப்பு

இந்த வன்முறைக்கு எதிராக வந்த கருத்துகளுள் முக்கியமானது பாரதியாருடையது. சென்னைப் பட்டணத்தில் நாயர் கஷிக் கூட்டமான்றில் பறையரை விட்டு இரண்டு மூன்று பார்ப்பனரை அடிக்கும்படித் தூண்டியதாகப் பத்திரிகையில் வாசித்தோம் என்று பாரதியார் கூறுவது ஸ்பர்டாங்க் கூட்டத்தைப் பற்றியேயாகும். பறையர்களை அவமதிப்பாக நடத்தும் பிராமணரல்லாதோரின் நீதிக்கட்சியால் பறையர்கள் பிராமணர்களுக்கு எதிராகத் தூண்டிவிடப்படுகிறார்கள் என்னும் தேசியவாத புரிதலைக் கொண்டிருந்த பாரதியார் தான் விவரிக்கும் அரசியல் நோக்கத்திற்கேற்ப இக்கூட்டத்தை நீதிக்கட்சி நடத்தியதாகவும் பறையர்கள் தூண்டிவிட்டதாகவும் எழுதிக் காட்டுகிறார். ஆனால், இக்கூட்டம் நீதிக்கட்சி ஏற்பாடு செய்த கூட்டமல்ல. அது முழுக்க தலித்துகள் முன்னின்று நடத்திய கூட்டம்.

இக்கூட்டம் பற்றி வேறொரு பதிவை எக்ஸரே கருணாகரன் தருகிறார். அதில் "1917 அக்டோபர் 17இல் எழும்பூர் ஸ்பர்டேங் விளையாட்டுத் திடலில் (தற்போது சேத்துப்பட்டு காசநோய் மருத்துவமனை பகுதியில்) ஆதிதிராவிடர்களின் மாபெரும் கூட்டத்தை ரெவரண்ட் ஜான்ரத்தினமும் திரு. எம்.சி. ராஜாவும் பல எதிர்ப்புகளுக்கிடையில் டாக்டர் டி.எம். நாயர் தலைமையில் நடத்தினார்கள். மொத்தம் வந்திருந்தவர்களின் தொகை

மூவாயிரத்திற்கு மேற்படும். திடலில் பல யூனியன் ஜேக் கொடிகள் பறந்து கொண்டிருந்தன. சரியாய் மாலை 5 மணிக்கு டாக்டர் டி.எம். நாயர் மேடைக்கு வந்து தலைமை தாங்கினார். அக்கூட்டத்திற்கு சர். பிட்டி தியாகராயரும், வழக்கறிஞர் துரைசாமி முதலியார், சிங்கார முதலியார், பாரிஸ்டர் டாக்டர் குரூப், சீர்த்திருத்தபோதினி (Social Reform Advocate) ஆசிரியரான பி. கந்தசாமி செட்டியார் மற்றும் சோமசுந்தரபிள்ளை, வேணுகோபால்பிள்ளை மற்றும் பல பெரியவர்களும் வருகை தந்திருந்தார்கள். டாக்டர் டி.எம். நாயரின் சொற்பொழிவும் மற்றவர்களுடைய சொற்பொழிவுகளும் 1917 அக்டோபர் 18இல் திராவிடன் இதழில் வெளிவந்துள்ளன.

டாக்டர் டி.எம். நாயரின் சொற்பொழிவுக்கிடையில் ஓம்ரூல் இயக்கத்தின் பார்ப்பன இளைஞர்கள் துண்டு அறிக்கைகளைக் கூட்டத்தினருக்கு வழங்கி அங்கு ஓர் சலசலப்பை உண்டாக்கினார்கள். உடனடியாக அவர்கள் அங்கிருந்து அப்புறப் படுத்தப்பட்டார்கள்" என்று கூறுவதையும் நாம் கணக்கில் கொள்ளலாம். (நீதிக்கட்சி 75வது ஆண்டு பவளவிழா மலர் 1992 ப.119)

டி.எம். நாயர் கலந்துகொண்ட ஸ்பர்டாங்க் கூட்டம் பற்றிக் குறிப்பிடும் பெரும்பாலான திராவிட இயக்க வரலாற்றுப்பதிவு களும்கூடப் பொத்தாம் பொதுவாகப் பஞ்சமர் மாநாடு என்றே குறிப்பிடுன்றனவேயொழிய இக்கூட்டத்தை நடத்தியவர்களைப் பற்றிய குறிப்புகளைத் தரவில்லை. சென்னை அண்ணா அறிவாலயத்திலுள்ள கலைஞர் கருவூலத்தில் பஞ்சமர் கூட்டம் என்ற குறிப்போடு நாயர் பேசும் படம் இடம்பெற்றுள்ளது. நீதிகட்சி பற்றி ஆங்கிலத்தில் விரிவாக எழுதிய ராஜாராமனும் ஓ.பி. ராலானும் ஸ்பர்டாங்க் கூட்டம் பற்றிப் பல்வேறு தகவல்களை தருகின்றபோதிலும் கூட்டத்தை ஒருங்கிணைத்தவர்களென்று யாரையும் குறிப்பிடவில்லை. திராவிட இயக்க வரலாறு எழுதிய மாறன், நெடுஞ்செழியன் ஆகியோர் நூல்களில் நாயர் உரையாற்றும் படத்தோடு உரையில் இடம்பெற்ற சில அம்சங்கள் குறிப்பிடப்பட்டுள்ளன. தம்முடைய நூலில் பன்னிரண்டு பக்க அளவில் டி.எம். நாயரின் உரையை வெளியிட்டுள்ள இரா. நெடுஞ்செழியன் கூட்டம் பற்றித் தரும் தகவல்கள் பிழையானவையாக இருக்கின்றன. கூட்டம் இரட்டைமலை சீனிவாசன் தலைமையில் நடந்ததென்றும் எம்.சி. ராஜா நன்றி கூறினார் என்றும் தியாகராயரும் கலந்துகொண்டார் என்றும் கூறுகிறார். இம்மூன்று தகவல்களும் உறுதிப்படுத்தப்படாதவை. இக்கூட்டம் நீதிக்கட்சி தோன்றுவதற்குக் காரணமான சென்னை வேப்பேரி கூட்டத்தில் கலந்து கொண்ட ஒரே தலித் தலைவரான

எம்.சி. ராஜா முன் முயற்சியால் நடத்தப்பட்டதாகும். ஆங்கிலக் கல்வி பயின்று நாயரைப் போன்றே நவீனத்துவ அரசியல் கருத்துகளால் ஈர்க்கப்பட்டு வெள்ளையரின் நிர்வாகத்தை ஆதரித்துச் செயற்பட்ட எம்.சி. ராஜா 1916இல் சென்னை ஆதிதிராவிட மகாஜனசபாவில் செயலாளராகத் தேர்வு செய்யப் பட்டார். இந்த அமைப்போடு பிற ஆதிதிராவிட அமைப்புகளும் சேர்ந்து இக்கூட்டம் ஒருங்கிணைக்கப்பட்டது. டி.எம். நாயரின் செயற்பாடுகளை அறிந்துவந்த எம்.சி. ராஜா நாயர் நீதிக்கட்சியை உருவாக்கியபோது, தம்முடைய வகுப்பினரையும் அவர் தம் கோரிக்கைகளையும் அவர் மூலம் பிராமணரல்லாத அரசியலில் இணைக்க முயன்றார். ஆனால், டி.எம். நாயரின் மரணத்தோடு சீர்திருத்த நோக்கு நீதிக்கட்சியில் அமுங்கிப்போனது. பிராமண ரல்லாத அரசியலில் தம் கோரிக்கைகளை இணைப்பதில் தலித்துகள் தோல்வி கண்டனர். கட்சியின் பூர்வாங்கப் பணிகளின் போது, தேவைப்பட்ட தலித்துகள் கட்சியின் ஆட்சிக்காலத்தில் புறக்கணிக்கப்பட்டனர். நீதிக்கட்சி பதவியிலமர்ந்தவுடன் தலித்துகளுக்கான மானியங்கள் குறைக்கப்பட்டதோடு பல்வேறு சலுகைகள் நிறுத்தப்பட்டன. இரண்டாண்டின் முடிவிற்குள் சென்னை புளியந்தோப்பு கலவரத்தை (1921) ஒட்டி, பறையர்களைச் சென்னையை விட்டே அப்புறப்படுத்த வேண்டுமென்று தியாகராய செட்டியார் தலைமையிலான நீதிக்கட்சி அறிக்கை வெளியிட்டது. அதைத் தொடர்ந்து நீதிக்கட்சியிடமிருந்து விலகி நின்றதோடு அந்த ஆட்சி கலைந்தபோது, இறைவனுக்கு நன்றி என்று எம்.சி. ராஜா கூறும் நிலைமைதான் உருவாகியிருந்தது.

காலச்சுவடு, ஆகஸ்ட் 2012

11

நந்தனும் நந்தனாரும்
இருபதாம் நூற்றாண்டு தலித் அரசியல் செயற்பாடுகளைக் கட்டமைத்த இருவேறு போக்குகள்

அம்பேத்கர் தானெழுதிய 'தீண்டப்படாதார் யார்? அவர்கள் தீண்டப்படாதார் ஆனது எவ்வாறு?' (1948) என்ற நூலைத் "தீண்டப்படாதாரிடையே பிறந்து தமது பக்தியாலும் ஒழுக்கநலன்களாலும் அனைவரின் நன்மதிப்பையும் பெற்று புகழ்மிகு திருவருட்செல்வர்களாகத் திகழ்ந்த நந்தனார், ரவிதாஸ், சோகமேளா ஆகிய மூவர் நினைவுக்கு உரிமையாக்கப்பட்டது" என்று கூறி சமர்ப்பணம் செய்கிறார். தீண்டப்படாதோரை ஒதுக்கிவைப்பதற்கு காரணமாகச் சமூகத்தால் கூறப்பட்டுவரும் இழிவு களைப் பின்தள்ளி பிறராலும் மதிக்கப்படும் நிலையை எட்டியவர்களாக மாறியதாலேயே இம்மூன்று ஆன்மிகப் புனிதர்களை அம்பேத்கர் குறிப்பிட்டெழுதி நூலைச் சமர்ப்பணம் செய்கிறார். இக்குறிப்பு சமர்ப்பண வாசகங்களாக உள்ள அதேவேளையில் அம்பேத்கரின் சாதி மறுப்பு பற்றிய புரிதலையும் உட்கொண்டிருப்பதைப் பார்க்க முடிகிறது.

அம்பேத்கர் குறிப்பிடும் மூவரில் முதலாம வராக இடம்பெறும் நந்தனார் தமிழ்ப் பகுதியைச்

சேர்ந்தவர். தமிழ்ப் பகுதியில் பக்தி செயல்முறையை தலித் சாதிகளோடு இணைத்துப் பேச வேண்டிய தேவையெழும் போதெல்லாம் இன்றைக்கும் நந்தனார் என்ற பெயரும் அவர் பற்றிய 'கதை'யும் தான் முதன்மையாக எடுத்தாளப்படுகிறது. 1861ஆம் ஆண்டு கோபாலகிருஷ்ணபாரதி எழுதிய நந்தனார் சரித்திரக்கீர்த்தனை என்ற நூல்தரும் சித்திரம்தான் நந்தனார் பற்றிய கதையாக உலவுகிறது. இந்தக் கதையும் அவர் பெயரும் ஆன்மிகத்தளம் என்பதைத் தாண்டி அதற்குப் பிந்தைய சமூக அரசியல் பண்பாட்டு வெளிசார்ந்தும் அழுத்தம் பெற்றிருக்கிறது. மொத்தத்தில் 20ஆம் நூற்றாண்டின் தலித் சாதிகளின் குறியீடாகவே இப்பிம்பம் வெகுஜனப்படுத்தப்பட்டுள்ளது. நந்தனாருக்கான இத்தகு பிரபலம்தான் அவரைத் தமிழுக்கு வெளியேயும் அறியவைத்திருக்கிறது. அந்த வகையிலேயே அம்பேத்கரும் அவரை அறிந்திருக்கிறார்.

கோபாலகிருஷ்ணபாரதி எழுதிய கதை வடிவம் பரவலாகியதற்கு இரண்டு காரணங்கள் உண்டு. ஒன்று அது எளிய மக்களையும் சென்றடையும் கீர்த்தனை எனும் சந்தத்தில் அமைந்திருந்தது. சைவப் புலமை குழாத்தினரிடமிருந்து வந்த நந்தனார் கதையை வெகுமக்கள் தரப்பிற்குக் கொண்டு சேர்த்தது அதுவே எனலாம். இரண்டாவதாக அச்சில் பதிவாகி உறுதிப்பட்டதால் அக்கதை நாடகமாகவும் பாடலாகவும் கதையாகவும் திரும்பத் திரும்ப பொதுவெளிகளில் நிகழ்த்தப்பட்டுப் பரவலாகிவிட்டது. 19ஆம் நூற்றாண்டில் பிரபோத சந்தி ரோதயம் என்ற சமண நூலும் நந்தனார் சரித்திர கீர்த்தனையும் தான் அதிகம் விற்பனையானதாக கூறப்படுகிறது. அதற்கேற்ப இது அச்சிடப்பட்ட அடுத்த ஆண்டான 1862லேயே மறுபதிப்பு கண்டது என்ற தகவலும் கிடைக்கிறது. இதன்மூலம் இக்கதை எந்த அளவிற்கு வாசிப்பிற்குரியதாக மாறியிருக்கும் என்பதை அறிய முடிகிறது. இவ்வாறுதான் 'பண்ணையடிமை பறையன் நந்தனார்' என்ற சித்திரம் பாரதியாரின் பிரதிமூலம் முழு சித்திரம் பெற்றது.

கோபாலகிருஷ்ணபாரதியார் பிரதிமூலம் சித்திர மளிக்கப்பட்ட நந்தனார்கதை இவ்வாறெல்லாம் பரவலாகி நிலைபெற்ற பின்னர் இருபதாம் நூற்றாண்டில் படைப்பாளிகள் பலரையும் ஈர்த்திருக்கிறது. பலரும் மறு ஆக்கமாகவும் அரசியல் பண்பாட்டுத் தளங்களில் தலித்திய குறியீடாகவும் கையாண்டுள்ளனர். இந்த வகையில் இவர்களால் நந்தனார் கதை பல்வேறு மாற்றங்களுக்கு உள்ளாக்கப்பட்டிருக்கிறது;

எழுதாக் கிளவி

பலவகையாகவும் பொருள்கொள்ளப்பட்டிருக்கிறது. நந்தனார் சிவபக்திக்காகத் தீயில் மூழ்கியதை சைவத்தை உள்ளடக்கிய இன்றைய இந்துமதம் மற்றும் பிராமணர்களின் சாதிய சூழ்ச்சி என்று கூறி தலித்துகள் இனியும் கடந்தகால நந்தனாரைப் போல் ஏமாளியாக இருக்கக் கூடாது என்றும் விழிப்புணர்வு பெற்று ஆதிக்கவாதிகளின் சூழ்ச்சியிலிருந்து மீண்டெழ வேண்டும் என்றும் இந்த மறு ஆக்கங்கள் வெளிப்பட்டிருக்கின்றன. கோபாலகிருஷ்ணபாரதியின் பிரதியிலிருந்து இத்தகைய மறு ஆக்கங்கள் வேறுபட்டிருப்பினும் பாரதியார் பிரதியின் அடிப்படைக் கதையாடலிலிருந்து அவை மாறவில்லை என்பது குறிப்பிடத்தக்கதாகும். அதாவது கோபாலகிருஷ்ணபாரதியாரின் கதையாடலை அப்படியே ஏற்றுக்கொண்ட தரப்பும், நந்தனாரின் செயலுக்காகப் பரிதாபம் கொண்டும் ஆதிக்கத்தை விமர்சித்தும் மறுவிளக்கங்களில் ஈடுபட்ட தரப்பும் நந்தனார் பண்ணையடிமைதான் என்ற சித்திரத்தை மட்டும் மாற்றாமல் அப்படியே ஏற்றுக்கொண்டு அக்கதையாடலின் அடிப்படை எல்லைக்குள்ளே நின்று தத்தம் கருத்தியலுக்கேற்ப சிறுசிறு மாற்றங்களை செய்துகொண்டனர். இப்போக்குகள் காரணமாக இது புனைவு என்பதைத் தாண்டி வரலாற்றுரீதியாக நடந்த சம்பவம் என்ற தன்மையை அடைந்துவிட்டது. மொத்தத்தில் இக்கதையாடலின் அடிப்படைக் கதைச்சட்டகம் மாறாமல் ஏற்றுக்கொள்ளப்பட்டிருக்கிறது. இந்நிலையில் இந்தப் பிரதியின் / கதையின் நம்பகத்தன்மை மாற்றங்கள் பற்றி ஆராய்வது இக்கட்டுரையின் பிரதான நோக்கமல்ல. நந்தனார் கதை இருபதாம் நூற்றாண்டில் பல்வேறு தரப்பினரையும் பாதித்திருக்கிறது. அது தாழ்த்தப்பட்டோரின் அரசியல் பண்பாட்டுத் தரப்பையும் பாதித்திருக்கிறது. அந்த வகையில் தாழ்த்தப்பட்டோர் தரப்பு தங்கள் அடையாளத்தைத் தாங்களே பொருள்கொண்டவிதம் பற்றியும், அதுசார்ந்து அக்குழுக்களிடையே இருந்துவந்த விளக்கமுறைகள் அவற்றின்மூலம் அவர்கள் கட்டமைத்துக்கொண்ட அரசியல் மற்றும் அறவியல் அணுகுமுறைகள் பற்றியும் இக்கட்டுரை ஆராய முற்படுகிறது. அதன்படி இங்கு நந்தனாரை முன்வைத்து இருபதாம் நூற்றாண்டில் தாழ்த்தப்பட்டோர் அரசியலில் இயங்கிய இருவேறு போக்குகளைக் காணலாம்.

நவீன அரசியல் காலக்கட்டத்தில் பலவாறான அரசியல் முயற்சிகளும் அவற்றுக்கான அடையாள உருவாக்கங்களும் மேலெழுந்தன. அச்சூழலைப் பயன்படுத்தித் தங்கள் மீதான சாதிய இழிவை நீக்கிக்கொள்ளும் முயற்சியில் தாழ்த்தப்பட்டோர் தரப்பும் வேகம் காட்டியது. அம்முயற்சிகள் தங்களுக்கென அமைப்பையும் கருத்துகளையும் வடிவங்களையும் தனித்துக்

கட்டமைத்துக்கொள்வதாகவும், ஏற்கெனவே நிலவும் அமைப்போடு இணங்கிச் செல்லுவதன்மூலம் கிடைக்கும் ஆதரவைப் பயன்படுத்திக்கொண்டு மேம்பாட்டுப் பணிகளை முன்னெடுப்பதாகவும் இருந்தன. இவற்றில் எப்போக்கு சரியானது அல்லது தவறானது என்று மதிப்பிட்டுத் 'தீர்ப்பை' வழங்குவது நம் நோக்கமல்ல. மாறாக, அவற்றால் உண்டான விளைவுகள், அக்குழுவினரின் உள்ளார்ந்த மற்றும் வெளிப்படையான அரசியல் புரிதல்கள் மற்றும் செயற்பாடுகள் அவற்றின் வரையறைகள் ஆகியவற்றை அறிந்துகொள்ள இவை உதவும். வியப்பளிக்கும் வகையில் இந்த இருவேறு போக்கினரின் அரசியல் புரிதலையும் செயற்பாடுகளையும் கட்டமைத்துக்கொள்வதில் நந்தன் என்ற பிம்பத்திற்கு முக்கிய இடமிருந்திருக்கிறது. வேறெந்த தொன்ம பிம்பத்திற்கும் நவீன அரசியலில் இத்தகையதொரு இடமிருந்திருக்குமா என்று சொல்லக்கூடிய அளவிற்கு இப்பிம்பத்தின் தாக்கம் இருந்திருக்கிறது. இத்தகைய தாக்கம் வெளிப்படையாகவும் மறைமுகமாகவும் தொழிற்பட்டிருக்கிறது. இவற்றில் முதல்போக்கை இங்கு பார்க்கலாம்.

II

1916ஆம் ஆண்டு சுவாமி சகஜானந்தா (1890 – 1959) சிதம்பரத்தில் தாழ்த்தப்பட்ட வகுப்பைச் சேர்ந்த குழந்தைகளுக்காகக் கல்வி முயற்சியைத் தொடங்கினார். இம்முயற்சி படிப்படியாக வளர்ந்து மேல்நிலைப்பள்ளிகளாகவும் விடுதிகளாகவும் வளர்ந்தன. 1916 ஜூலை 7ஆம் நாள் நந்தனார் கல்விக்கழகம், 1917 மே 20ஆம் நாளில் ஆரம்ப கல்விச்சாலை என்று வளர்ச்சி அமைந்தது. இப்போது வரையிலும் நிலைபெற்றிருக்கும் இப்பள்ளிகள் சிதம்பரம் வட்டாரத்திலுள்ள தலித் குழந்தைகள் மட்டுமல்லாது தலித் அல்லாதோர் குழந்தைகளும் கல்விபெற்று பல்வேறு உத்தியோகங்கள் பெற்று முன்னேற உதவியுள்ளது. அப்பகுதி கிராமந்தோறும் சென்று குழந்தைகளை வரவழைத்து பள்ளியில் சேர்த்தார். தலித் மக்களின் கல்வி வரலாற்றில் சகஜானந்தரின் இப்பணிகளுக்கு முக்கிய இடமுண்டு. இப்பள்ளிக்கு அவரிட்ட பெயர் நந்தனார் பள்ளி. இக்கல்விமுயற்சியின் தொடக்கமாக நந்தனார் தீக்குளித்ததாகக் கருதப்படும் ஓமக்குளம் கரையிலேயே நந்தனார் மடம் என்ற ஒன்றையும் ஏற்படுத்தினார்.

சகஜானந்தருக்கு நந்தனார் என்ற முன்னுதாரணம் இளமை முதலே இருந்துவந்த ஆன்மிக நாட்டத்திலிருந்தே தொடங்கியதாகத் தெரிகிறது. ஆரணிக்கு அருகிலுள்ள மேல் புதுப்பாக்கம் என்ற கிராமத்தில் தாழ்த்தப்பட்ட பறையர்

வகுப்பில் பிறந்த சகஜானந்தரின் இயற்பெயர் முனுசாமி. நீலமேக சுவாமிகள் என்னும் துறவிமூலம் முனுசாமி ஈர்க்கப்பட்டார். நீலமேக சுவாமிகள் திருந்துருத்தி இந்திர பீடம் கரப்பாத்திர சிவப்பிரகாச சுவாமிகளின் பரம்பரைச் சீடரான ஈசூர் சச்சிதானந்த சுவாமிகளிடம் வேதாந்த பாடம் கற்றவர். குருவின் ஆணைப்படி துறவை மேற்கொண்டு ஆரணிக்கு அருகிலுள்ள முனுகப்பட்டு கிராமத்தில் வந்து தங்கிவிட்டார்.

நீலமேக சுவாமிகளின் அறிவுறுத்தலின்பேரில் நரசிங்கபுரம் தக்கண்ணசுவாமிகளிடம் முனுசாமி தத்துவ நூல்களைக் கற்றார். இந்த சுவாமிகள் மூலம் முனுசாமி சென்னை வந்தடைந்தார். சென்னையில் பல்வேறு கருத்தூட்டங்களைப் பெற்றுவந்த அவர் வியாசர்பாடி கரபாத்திர சிவபிரகாச சுவாமிகளிடம் வந்து சேர்ந்தார். இக்காலத்திலே நந்தனார் என்கிற சைவ அடியாரின் 'வரலாறு' இவரின் ஆன்மிக உருவகமாகத் தாக்கம் பெற்றிருக்கிறது. அதனை "இந்த மடத்தின் செயற்பாடும் அறிஞர்களின் வரவும் சகஜானந்தரின் பிற்கால நந்தனார் மடலாய உருவாக்கத்திற்கு மிகவும் பக்கபலமாக இருந்தது" என்று ரெங்கையா முருகன் கூறுகிறார்.[2] வியாசர்பாடி கரபாத்திர சிவப்பிரகாச சுவாமிகள் துறவை அளித்து மறுபிறப்பற்ற நிலையை அடையச் செய்து என்றும் ஆனந்தமாக இருப்பவன் என்ற காரணப்பெயரான சகஜானந்தம் என்பதைச் சூட்டினார் என்று முருகன் குறிப்பிடுகிறார். சகஜானந்தாருக்கு மடத்தில் அளிக்கப்படும் முக்கியத்துவத்தை சாதி காரணமாக வெறுத்த அன்பர்களுக்குத் திருவள்ளுவர் நந்தனார் திருப்பாணாழ்வார் உள்ளிட்டோர் பேரருள் பெற்றுவிளங்கியதை சுவாமிகள் எடுத்துக்காட்டி சகஜானந்தரின் மெய்யருளைச் சுட்டுவாராம். இதை "ஏனைய அரசு, வணிகம், தொண்டு என்பன முழுவதும் குன்றிவிட்டதால் மநுவானவர் தமது அரசாட்சியில் உள்ள மக்களை நான்குவகையான தொழில் செய்யுமாறு ஆணை செய்தனர். பின்னோர்கள் சாதியென்று வழங்கி வந்தனரன்றி இறைவன் படைப்பில் எள்ளவும் பேதமில்லை" என்று அவர்கூறிய கூற்றை எடுத்துக்காட்டுகிறார் ரெங்கையா முருகன். இப்பின்னணியிலிருந்தே நந்தனார் பற்றிய பிம்பம் சகஜானந்தருக்கு அழுத்தம் பெற்றிருக்க வேண்டும் என்று தோன்றுகிறது. தீண்டாமை பற்றியும் தன்மீது நிலவும் பாகுபாடு குறித்த புரிதலுணர்வும் அவருக்கு இருந்தே வந்திருக்கிறது. மேலும் மடத்தில் சகஜானந்தருக்குப் பலதரப்பின்றி தொடர்பும் வாய்க்கப்பெற்றது.

மடத்திலிருந்து மண்ணடி அ. முருகேசப்பிள்ளை ஆருத்ரா தரிசனத்திற்காகச் சிதம்பரம் சென்றபோது, சகஜானந்தரை அழைத்துச் சென்றுள்ளார். ஏற்கெனவே நந்தனாரை ஆன்மிக ரீதியாக ஏற்றியங்கிய சகஜானந்தருக்கு இது விருப்பமானதாகவே இருந்திருக்க வேண்டும். இதுகுறித்து குறிப்பிடும் சகஜானந்தர் "ஸ்ரீமான் திரு.அ. முருகேசம்பிள்ளையவர்கள் 1910ஆம் வருடம் ஜூலை மாதம் சிதம்பரம் தரிசனத்திற்கு தம்மோடு அடியேனையும் அழைத்துக்கொண்டு சென்று சிதம்பரத்தில் எம்குலமணியாகிய திருநாளைப் போவார் தீயில் மூழ்கிய ஓமக்குளத்தின் கரையில் ஸ்ரீமஹாத்மா ஆறுமுக சுவாமியவர்களும் பின்னத்தூர் ஸ்ரீமத் இலட்சுமணன் அவர்களும் கட்டியுள்ள சிறுகட்டிடமாகிய சத்திரத்திற்கு அழைத்துக்கொண்டு போய் காண்பித்து ஈண்டிருந்து ஏழைப் பஞ்சமர்களுக்கு நன்மை செய்வது நலமெனத் தெரி வித்தார்கள்"[3] என்று இதன் தொடக்கத்தைக் குறிப்பிடுகிறார். இக்கூற்றில் நந்தனாரை அவர் தம் குலத்தவராகக் கருதுவதில் பெருமை கொண்டிருப்பதையே பார்க்க முடிகிறது. அதன்படி தமிழ் சைவ மரபில் வழங்கப்பட்டுவந்த நந்தனார் பற்றிய கதையாடலை அப்படியே ஏற்றிருக்கிறார். நந்தனார் தெய்வ அருள்பெற்று உய்வற்ற வழிமுறையையே தாழ்ந்த குலத்தினர் உய்வதற்கான வழிமுறையாக அவர் புரிந்துகொண்டிருப்பார் என்று கருதுவதில் தவறேதும் இல்லை. அவரைப் பாதித்தது பெரியபுராண நந்தனாரா? கோபாலகிருஷ்ணபாரதியின் நந்தனாரா? என்று ஆராய்வது நம் காலத்திலிருந்து எழுப்பிப் பார்க்கும் கேள்வியாக மட்டுமே இருக்க முடியும். மற்றபடி மடங்களின் ஆன்மிகப் பயில்முறை கோபாலகிருஷ்ணபாரதியின் கதையாடல் மடங்களைப் பாதித்திருந்தவிதம் என்றெல்லாம் யோசனை செய்து பார்க்கையில் இந்த வித்தியாசங்களெல்லாம் இல்லாமல் பெரியபுராணக் கதையாடலும் கோபாலகிருஷ்ணபாரதியின் கதையாடலும் இணைந்த நந்தனாரின் பிம்பமே அவரிடம் செயற்பட்டிருக்கலாம் என்று கருதிக்கொள்ளலாம்.[4]

ஆனால், இங்கு சுவாரஸ்யமான விசயம் என்னவென்றால் ஆன்மிகத்தின் வழியாக, அதன் ஒரு பகுதியாகத் தாழ்த்தப்பட்டோர் மேம்பாட்டுப் பணிக்கு வந்த சகஜானந்தருக்கு ஆங்கிலேயர் மூலம் அறிமுகமான நவீன கல்வி என்ற சிந்தனை எவ்வாறு எழுந்தது? அதோடு நவீன அரசியல் பின்புலத்தில் உருவான சட்டமன்றத்தில் எம்எல்சியாகவும் எம்எல்ஏவாகவும் ஆக முடிந்தது எவ்வாறு? அதாவது இது மரபிலிருந்து நவீனத்தை எட்டுவதாகிறது. துறவுமரபின் போக்கிலிருந்து நவீன போக்கிற்குத்

துறவு மரபைச் சேர்ந்த ஒருவர் மாறியிருப்பதை நாம் சகஜானந்தரிடம்தான் காண முடிகிறது. அவர் சட்டமன்றத்தில் எழுப்பிய கோரிக்கைகள் அவர் தாழ்த்தப்பட்ட வகுப்பினர் பற்றித் தீவிரமான அக்கறை கொண்டிருந்தார் என்பதைக் காட்டுகின்றன. ஒரு துறவிக்கு இந்த அளவிற்குத் தீவிரம் இருக்குமா? என்றும் இதைப் பார்க்கலாம். இது அக்காலகட்ட அரசியல் சூழ்நிலையால் உருவான விளைவா? தொடக்ககால மடங்கள், துறவிகள் உடனான தொடர்பிலிருந்து உருப்பெற்ற நேர்மறையான அல்லது எதிர்மறையான அழுத்தமா? ஏனெனில், சகஜானந்தரின் தொடக்ககால அனுபவங்கள் பற்றியோ சமூக அரசியல் புரிதல் பற்றியோ தீண்டாதார் மேம்பாடு பற்றி அவர் கொண்டிருந்த கருத்துகள் பற்றியோ அறியக்கூடிய தரவுகள் நமக்கு முழுமையாகக் கிடைக்கவில்லை.

சிதம்பரத்தில் தாழ்த்தப்பட்ட வகுப்பின் சிறுவர்களுக்கான பள்ளியை சகஜானந்தர் தொடங்குவதற்கு முன்பே பச்சையப்பா உயர்நிலைப்பள்ளி, செட்டியார் பள்ளி, ஆறுமுக நாவலரின் அறக்கட்டளை சார்பில் கல்விக்கூடம் ஆகியவை அங்கு இருந்தன. இவை சைவ/ சைவ நம்பிக்கையுடையோரின் பின்புலம் கொண்டவையாகும். இவற்றில் தாழ்த்தப்பட்டோர் குழந்தைகள் எத்தனை பேர் பயின்றிருக்க முடியும்? அவர்களுக்கு எந்தளவு இடம்தரப்பட்டிருக்கும் என்பதெல்லாம் தெரியவில்லை. அதேவேளையில் இப்பள்ளிகள் கிறித்தவ மிஷனரிகளின் முயற்சிகளுக்கு எதிர்வினைகளாகத் தோன்றியவை என்பது குறிப்பிடத்தக்கது. மொத்தத்தில் இவை நவீன அரசியல் சூழ்நிலைக்கேற்ப மரபான ஆன்மிகக் குழுக்கள் தங்களை மாற்றம் செய்துகொண்ட முறைகளுக்கு உதாரணங்களாகின்றன. சகஜானந்தரும் இவற்றை முன்னுதாரணமாகக் கொண்டு நவீனக் கல்விமுறையைக் கையெடுத்திருக்கலாம். இதன்படி சைவப் பின்னணியில் தாழ்த்தப்பட்ட குழந்தைகளுக்காகக் கல்விப் பணியாற்ற முற்படும் சகஜானந்தருக்குச் சைவ மரபிலிருந்த நந்தனார் முன்னோடியான குறியீடாகியிருக்கிறார்.

தான் இழிவுபடுத்தப்படுவதையோ ஆலயத்தில் சென்று தரிசனம் பெற இயலாமையையோ தன் பிறப்பின் விதி என்று நந்தனார் கருதுவதாகக் கதையாடல் கூறுகிறது. அதனால், அவரை இழிவுபடுத்தும் பண்ணையாரையோ தில்லைவாழ் அந்தணர்களையோ யோசிக்காமல் சோதனைகளைத் தாங்கினால் அவர்கள் மனமிரங்கித்தரும் அனுமதியின் வழியே சென்று புலப்பிறப்பெனும் இழிவை நீக்கி, மேல்நிலை அடையலாம் என்பதே

நந்தனார் கதையின் சாராம்சம். அதாவது சிவதரிசனம் அடைதல் என்ற இலக்கில் தூய்மையாகத் தன்னை ஈடுபடுத்திக்கொண்டால் அதைக்கண்டு அங்கிருப்போரும் ஒருகட்டத்தில் இறங்கிவரச் செய்வார்கள் என்று இதைப் பொருள்படுத்திக்கொள்ளலாம். நவீன அரசியலில் ஒடுக்கப்பட்டோர் மேம்பாட்டுப் பணியில் ஈடுபட வந்தவர்களுக்குப் பிற சமூகத்தவர்களின் ஆதரவு அனுசரணையும் கிடைப்பதற்காக தாழ்த்தப்பட்டவர்களுக்கு நந்தனார் என்னும் பிம்பம் ஒரு குறியீடாக இருந்தது எனலாம். சகஜானந்தரால் மரபின்வழியாக ஏற்றுணர்ந்திருந்த நந்தனார் என்னும் தொன்மம் நந்தனார் வகுப்பைச் சேர்ந்த குழந்தைகளுக்குக் கல்வி என்னும் நவீனவாய்ப்பிற்கான பிம்பமாக வரித்துக்கொள்ளப்பட்டது எனலாம்.

இழிவைப் பொறுத்துக்கொண்டாலும் இறுதியில் இழிவு நீங்கி புனிதநிலையை நந்தனார் அடைந்தார் என்றே சைவக் கதையாடல் கூறுகிறது. நிலவும் சமூக அமைப்பில் சாதிய இழிவால் பின்தள்ளப்படுவோரும் அத்தகைய இழிவு நீங்கிய நல்வாழ்வு வேண்டுமென்றே விரும்புகிறார்கள். பொதுவான சமூக உளவியல் இதுவே. இவற்றில் ஒவ்வொருவருக்கும் ஒவ்வொரு வழிமுறை இருக்கலாம். நந்தனார் கதையிலுள்ள புலைப்பிறப்பு எனும் இழிநிலை, வழிபாட்டிற்கான தொடர் முயற்சி, தீயில் மூழ்குதல், புனிதநிலை அடைதல் ஆகிய ஒவ்வொன்றும் இங்குக் குறியீடுகள் போன்று நவீனக் காலத்தில் பொருள் பெற்றிருக்கின்றன. அதாவது, நந்தனார் இழிவுதந்த இன்னல்களைக் கருதாமல் இறைப்பற்றையே கருதியதால் புலைப்பிறப்பு என்னும் இழிநிலையைத் தீயில் அழித்து புனித நிலையை அடைந்ததுபோல நந்தனார் குலத்தினர் நவீனம் தந்த கல்வியைச் சளைக்காமல் கற்று முன்னேறினால் மரபுவழிபட்ட சாதிய இழிவை மாற்றிக்கொள்ள முடியும் என்கிற ஒப்புமை இதிலிருந்ததை நாம் அவதானிக்க முடிகிறது. கல்வி மூலமே உள்ளூரின் சாதிய ஒடுக்குமுறைகளிலிருந்து தலித்துகள் விடுபட முடியும் என்று சகஜானந்தர் தீவிரமாக நம்பினார். இது அன்றுமுதல் இன்றுவரையிலான தலித் தரப்பினரின் ஏகோபித்த பார்வையாகவும் இருக்கிறது. இதற்காக ஒவ்வொரு குழுவினரும் வெவ்வேறு அணுகுமுறைசார்ந்தும், புரிதல்கள் சார்ந்தும் வாய்ப்புகள் சார்ந்தும் செயற்பட்டுள்ளனர். இத்தகு முயற்சிகளுக்கேற்ப வரையறைக்குட்பட்ட விளைவுகளும் நடந்திருக்கின்றன. தலித் சாதிகளின் ஒரு நூற்றாண்டு சமூக வளர்ச்சியில் இதுவொரு முக்கியமான, அதேவேளையில் கவனிக்கப்படாத ஒரு போக்காகும். இதில் சகஜானந்தரின் கல்விப்

பணி நந்தனாரை ஒரு குறியீடாக முன்வைத்து நடந்திருக்கிறது. நந்தனார் கதையாடலில் தலித் ஒருவரின் வரையறை எதுவோ அந்த வரையறைக்கேற்ப சகஜானந்தரின் தலித் மேம்பாடு பற்றிய புரிதலும் அமைந்திருந்திருக்கிறது. அதைப் புரிந்துகொண்டு அவரை மதிப்பிடுவதே அவருக்குச் செய்யும் நியாயமாகவும் இருக்கும்.

சகஜானந்தர் இளமையில் துறவு வாழ்க்கையைத் தொடங்கிய நாட்களிலிருந்தே பிறரின் ஆதரவோடுதான் செயற்பட்டார். அவருக்கெதிரான தீண்டாமைப் பேச்சுகள் இருந்த அதேவேளையில் அதை மீறி அரவணைத்த கைகளும் இருந்தன. நந்தனார் என்ற கதையாடல் இவர் போன்றோருக்கு முன்னுதாரணமாக இருந்திருக்கக்கூடிய அதேவேளையில் இவருடைய வாழ்க்கைப் பயணமேகூட நந்தனாரின் 'வாழ்க்கை வரலாற்றை'ப் பிரதிபலிப்பதாகவே இருந்ததையும் பார்க்கிறோம். சகஜானந்தரின் ஆன்மிகத் துறவுக்குக் காரணமான நீலமேக சுவாமிகள் வேளாளர் சாதியைச் சார்ந்தவரே ஆவர். இப்பின்னணியிலேயே சகஜானந்தர் நந்தனாரை முன்னுதாரணமாகக் கொண்டு ஒடுக்கப்பட்ட வகுப்பின் குழந்தைகளை மேம்படுத்தவும் அம்முயற்சிக்கு அவர் பெயரைச் சூட்டவும் செய்ததைப் புரிந்துகொள்ள முடிகிறது. சிதம்பரத்தில் சகஜானந்தர் முன்னெடுத்த கல்வி முயற்சியும்கூட எதிர்ப்பில்லாமல் நிறைவேற்றிவிடவில்லை. அதற்காக அவர் பல்வேறு சிரமங்களைச் சந்தித்தார். இந்நிலையில் ஒடுக்கப்பட்டோர் மேம்பாடு அடைய எந்தத் திசையிலிருந்து கிடைக்கும் ஆதரவையும் நல்வினையாக்கிக் கொள்ளவே விரும்பினார். பள்ளிக்கு நில ஒதுக்கீடு பெறுவதிலிருந்தே இன்னல்கள் தொடங்கின. அவ்வேளையில் சிதம்பரம் பொன்னம்பல சுவாமிகளின் வேதாந்த மடத்தைச் சேர்ந்த மடாதிபதி பரஞ்சோதி சுவாமிகள் உதவிக்கரம் நீட்டினார். பரஞ்சோதி சுவாமிகள் சகஜானந்தரின் குருவான சிவப்பிரகாச சுவாமிகளின்மேல் அன்புகொண்டவர். இதன் தொடர்பில் பலரும் நந்தனார் மடம் ஈடேற உதவினர். பிறகு தேசிய இயக்கத்தவரும் காங்கிரஸ் அரசாங்கமும் நந்தனார் மடவளர்ச்சிக்கு உதவியது. ராஜாஜி, காந்தி, காமராசர், வஉசி, பெரியார் என்று பல்வேறு தலைவர்களுடனும் தொடர்பு கொண்டிருந்த சகஜானந்தர் நந்தனார் பள்ளிக்கான நலன்களைப் பெறுவதில் சிதம்பரம் சென்று சிவனை வழிபடுவது என்ற ஒற்றை லட்சியத்திற்கு முன் எந்த இன்னலையும் ஏற்கத் தயங்காமல் நந்தனார் போன்று லட்சியத்தை அடைய எந்த 'சமரசத்திற்கும்' இணங்கி இயங்கினார். இவ்வாறு நவீன சமூக

மேம்பாட்டுச் செயல்முறைக்குத் தொன்மரீதியான பிம்பமொன்று உள்ளீடாக இருந்துவந்ததைப் பார்க்கிறோம்.

நந்தனார் என்பது இங்கு ஒரு பெயராக மட்டும் நிற்கவில்லை. பிறவகுப்பினரின் உதவியோடு சகஜானந்தர் முன்னெடுத்த இக்கல்விப் பணிகளுக்கும் பிறவகுப்பினர் உதவியதற்கும் அக்குறிப்பீடு முக்கிய அடையாளமாக இருந்தது. அதாவது தலித் தரப்பு தங்களிடம் என்ன கேட்கிறது? எதை எதிர்பார்க்கிறது? அதற்காக எத்தகைய அணுகுமுறையை மேற்கொள்ள விரும்புகிறது? என்பவற்றைப் பிறருக்குச் சொல்லுவதாக இப்பெயரிடல் அமைந்திருந்தது. நந்தனார் வாழ்க்கையில் தன்மீதான இழிநிலையைப் பொருட்படுத்தாமல் எதிர்தரப்பை மெல்லமெல்ல தன் அணுகுமுறையால் மாற்றி இணங்கவைத்தார் என்ற கதையாடல் அவர் பற்றிய பிறசாதியினரின் ஏற்புக்கு முக்கியக் காரணமானது. இத்தகைய பிம்பத்திற்குத் தாங்கள் உதவுவது மூலம் தங்களின் தரப்பைக் காத்துக்கொள்வதோடு அவர்களின் பார்வையில் தங்களைக் கருணையானவர்களாகக் காட்டிக்கொள்ளும் வாய்ப்பும் இருக்கிறது. (இக்காரணத்தால்தான் இப்போதும் தமிழக முற்போக்குத் தளங்களில் இதை நந்தனாரின் ஏமாளித்தனமாகவும் சமரசத்திற்கான குறியீடாகவும் காட்டும் போக்கு நிலவுகிறது) இத்தகைய அர்த்தபாட்டின்படி தான் நந்தனாரை சகஜானந்தர் முன்வைத்ததும் பிறர் ஆதரிக்க முன்வந்ததும் ஒருசேர நடந்தது.

ஒடுக்கப்பட்ட மக்கள் பலவகைகளிலும் பின்தங்கியவர்கள். அவர்கள் தத்தம் சுயபலத்தை மட்டுமே நம்பி அவர்களுக்கான மேம்பாட்டுப் பணிகளைத் திட்டமிட முடியாது. அதற்குப் பதிலாகப் பிற சமூகத்தினர் சமூக அதிகாரமும் சொத்து பலம் பெற்றும் இருக்கிறார்கள். இந்நிலையில் அவர்களின் உதவி மூலம் வாய்ப்பை ஏற்படுத்திக்கொள்ள நினைப்பது ஒருவித வழிமுறை. அதற்கு ஆன்மிகம் வழியாக நம்பப்பட்டு வரும் அறவுணர்வு அவர்களை அசையவைக்கும் என்பது ஒரு நம்பிக்கை. இத்தகைய ஆன்மிக அறவுணர்வின் சொல்லாடலாக நந்தனார் என்ற பிம்பம் இருக்கக்கூடும். இவ்வாறு சகஜானந்தர், நந்தனார் என்ற அடையாளம் மூலம் தாழ்த்தப்பட்டோருக்குக் கிடைக்கும் ஆதரவை முக்கியமானதாகக் கருதிச் செயல்பட்டார். உள்ளூர் ஆன்மிகத் துறவு பின்னணியிலிருந்து சமூக செயற்முறைக்கு வந்த சகஜானந்தர் மக்களை ஒன்றுதிரட்டி போராடி மாற்றங்களை ஏற்படுத்துதல் என்ற நவீனகாலகட்ட அரசியல் புரிதலைக்கொண்ட

தலைமுறையைச் சேர்ந்தவர் அல்ல. மேலும், தாழ்த்தப்பட்ட ஒருவர் பிறரைப் போல் ஒழுக்கத்தால் உயர்ந்து பக்திமானாக மாற முடிவதும் இழிவு மறுப்புதான் என்ற அர்த்தமும் நந்தனார் கதையாடலில் இருக்கவும் செய்கிறது. இந்த அர்த்தத்தில்தான் சகஜானந்தர் புரிந்திருந்தார் என்பதற்கான வெளிப்படையான குறிப்புகள் கிடைக்கவில்லை. ஆனால், அம்பேத்கருக்கு இருந்தது. அதனால்தான் அந்த அம்சத்தைக் குறிப்பிட்டு நந்தனாரைப் பற்றி நினைவுகூர்ந்திருக்கிறார் அவர்.

பிரிட்டீஷாருக்கு எதிராக உருப்பெற்ற இந்திய தேசியவாதம் இந்து உயர்சாதிகள் நலனிற்கானவை; பிராமணியத் தன்மை கொண்டவை என்று விமர்சனங்கள் எழுந்திருந்த நிலையில் இவற்றை எதிர்கொள்ள வேண்டிய நிர்பந்தம் தேசியவாத தரப்பிற்கு இருந்தது. மரபார்ந்த இந்துப் பண்பாட்டு அடையாளங்களை முற்றிலுமாகத் துறக்க முடியாமலும் காலனியத்தின் வழியான புதிய சீர்திருத்தங்களை முற்றிலும் புறந்தள்ள முடியாமலும் தவிப்பான நிலையில் தேசியவாதம் இருந்தது எனலாம். தேசியவாதிகளின் பேச்சிலும் நடைமுறைகளிலும் இத்தகு தடுமாற்றம் பிரதிபலித்ததை அக்காலகட்ட பதிவுகளின் வழியே பார்க்க முடியும். ஆயிரம் உண்டிங்கு சாதி எனில் அந்நியர் வந்து புகலென்ன நீதி என்ற பாரதியின் புகழ்பெற்ற வரிகள் இதற்கொரு உதாரணமாகும். இந்த நிலையில்தான் சுதேச அறிவாளிகளும் தலைவர்களும் கல்வி நிறுவனங்களையும் சாதிமதரீதியான சீர்திருத்த கருத்துகளையும் கணக்கில் எடுத்தனர். தாழ்த்தப்பட்டோர்மீது கவனம் செலுத்துவதன் மூலமாகப் பலரையும் உள்ளடக்கிய தேசியவாத சொல்லாடலை உருவாக்கினர். தலித்துகளுக்குப் ‘பிறரோ’ அவர்களோ வழியேற்படுத்துவதன் மூலம் உருவாகும் தங்களை நோக்கி முரண்பாட்டை எதிர்கொள்ளும் வகையில் தாங்களே அவர்களை மேம்படுத்தும் பணியில் இறங்கினர். இத்தகைய பின்னணியில்தான் அவர்கள் எதிர்பார்த்த ‘நல்ல தலித்’திற்கான பிம்பமாகத் தமிழ் என்னும் வட்டாரத்தில் நந்தனார் கதையாடல் இருந்தது. நந்தனார் போன்று இணங்கிச்செல்லும் பாத்திரத்தை அரவணைப்பதில் இப்புதிய தேசியவாதத்திற்கு எந்தப் பிரச்சினையும் இல்லை; இணங்கிச்செல்வதன்மூலம் அது நந்தனாரை மேலுயர்த்தும். பாரதியின் உயிர்பெற்ற தமிழர் பாட்டு என்ற தலைப்பிலான கவிதையில் இதற்கான சித்திரமொன்று தரப்படுகிறது. அதாவது,

“நந்தனைப்போல் ஒரு பார்ப்பான் – இந்த
நாட்டினில் இல்லை; குணம் நல்லதாயின்

எந்தக் குலத்தின ரேனும் – உணர்
வின்பம் அடைதல் எளிதெனக் கண்டோம்"

என்கிறார்.

இந்த வரிகள் கடந்தகால நந்தனை மட்டும் குறிப்பதல்ல. மாறாக இனியும் இருக்க வேண்டிய தலித் ஒருவரின் பாத்திரத்தையும் வரையறுக்கிறது. 'எக்குலத்தினரேனும்' என்ற முடிவை 'நல்லதாயின குணம்' என்பதுதான் தீர்மானிக்கிறது. நல்லகுணம் என்பது நந்தனார் கதையில் வர்ணிக்கப்படும் பணிவு உள்ளிட்டவற்றையே குறிக்கிறது. சாதிமதம் பாராமலிருக்க வேண்டியதைத் தேசியவாதத்தின் பண்பாகச் சுட்டிய பாரதியார் நந்தனாரை மட்டுமல்ல நந்தனாரை முன்வைத்துச் செயல்பட்ட சகஜானந்தரையும் பாராட்டினார்.[6]

நீதிக்கட்சி கூட்டமொன்றில் பிராமணர்கள் தலித்துகளால் தாக்கப்பட்டதைக் கண்டிக்கும் பாரதி தூண்டப்பட்டதால்தான் தலித்துகள் அவ்வாறு செய்கிறார்கள் என்று கருத்துரைக்கிறார். தலித்துகள் சுயமாகச் செயல்படக்கூடியவர்கள் என்ற கருத்துரு இங்கு இல்லை. மாறாக, தூண்டப்படக்கூடியவர்கள் என்ற பார்வை இருப்பதைப் பார்க்கிறோம். எனவே, அவர்களைப் பிறர் தூண்டாதவாறு நாம் அரவணைக்க வேண்டும் என்ற பொருளில் பேசிவரும்போது, அதற்கான உதாரணமாக நந்தனார், சகஜானந்தர், சாதி இந்துகளின் உதவியோடுகூடிய அவரின் கல்விப்பணி ஆகியவற்றைக் குறிப்பிடுகிறார் பாரதியார். அதாவது "முற்காலத்தில் நந்தனார் தோன்றியது போலவே இப்போது மேற்படியார் குலத்தில் ஸஹஜாநந்தா என்ற சந்யாசி ஒருவர் நல்ல பக்தராயும் ஸவஜனாபிமானம் உடையவராயும் தோன்றியிருக்கிறார். அவருடைய முயற்சிகளை முன்னுக்கு கொண்டுவரும்படி உதவிசெய்ய விரும்புவோர் குந்தியில் ஸ்ரீகேசவப்பிள்ளை திவான் பகதூருக்கு எழுதி விவரங்கள் தெரிந்துகொள்ளலாம். மேற்படி ஸஹஜாந்தர் சிதம்பரத்திற்கு அருகே ஒரு கிராமத்தில் பறைப்பிள்ளைகளுக்காக ஒரு பள்ளிக்கூடம் போட்டிருக்கிறார். அந்தப் பள்ளிக்கூடம் மே மாதம் திறக்கப்பட்டது. இப்போதைக்கு மண்கட்டிடம்; கூரை வேய்ந்திருக்கிறார்கள். அதில் நானூறு பிள்ளைகள் வரை ஏற்கனவே சென்று படிக்கிறார்கள்" என்கிறார். சகஜானந்தர் 1916ஆம் ஆண்டு பள்ளியைத் தொடங்கியதுமே பாரதியார் இதை எழுதியிருக்கிறார். இதுவரையில் நந்தனார் பிம்பம்பற்றி இக்கட்டுரையில் சொல்லிவந்தவற்றின் சாரம்போல பாரதியின் கருத்துகள் அமைந்திருப்பதைப் பார்க்கிறோம். மொத்தத்தில்

உருவாகிவந்த தேசியவாதத்திற்குச் சமூகவியல் பிம்பமாக நந்தனார் கதை தழுவிக்கொள்ளப்பட்டது எனலாம்.

பின்னர், காந்தி தலைமையில் தேசிய இயக்கம் தீண்டாமை ஒழிப்பைத் தன் திட்டமாகக் கொண்டபோது, நந்தனார் என்னும் கதையாடல் அவரின் கவனத்தில் இடம்பெற்றது. தமிழ்நாட்டிலிருந்து செயல்பட்டுவந்த ராஜாஜி, காந்தி நடத்திய யங் இந்தியா என்ற ஏட்டில் நந்தனார் பற்றிக் கட்டுரை ஒன்றை எழுதியது முதல் காந்திக்கு நந்தனாரைத் தெரியவந்தது என்று அறிய முடிகிறது. 1919ஆம் ஆண்டு சிதம்பரம் வந்த ராஜாஜியிடம் மடத்தையும் பள்ளியையும் பற்றிக் கூறிய சகஜானந்தர் சில உதவிகளைக் கேட்டிருந்தார் என்று தெரிகிறது. நந்தனார் பெயராலான இப்பள்ளிக்குக் காந்தி இருமுறை வருகைதந்தார். 1927ஆம் ஆண்டு அழைத்துவரப்பட்ட அவர் 1934ஆம் ஆண்டில் தீண்டாமை ஒழிப்புக்கான தமிழகச் சுற்றுப்பயணத்தில் நந்தனார் மடத்திற்குத் தானே விரும்பி வந்தார் என்பது குறிப்பிடத்தக்கது. அதேபோல ஹரிசன சேவா சங்க கல்விப் பணியின் தொடர்ச்சியில் மதுரையில் ஒன்று முதல் 5ஆம் வகுப்பு வரையிலான பள்ளியையும் விடுதியையும் தொடங்கியபோது, நந்தனார் விடுதி என்றே பெயர் சூட்டினர். அவ்விடுதி இன்றும் இயங்கிவருகிறது. இவ்வாறு நந்தனார் தேசிய இயக்கத்தின் தமிழ் வட்டார தலித் குறியீடாகக் கொள்ளப்பட்டார் என்பது குறிப்பிடத்தக்கது.

இவ்வாறு சைவ பிரதிகள், மடங்கள், சொற்பொழிவுகள் வழி நந்தனாரைக் கையெடுத்து வந்தாலும் இவற்றோடு நேரடித் தொடர்பில்லாதிருந்து மற்றொரு வழியிலிருந்து தொடர்பை கொண்டிருந்த போக்கு ஒன்றையும் இங்கு பார்க்கலாம். அது சுடுகாட்டில் வாழ்ந்தவன் என்ற பொருளில் பார்த்து சிவனைத் தன் சாதியினனாக வரித்துக்கொண்ட தாழ்த்தப்பட்டோர் தரப்பின் வெகுஜன ஆன்மிக மரபாகும். அதாவது சிவனே பறையன் என்று கூறும்போக்கு இது. இதைக் கோரி வந்த தலித் முன்னோடிகளும் இருந்தார்கள். இவர்களில் சிலர் சகஜானந்தரைச் சைவ நந்தனாரை அடையாளமாகக் கொண்டவர் என்ற முறையில் தங்களோடு இணைத்துப் பார்த்தனர்.

தலித் முன்னோடிகளில் ஒருவரான இரட்டைமலை சீனிவாசன் 1890ஆம் ஆண்டின் அடுத்த மூன்று வருடங்களில் பறையர் என்போரை இதர சாதியாரைப் போல் மேல் நிலைக்கு கொண்டுவந்து மதிக்கும்படி செய்வதெப்படி என்று ஆராய்ச்சி

செய்ததாகக் குறிப்பிடுகிறார். அத்தேடலில் அவர் குறிப்பிடும் அடையாளங்கள் சைவத் தொடர்புடையனவாகவும் குறிப்பாக நந்தனார் சார்ந்தும் அமைந்திருப்பதைப் பார்க்க முடிகிறது. அதாவது “கும்பகோணத்தில் பாழாக்கப்பட்ட நந்தன்கோட்டை மதில், தோல்காசு நந்தன், கலம்பகம் பாடிய நந்தன், கம்மாளர் கட்டியிருந்த காந்தகோட்டையானது சாம்பவ ராஜகுமாரியால் அழிக்கப்பட்டது. திருநாளைப் போவார் என்னும் நந்தனார் நின்று துதித்த ஓமகுளக்கரை, அதையடுத்த மடம், திருச்சிராப்பள்ளி சாம்பவசாம்பான், தஞ்சாவூர் பிரவியடை சாம்பான் பெரியநாயகி, மாரியம்மை, திருவாரூர் தியாக சாம்பான் முதலானவர்களைத் தகனம் செய்த இடங்களில் கட்டியிருக்கும் திருப்பணிகள், யானையேறும் பெரும்பறையன் சமாதி, அவர் சந்ததியாருக்குத் திருவாரூர் தியாக சாம்பான் ஆலயத்திலுள்ள உரிமைகள், அவர்கள் அளவில் ஒரு இரவு தங்கி விசாரித்துக்கொண்டு . . .” வந்ததாக அவர் குறிப்பிடுகிறார். பின்னாளில் சமூகப் பண்பாட்டு நடவடிக்கைகளிலும் விளக்கங்களிலும் அதிக ஈடுபாடு காட்டாமல் அரசியல் செயற்பாடுகளிலேயே ஆர்வம் காட்டியவராக இருந்திருப்பினும் மதம் தொடர்பாகப் பேசவந்தால் இப்பார்வையையே கொண்டிருந்தவராகவே அவர் இருந்ததாகத் தெரிகிறது.[7] அதேபோல முழுக்க அரசியல் செயற்பாட்டாளராகவே விளங்கிய எம்.சி. ராஜா தாழ்த்தப்பட்டோரின் சமய ஆன்மிக அடையாளம் குறித்த செயல்முறைகளில் ஈடுபாட்டாரில்லை. ஆனால், அவர் எழுதிய நூலான *The Oppressed Hindu* (1927) என்ற நூலில் தாழ்த்தப்பட்டோரின் வழிபாட்டு முறைமை பற்றி சொல்லவரும்போது, பல்வேறு உள்ளூர் சமய மரபுகளிலும் தாழ்த்தப்பட்டோருக்கு இருக்கும் உரிமைகளைக் குறிப்பிட்டுவிட்டு அந்த வரிசையில் நந்தனார் கதையைச் சிறுகுறிப்பாகத் தருகிறார். எம்.சி. ராஜா வரித்துக்கொண்ட கதை கோபாலகிருஷ்ண பாரதியுடையதாகவே இருக்கிறது. தாழ்த்தப்பட்ட ஒருவர் தூய்மையான துறவியாக இருக்க முடியும்; அவரைப் பிறர் வணங்கவும் செய்தனர் என்பதைக் கூறுவதற்காகவே இக்கதையை எம்.சி. ராஜா குறிப்பிடுகிறார். இந்நூலின் பிறிதோரிடத்தில் தலித்துகளின் உரிமை மறுப்பு பற்றிப் பேசும் சகஜானந்தரின் கல்விப் பணியில் ஏற்பட்டிருக்கும் இடையூறுகளையும் எம்.சி. ராஜா குறிப்பிடுகிறார்.

ஆனால், எம்.சி. ராஜாவின் தூண்டுதலின்பேரில் எழுதப் பட்டதாகக் கூறிக்கொண்ட திரிசிரபுரம் ஆ. பெருமாள்பிள்ளையின் ஆதிதிராவிடர் சரித்திரம் என்ற நூலில் பறையர் வகுப்பினரின்

வாழ்க்கை வட்டச் சடங்குகளில் சிவஅடையாளங்கள் இடம் பெறுவதைக்காட்டி அவர்களைச் சைவப் பின்புலத்தில் அந்நூல் பேசுகிறது என்பது குறிப்பிடத்தக்கது. இதேபோல இலங்கை தென்னிந்திய ஐக்கிய சங்கத்தின் சார்பில் 1919ஆம் ஆண்டு முதல் வெளியான ஆதிதிராவிடன் இதழில் சைவசார்பான கருத்துகள் வெளியாயின. ஆதிதிராவிடர்களுக்கான கல்வியையே முதன்மை நோக்கமாக அறிவித்து வெளியான அவ்விதழ் எம்.சி. ராஜா, சகஜானந்தர் ஆகியோரோடு தொடர்புகொண்டிருந்தது. இதழ் வெளியீட்டுக்காக சகஜானந்தரும் கேசவபிள்ளையும்[8] இலங்கை சென்று வந்தனர் என்பது குறிப்பிடத்தக்கது. சகஜானந்தர் அளவிற்கு மற்றவர்கள் நந்தனாரைக் குறியீடாகக் கொள்ளவில்லையெனினும் சைவ மரபினர் என்று கருதிய வகையில் நந்தனார் கதையாடல்மீது எந்த மறுப்பும் மற்றவர்களுக்கு இருந்தது இல்லை. அதேவேளையில் சகஜானந்தரின் ஆன்மிகமும் நந்தனார் குறியீடும் மடங்களின் துறவறப் பின்னணியிலிருந்து உருவானது. மற்றவர்கள் வெகுஜன வாழ்க்கைச் சடங்குகளிலிருந்து புரிந்துகொண்டனர் என்பது குறிப்பிடத்தக்கது.

இவ்வாறு நந்தனாரைத் தங்கள் உரிமையாக்கிக்கொண்ட இப்போக்கிலேயும்கூடக் காலப்போக்கில் வேறுசில மாற்றங்கள் நடந்தன. அதாவது நந்தனார் பற்றிய பக்தி கதையாடலை அதன்மீது கொண்ட நம்பிக்கைக்காக ஏற்றநிலையிலிருந்து நகர்ந்து நவீன அரசியலையொட்டி ஏற்பட்ட மாற்றங்களுக்கேற்ப குறியீடாக்கிக் கொண்டனர். தங்கள் குலத்தவரும் சிறந்த பக்திமானாகவும் தூய்மையானவராகவும் ஒழுக்கமானவராகவும் இருக்க முடியும் என்பதைக் கூற அவர்களுக்கு நந்தனார் என்னும் குறியீடு பயன்பட்டது. உள்ளூரில் சுமத்தப்பட்ட சுகாதாரம் குறைந்த இழி 'சேவை'களைக் கைவிடுதல், நேர்த்தியாக உடுத்துதல், கல்வி போன்ற சுயமரியாதைக் கண்ணோட்டங்களை நோக்கித் திரும்பிய தலித் விழிப்புணர்வு தங்களின் இப்புதிய அரசியல் குறியீடுக்கேற்ப நந்தனாரைப் பேசும்நிலைக்கு வந்தனர். அம்பேத்கர் நந்தனாரை நினைவுகூர்ந்திருப்பது இக்காரணத்தினாலேயாகும்.

ஏற்றுக்கொள்ளப்பட்டிருந்த சைவக் கதையாடலின் நந்தனாரை முன்வைத்திருந்தாலும் சகஜானந்தருக்குத் தாழ்த்தப்பட்டோரின் வரலாறு பற்றி இருந்த பார்வை அச்சமூகத்தினர் பூர்வம் முதலாகவே இழிவாக இருந்தவர்கள் அல்ல என்பதாகவே இருந்தது. அதாவது "பண்டைக்காலத்தில் இவர்கள் சீரும் செல்வமும் உடையவர்களாய் வாழ்ந்து வந்தனர் ... ஆரியர்களும் திராவிடர்களும் இந்நாட்டில் குடியேறியபோது,

இந்நாட்டிலிருந்த பழங்குடி மக்கள் அவர்களை எதிர்த்துப் போராடினர்; முடிவில் தோற்றனர். தோற்றவர்கள் பெருந்தொகையினராய் இருந்தமையின் ஜெயித்தவர்கள் இவர்களை மதிற்காமல் வாயிற்காவல் முதலிய சிறைகளில் வைத்து போஷிக்க முடியாமையின் இவ்வுலகத்தையே சிறைக்கூடமாக்கினார். தீண்டாமை என்னும் விலங்கிட்டு ஊர்களுக்கு வெளியிலிருக்கும்படி செய்து சுதந்திரங்களைப் பறித்து தங்களுக்கு பரதந்திரரர்களாக்கினர்" என்கிறார்.[9] இவ்வாறே சைவப் பின்னணியும் தேசியவாத ஆதரவும் கொண்டு பணியாற்றிய சகஜானந்தர் தாழ்த்தப்பட்டோர் மேம்பாட்டிற்காக வெவ்வேறு வழிமுறைகளில் செயற்பட்டவர்களை மறுத்ததில்லை. பலவாறான வழிமுறைகளிலும் உருவாகவிருக்கும் விளைவுகளே அவருக்கு முக்கியமாகத் தெரிந்தன. நாமும்கூட சகஜானந்தர் போன்றோரின் பணிகளை அவ்வாறுதான் பார்க்க முடிகிறது. 'ஹரிஜனப் பிரதிநிதிகள் மற்றைய கட்சிகளில் சேர்ந்திருந்தாலும் ஹரிஜன நலன்களைப் பொறுத்தவரையில் அவர்கள் சேர்ந்துள்ள கட்சிகள் இவ்விஷயத்தில் ஒத்துழைக்க வேண்டுமென்று நிபந்னையிட்டு சேரவேண்டுமென்பதே' அவரின் நிலைப்பாடாக இருந்தது. அவ்வாறே இருந்தன. தங்களின் கடந்தகாலம் வீழ்த்தப்பட்டிருந்தாலும் அதைச் சமகாலத்தின் மரபார்ந்த மடங்கள் – நவீன தேசியவாதம் ஆகிய வாய்ப்புகள் மூலம் மறு உருவாக்கம் செய்துகொள்ள விரும்பிய முன்னோடி ஒருவரின் முயற்சியாகவே சகஜானந்தரின் நந்தனாரைக் குறியீடாக்கொண்ட பணிகளையும் புரிதலையும் பார்க்க வேண்டும். சகஜானந்தருக்கும் தேசிய இயக்கத்திற்கும் பிறகு நந்தனாரைக் குறியீடாகக்கொள்ளும் போக்கு அரசியல் தளத்தில் இல்லை. ஆனால், நந்தனார் கதையாடலை அப்படியே ஏற்க முடியாமல் மறு ஆக்கம் செய்து ஏற்கும் சமூக அரசியல் சூழலே மேலோங்கிவந்தது. அதன் விளைவாக 20ஆம் நூற்றாண்டின் கடைசி பத்தாண்டுகளில் உருவான தலித் எழுச்சியில் நந்தனார் இல்லாமலே போனார். நந்தனார் என்னும் பழைய பிம்பம் புதிய அரசியல் சூழ்நிலைக்குப் பொருந்தாதவராகப் பார்க்கப்பட்டார். அதற்கு மாற்றாக நந்தன் என்னும் குறியீடு மெல்லத் தலைதூக்க ஆரம்பித்தது. அதை அடுத்த பகுதியில் காணலாம்.

❍

19ஆம் நூற்றாண்டின் இறுதியில் அயோத்திதாசரின் செயற்பாடுகள் ஆரம்பித்தன. வைணவ நம்பிக்கை கொண்ட குடும்பத்தில் பிறந்த அவரின் தொடக்கம் அத்வைதானந்த

சபை என்ற அமைப்பிலிருந்து ஆரம்பித்தது. 1881ஆம் ஆண்டு குடிமதிப்பு கணக்கெடுப்பின்போது, பஞ்சமர்களை இந்துக்களாக அல்லாமல் 'ஒரிஜினல் தமிள்ஸ்' என்று பதிவுசெய்யும்படி விண்ணப்பம் செய்தார். கிறித்தவத் துறவி ஜான்ரத்தினத்தோடு சேர்ந்து 1884ஆம் ஆண்டு திராவிட பாண்டியன் என்ற இதழை நடத்தினார். 1891ஆம் ஆண்டு குழுவாகச் சேர்ந்து திராவிட மகாஜன சபையைத் தொடங்கினார். 1892ஆம் ஆண்டு பல்வேறு வகுப்பினரின் குறைபாடுகளை அறிவதற்காகக் கூட்டப்பட்ட சென்னை மகாஜன சபையில் பங்கேற்று விவாதித்துவந்தபோது, சைவ வைணவப் பிரிவுக் கடவுள்களைப் பறையர்கள் வணங்க முடியாது. மாறாக, நாட்டுப்புறச் சாமிகளே அவர்களுடையவை என்று சொல்லப்பட்ட கூற்றிற்குப் பதிலளிக்க முடியாமல் திரும்பினார். நாளடைவில் பறையர்கள் பௌத்தர்களே என்ற முடிவுக்குவந்த அவர் தானே பௌத்த தழுவி பௌத்தம் சங்கம் ஒன்றை ஏற்படுத்தி அதன் கிளைகளையும் பரவலாக்கினார். சங்கங்களில் பின்பற்றுவதற்கான சமய நடைமுறைகளையும் வகுத்தார். கோவில், பள்ளி நூலகம், திருவிழாக்கள், சடங்குகள் போன்றவற்றைக் கட்டமைத்த அவர் பிறப்பு இறப்பு திருமணப் பதிவுகள் போன்றவற்றைப் பதிவுசெய்து தனித்த சமயம் என்பதாக முன்னேறினார். சங்கக் கிளைகளை ஒருங்கிணைப்பதற்காகத் தமிழன் (1907 – 1914) என்ற ஏடொன்றையும் நடத்தினார். ஒடுக்கப்பட்டோரின் அரசியல் பயணத்தில் மட்டுமல்ல பண்பாட்டுப் பயணத்திலும் இவர் முன்னெடுத்த நடைமுறைகள் முக்கியப் போக்காக அமைந்தன. இத்தளத்தில் அவரிடம் பிறந்த கருத்துகள் பலவும் பின்னாளில் தாழ்த்தப்பட்டோர் அரசியலையும் பிற சீர்திருத்த அரசியலையும் நேரடியாகவும் மறைமுகமாகவும் பாதித்தன.

இவ்வாறு அயோத்திதாசர் பௌத்தம் வந்தடைவதற்கான காரணமாகக் கூறுவது 1890களின் மத்தியில் மேற்கண்ட பயணம் ஒன்றின்போது, கிடைத்த ஒரு ஏட்டுச்சுவடியைதான். நாரதிய புராண சங்கைத்தெளிவு என்ற பெயர்கொண்ட அப்பிரதி 570 செய்யுட்களாக அஷ்வகோஷர் என்ற பௌத்த முனிவரால் எழுதப்பட்டிருந்தது.

அக்னியை வழிபடுவோர், வங்கதேசத்தினர் என்ற இரண்டு பிரிவாக இருந்தவர்கள் புருசீகர்கள் என்ற பொதுப்பெயரோடு ஒரு காலத்தில் வாழ்ந்தனர். இரண்டு பிரிவினருக்குமிடையேயான மோதலில் தோற்றுப்போன அக்னி வழிபாட்டினர் சிந்தூரல் என்ற நதிக்கரையில் வந்து அடைக்கலமாயினர். சிந்தூரல்

கரையிலும் அதற்குத் தெற்கிலும் பண்பாட்டில் ஓங்கிய திராவிடர்கள் என்ற குழுவினர் வாழ்ந்து வந்தனர். அவர்களின் நாகரிகமான நடைமுறைகளால் கவர்ந்திழுக்கப்பட்ட அக்னிவழிபாட்டினர் அவர்களைப் போலச்செய்ய ஆரம்பித்தனர். போலச்செய்தல் மூலம் அவர்களின் சமூகத் தகுதியை எட்டிவிடுவதென்று சூழ்ச்சி செய்தனர். அதன்படி மெல்ல மெல்ல மக்களிடமும் மன்னர்களிடமும் திராவிட ஞானிகளை குறிக்கக்கூடிய பிராமணர்கள் என்ற வார்த்தையால் தங்களை குறித்துக்கொள்ளத் தொடங்கினர். இவ்வாறு போலச் செய்த போலிகள் பெருகியபோது, அவர்களின் உண்மை நிலையைப் பறைந்த திராவிட பௌத்தர்களைப் பறையர்கள் என்று இழிவான அர்த்தத்தோடு அழைக்கத் தொடங்கினார்கள். பிறகு அவர்களை நம்பிய சிற்றரசர்கள் மூலம் பௌத்தர்களைத் தீண்டக்கூடாதவர்கள் என்றுகூறி ஒதுக்கிவைத்தனர். ஒதுக்கிவைத்துவிட்ட நிலையைத் தக்கவைப்பதற்கான கதைகளை ஓயாமல் பரப்பி தங்கள் சூழ்ச்சியில் வெற்றிபெற்றனர் என்று 'நாரதிய புராண சங்கைத்தெளிவு' என்கிற ஏட்டின் கதையாடல் கூறுவதாக அயோத்திதாசர் குறிப்பிட்டார். ஆக, அவர் கருத்தியலில் முக்கியத் திருப்பம் இந்த ஏட்டின் கதையாடல் மூலம் ஏற்பட்டது. அதன்படி இன்றைய பறையர்களின் வேர் பூர்வபௌத்தத்தில் இருக்கிறது என்ற முடிவை வந்தடைந்தார்.

உருவாகிவந்த பெரும்பான்மை இந்து மதத்திலிருந்து விலகி பௌத்தம் என்னும் மதத்தை அயோத்திதாசர் தேர்ந்தெடுத்தார். தன் அடையாளத்தைச் சொந்த முயற்சி மூலமே கட்டமைத்துக்கொள்ள வேண்டிய நிலையிலிருந்ததால் அது வெளியாரின் உதவியை மட்டுமல்ல; உள்ளூராரின் உதவியையும் பெற முடியாமல் இருந்தது. மேலும், அவர் ஏற்கெனவே நிலவிவந்த நிறுவன பௌத்தத்திலிருந்தும் விலகி தம் சிந்தனையிலமைந்த பௌத்த கதையாடலைக் கட்டியெழுப்பி வந்தார். இதன்படி நவீனகாலச் சூழ்நிலையில் உருவான தொழிற்களங்கள், இடப்பெயர்ச்சி ஆகியவற்றின் மூலம் சம்பாதிக்கத் தொடங்கியிருந்த தலித்துகளின் நிதி ஆதாரங்களை அடிப்படையாகக் கொண்டே அவர் செயற்பட்டார். இந்து மதத்திற்கு மாற்றாக பௌத்தத்தை முன்வைத்ததைப் போல, இந்திய தேசியத்தை பிராமணமயமானதென்று கூறி அதற்கு மாறாக சமூக விடுதலையை முன்வைத்தார். இவ்வாறு தனித்த பயணமாக இருந்ததால் உள்ளூர் மதமோ மடமோ புரவலர்களோ தேசியமோ அவரை அரவணைக்க வாய்ப்பிருந்திருக்கவில்லை.

இந்நிலையில்தான் சாதி பற்றிய அவர் தந்த புதிய விளக்கம் மேலிருந்தோர் தந்த சித்திரத்தைத் தலைகீழாக்கியது. அதாவது, சமூகத்தில் இன்றைக்கு நிலவும் மேலான அடையாளங்கள் எல்லாம் தலித்துகளுடையவை; அந்த வகையில் அவர்கள் பூர்வீகத்தில் மேலானவர்களாக இருந்தனர்; இவ்வாறு மேன்மையாக இருந்ததாலேயே தீண்டாமைக்கு உள்ளாக்கப்பட்டனர் என்றார். இப்பின்னணியில்தான் அயோத்திதாசர் நந்தன் என்ற அடையாளத்தையும் காட்டினார். ஆனால், இது கோபால கிருஷ்ணபாரதியாரின் கதையாடலிருந்த நந்தனார் அல்ல. அதை அப்படியே தலைகீழாக்கிய முற்றிலும் புதிய கதையாடல்.

அயோத்திதாசரை பௌத்தம் நோக்கி திருப்ப காரணமான ஏட்டின் கதையாடலில்தான் நந்தன் பற்றிய மாற்று வரலாறும் அவருக்குக் கிடைத்தது. நந்தனை பூர்வத்திலிருந்த பௌத்த மன்னன் என்று அப்பிரதியின் கதையாடல் கூறியது. அயோத்திதாசர் அதற்குப் பின்னால் எழுதிய தாழ்த்தப்பட்டுவிட்ட பறையர் என்னும் வகுப்பாரின் கடந்தகாலத்தைப் பற்றிய வரலாற்று எழுதியலுக்கு "நந்தன் பற்றிய பூர்வீக / சமீபகாலங்களுக்கிடையே மாற்றம்பெற்று வந்திருக்கும் கதையாடல்" முக்கியத் திறப்பாக அமைந்தது. சைவக் கதையாடலின் நந்தனார் சித்தரிப்பு பொய்யானது என்று கூறிய அவர் பூர்வீகத்தில் வேடம் தரித்துக் கொண்ட பொய் பிராமணர்களின் உண்மை நிலையை அறிந்துவிடக் கூடாது என்பதால் சூழ்ச்சியால் கொல்லப்பட்ட நந்தன் என்னும் பௌத்த மண்ணின் வரலாற்றை மறைக்கவே பண்ணை அடிமை நந்தனார் என்ற கதையாடலை உருவாக்கினர் என்ற காரணத்தையும் கூறினார்.

இன்றைக்குப் பறையர்களாக இழிநிலைக்கு ஆளாக்கப் பட்டிருப்போர் மேன்மைமிகு பௌத்தர்களாக இருந்தமை தெரிந்துவிடக் கூடாது என்பதற்காக அவர்களை பூர்வம்முதலே இழிந்தவர்கள் என்று நம்பும் படியான கதைகளை ஏற்படுத் தியதற்கான உதாரணமாகவே பௌத்த மன்னன் நந்தன் என்பதை சைவமதப் பண்ணையடிமை நந்தனாராகக் காட்டினர் என்பதைச் சொன்னார். இந்த வகையில் அவர் பார்வையில் நந்தன் வேறு. நந்தனார் வேறு. பார்ப்பானுக்கு மூப்பான் பறையன் கேட்பாரில்லாமல் கீழ்சாதியானான் என்னும் பழமொழிக்கான கதைவிளக்கம்போல் மன்னன் என்பது மூப்பானுக்கான குறியீடாகவும் அவனே சாதியால் அடிமைப்படுத்தப்பட்ட கதையாக மாறுவது கேட்பாரில்லாமல் கீழ்சாதியானதற்குக் குறியீடாகவும் நிலைத்துவிட்டது.

பறையர் என்னும் வகுப்பார் பற்றி அயோத்திதாசர் கூறிய வரலாற்று விளக்கங்கள் எவ்வாறு முற்றிலும் 'புதிதாக' இருந்ததோ அதேபோல நந்தன் மன்னன் என்று கூறிய விளக்கமும் அவரால் மட்டுமே புதிதாக எழுதப்பட்டிருந்தது. இவ்வாறு ஏற்கெனவே இல்லாமல் புதிதாக ஆரம்பித்து நிலைக்கச் செய்வதற்காகப் போராடுவதும் ஒரு போராட்ட வடிவமே. அயோத்திதாசர் நடத்தியது பெரும் போராட்டம்.

சகஜானந்தர் கோபாலகிருஷ்ண பாரதியின் பிரதியையே ஏற்றிருந்தார். அயோத்திதாசர் மன்னன் என்னும் கதையாடலைத் தந்தார். ஆக, இருவேறு புரிதல்; இருவேறு அடையாளப்படுத்தல்; ஆனால், அது வெறுமனே இருவேறு அடையாளங்கள் சம்பந்தப்பட்ட பிரச்சினை மட்டுமல்ல. தலித் தரப்பிலேயே செயல்பட்டுவந்த தலித் மேம்பாடு தொடர்பாக இருந்துவந்த இருவேறு பார்வைகளையும், அது தொடர்பாக வெளிப்பட்ட வரலாறு மற்றும் பண்பாடு சார்ந்த விளக்கங்கள், அதற்காக மரபை அவர்கள் உள்வாங்கிய மற்றும் மறுதலித்தவிதங்கள், இரண்டு தரப்பையும் வெளியிலிருந்தோர் அணுகியவிதம், அவற்றிற்கான காரணங்கள் ஆகிய பல செய்திகளை உள்ளடக்கிய விரிவான வரலாறாகும். அதற்கான தொடக்கநிலை முயற்சியே இக்கட்டுரை.

தம் எழுத்துகளில் ஆங்காங்கு சிறுசிறு குறிப்புகளில் நந்தனைப்பற்றிக் குறிப்பிட்டு வந்த அயோத்திதாசர் தமிழன் இதழில் எழுதிய இந்திரர் தேச சரித்திரம் என்ற தொடரில்தான் நந்தன் மன்னன் என்னும் வரலாற்றை விரிவாக எழுதினார். பௌத்ததேசம் சாதியெனும் அறமற்ற போக்கால் வீழ்ந்துபோனதை எழுதும்போதுதான் நந்தன் வரலாற்றை எழுதுகிறார். திராவிட பௌத்தர்களைப் போல் வேடமிட்டுக்கொண்ட புருசீகர்கள் மக்களிடம் தாங்களே உண்மையான மெய்ஞானிகள் என்று சொல்லிவந்த வேளையில் புனநாட்டிற்குக் கிழக்கே வாதவூரென்னும் தேசத்தை ஆண்டுவந்தான் நந்தன். வேடதாரி பிராமணர்கள் நந்தனையும் வந்துபார்த்தார்கள். ஆனால், அவர்களின் உண்மைத் தன்மைமீது சந்தேகம் கொண்ட நந்தன் அஷ்வகோசர் உள்ளிட்ட உள்ளூர் பௌத்த ஞானிகளோடு ஆலோசனையில் ஈடுபட்டான். அவர்கள் நாடு முழுவதும் வேடதாரி பிராமணர்கள் இவ்வாறே பொய்பரப்பி வருவதை கூறினார்கள். ஆனாலும், தங்களை நிரூபிப்பதற்காக வேஷ பிராமணர்கள் நாங்கள் வணங்கும் சிவாலயம் உங்கள் நாட்டிலேயே பூர்வீகமாக உள்ளது. எனவே, நாங்கள் பூர்வீக

ஞானிகளே என்று பொய் சொல்லினர். தனக்குத் தெரியாத இந்த அடையாளம் பற்றிப் பரிசோதித்து அய்யத்தை நீக்க நந்தன் அவர்கள் குறிப்பிட்ட இடத்திற்குச் சென்றான். பழைய கட்டடம்போல் செய்யப்பட்ட போலியான மண்டபத்தின் உள்ளே நந்தனை அழைத்துச்சென்று பொறியால் பிணைக்கப்பட்ட தூண்களை சரியவிட்டுச் சூழ்ச்சியால் கொன்றனர். பிறகு வெளியே வந்து நாங்கள் சக்திமிகுந்ததாகக் கூறிவந்த எங்களின் கடவுள் பிரியத்தால் நந்தனை விழுங்கிவிட்டதாகக் கதை கட்டி பரப்பினர். பின்னர், நந்தன் மன்னனாக இருந்தது வெளிவந்தால் தாழ்த்தப்பட்டோரின், அவர்கள் ஒரு காலத்தில் மேம்பட்டிருந்த பூர்வீக நிலை தெரியவந்து தாங்கள் சூழ்ச்சியால் கைப்பற்றியிருக்கும் இன்றைய அதிகாரம் பற்றிய உண்மை வெளியே தெரிந்துவிடும் என்றுணர்ந்து அவன் மன்னாக இருந்ததே தெரியக்கூடாது என்பதற்காக நேரெதிராக அவன் அடிமை என்று சொல்லும்படியான பொய்க்கதையைக் கட்டித் திரும்பத்திரும்ப எழுதிப் பரப்பிவிட்டார்கள் என்றார். இக்கதையாடலில் நந்தன் மேல்சாதியினர் என்போரால் சூழ்ச்சி செய்து கொல்லப்பட்டான் என்று சொல்லப்படுகிறது. கோபாலகிருஷ்ணபாரதியின் கதையாடலில் நந்தனாரே விரும்பி தீயில் மூழ்கி உயிர்துறக்கிறார். இங்கு தானே உயிர் துறந்தமை என்று கூறுவதற்கும் கொல்லப்பட்டான் என்று கூறுவதற்கும் பெரிய வேறுபாடு இருக்கிறது என்பதைப் பார்க்கலாம்.

அயோத்திதாசரின் தனித்துவமான சமய நடைமுறைகளும் வரலாறு எழுதியலும் நந்தன் வரலாற்றைக் கட்டமைத்ததில் தாக்கம் செலுத்தியதுபோலவே நந்தன் பற்றிய வரலாற்றுத் திறப்பு அவரின் சமூகம் பற்றிய பிற விளக்கங்களைக் கட்டமைத்துக்கொள்வதிலும் தாக்கம் செலுத்தின. இவ்வாறு ஒன்றையொன்று பாதித்த பிம்பமாகவே நந்தன் அடையாளம் இருந்தது. அயோத்திதாசரால் மறுகட்டுமானம் செய்யப்பட்ட நந்தனை அவர் காலத்தின் பிற தாழ்த்தப்பட்ட குழுவினர் எந்த அளவிற்குத் தழுவிக்கொண்டனர் என்பதை அறிய சான்றுகள் கிடைக்கவில்லை. ஆனால், தமிழன் இதழ் வாசகர்கள் மத்தியிலும் சாக்கைய பௌத்த சங்க சொற்பொழிவுகளிலும் இத்தகவல் ஏற்கப்பட்டுப் பகிர்ந்துகொள்ளப்பட்டன. அயோத்திதாசர் காலத்திலேயே தமிழன் இதழ் சார்பாக அவரின் கட்டுரைகளில் சில தலைப்புகளைச் சிறுபுத்தகங்களாக வெளியிட்டபோது, நந்தனென்னும் பறையன் பொய்க்கதா விவரம் என்ற நூலை வெளியிட்டனர். அயோத்திதாசரின் நந்தன் வரலாறு நூல்

வடிவம் பெற்றது மூலம் அதற்குரிய பரவலாக்கத்தைப் பெற்றிருக்க முடியும். அவரின் மரணத்திற்குபின் அவர் வழிவந்தோர்களால் அது பேசப்பட்டிருக்கலாம். ஸ்ரீசித்தார்த்தா புத்தகசாலை கோலார் தங்க வயலிலிருந்து அயோத்திதாசரின் நூல்களைப் பதம்பிரித்துப் புதிய தலைப்புகளோடு வெளியிட்டுவந்தபோது, நந்தன் சரித்திர தந்திரம் (1930) என்ற தலைப்பில் வெளியிட்டனர். நமக்குக் கிடைத்த பதிப்பு வரையில் பார்த்தால் இந்த வரலாறு 1930ஆம் ஆண்டுவரையிலும் விநியோகம் ஆகியிருக்கிறது.

நந்தன் பண்ணை அடிமை இல்லை என்ற இக்கருத்து 1930களுக்குப் பிறகு தாழ்த்தப்பட்டோர் குழுக்களிடையே வேறுவிதமான வடிவமெடுத்தது. தங்கள் மீதான சாதிய அடையாளங்களைச் சமூக இழிவு எனக் கருதத் தொடங்கிய தாழ்த்தப்பட்டோர் குழுக்கள் அவற்றிலிருந்து விடுபடுவதே தங்களின் அரசியல் விடுதலை எனக் கருதியது. அத்தகைய இழிவை ஞாபகப்படுத்தும் தொழில்களையும் அடையாளங்களையும் கைவிட்டனர். இதனால், பாதிப்பைச் சந்தித்த ஆதிக்கச் சாதியினரின் தாக்குதல்களையும் அவர்கள் எதிர்கொண்டனர். கூலியின்றிக் கிராம ஊழியமாகக் கருதிச் செய்த சுகாதாரமற்ற பணிகளைக் கைவிடுதல் என்பது இதன் பிரதான போக்காகும். கிராமங்களைவிட்டு நவீனத் தொழிற்களங்களை நோக்கிப் பயணித்தல், முறையான ஊதியம், கல்வி பெறல், வேலைவாய்ப்பைப் பெறுதல் என்பதாக இவை நீண்டன. தங்களைச் சாதி இழிவிலிருந்து மீட்டுக்கொள்ளும் சுயமரியாதைச் செயற்பாடுகளாக இவற்றை இனங்கண்டனர். படிக்கச் செல்லுதல், நன்றாக உடுத்துதல், கௌரமான பெயர்களைச் சூட்டுதல், வாகனங்களில் செல்லுதல் என்று வெகுமக்களின் முயற்சிகளாக இவை விரிந்தன. நவீன அரசியலின் நல்விளைவுகள் இவை. உள்ளூர் அளவில் நடைபெற்ற இம்முயற்சிகள் அம்பேத்கரின் வருகைக்குப்பின் அவரின் நவீன அரசியல் கருத்துகளோடு சேர்ந்து கருத்துகளாகவும் இயக்கச் செயற்பாடுகளாகவும் மாறிப் பரவின. இப்பின்னணியில்தான் ஒடுக்கப்பட்டோர் தங்களை மரியாதைக்குறைவாக விளிக்கும் சித்தரிக்கும் காட்சிகளையும் கதைகளையும் புறக்கணித்தனர். அல்லது எதிர்த்தனர். அது காறும் அவர்களாலேயே பார்க்கப்பட்ட / கேட்கப்பட்ட கதையாடல்களாக இருந்தாலும் இப்புதிய பின்னணியில் இம்மாற்றங்கள் நடந்தன. இத்தொடர்ச்சியில்தான் நந்தனார் கதையாடலையும் மறுக்கும் / புறக்கணிக்கும் குரல்களும் எழுந்தன. 'கூத்து மேடைகளில் நகைச்சுவை என்ற பெயரில் பறையன்

வந்தான் பறைச்சி வந்தாள்' என்று இழிகுறிப்போடு பாடி நடிப்பதைக் கண்டித்து எழுதிய அயோத்திதாசர்தான் நந்தனார் கதைமீதான முதல் மறுப்பாளர் என்று தோன்றுகிறது. பிறகு, அப்போராட்டம் வெவ்வேறு வடிவங்களிலும் வெளிப் பட்டது.

CHIDAMBARAM TALUK MAHA JANA SANGAM
164 JALAN BESAR SINGAPORE

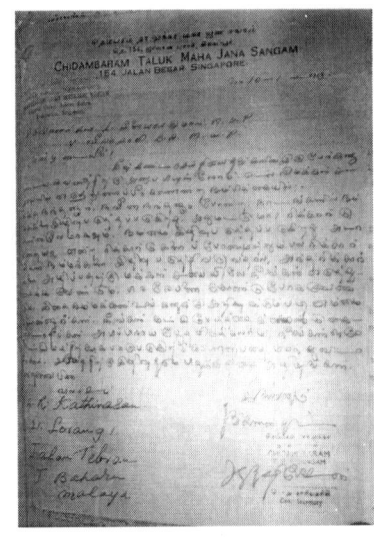

இந்த விதத்தில் நந்தனார் கதையாடலுக்கு எழுந்த இரண்டு எதிர்ப்புகளை இங்கே குறிப்பிடலாம். நந்தனார் கதை தமிழ் சினிமாவில் நான்குமுறை படமாக்கப்பட்டதாகத் தெரிகிறது. கே.பி. சுந்தராம்பாளைத் தென்னிந்தியாவில் அதிக சம்பளம் பெறும் நடிகையாக மாற்றியது அவர் நடித்த நந்தனார் படம்தான். இதேபோல தண்டபாணி தேசிகர் நடித்த நந்தனார் படமும் பெரும் வெற்றிபெற்றது. முன்பு பிராமணரல்லாத கலைஞரான தண்டபாணி தேசிகர் பாடி முடித்த திருவையாறு மேடையில் தண்ணீரால் கழுவித் தீட்டு கழித்துவிட்டே பிராமணர்கள் அடுத்துப் பாடவந்தனர் என்ற புகார் எழுந்தது. அன்றைய பிராமணரல்லாத எதிர்ப்பு அரசியலில் இதை எதிர்த்த போராட்டம் முக்கிய அழுத்தத்தைப் பதித்தது. இத்தகைய தண்டபாணி தேசிகர் தலித்துகளை இழிவுபடுத்தும் நந்தனார் கதையாடலில் நடிப்பது தங்களை இழிவுபடுத்துவதாக இருக்கிறது என்று கூறி கோலார் தங்க வயலிலிருந்த தலித் குழாமொன்று சென்னை வந்து அவரைச் சந்தித்துத் திரும்பியதாக கே.எஸ். சீத்தாராமன் எழுதிய கோலார் தங்க வயல் வரலாறு என்ற நூல் கூறுகிறது. இது முதல் குறிப்பாகும்.

கோலார் தங்க வயலில் வெவ்வேறு கருத்து நிலை கொண்ட தலித் குழுக்கள் இருந்தன. அவற்றில் எந்தக் குழுவினர் இம்முயற்சியில் ஈடுபட்டனர் என்பதை அறிய முடியவில்லை. தாழ்த்தப்பட்டோர் மேம்பாடு பற்றி வெவ்வேறு நிலைப்பாடு களைக் கொண்டிருந்த இக்குழுவினரிடையே இழிவு ஒழிப்பு தொடர்பாக ஒரே கருத்தே இருந்தன. இந்த வகையில் நந்தன் ஒரு பண்ணையடிமை என்ற கருத்து தாழ்த்தப்பட்டோரை உளவியல்ரீதியாகக் கீழிறக்கும் வரலாற்றுச் சதி என்று வேறொரு

தருணத்தில் கூறியிருந்த அயோத்திதாசரின் கருத்து கோலார் பகுதியில் ஏற்கெனவே சொற்பொழிவுகள் மற்றும் அச்சு மூலமாகப் பரவிவந்தமை இந்த எதிர்ப்புக் கருத்தில் ஏதோவொரு விதத்தில் செலுத்தியிருக்க முடியும் என்று கருதலாம்.

இரண்டாவது குறிப்பு சிங்கப்பூரில் செயல்பட்டுவந்த சிதம்பரம் தாலுக்கா மகாஜன சங்கம் என்ற அமைப்பின் கடிதம் மூலம் கிடைக்கிறது. இந்த அமைப்பு சிதம்பரம் வட்டாரத்திலிருந்து சிங்கப்பூருக்குப் பிழைக்கச் சென்ற தலித்துகள் அங்கு உருவாக்கியிருந்த சங்கமாகும். தங்கள் சொந்த கிராமங்களின் தலித் மேம்பாட்டுப் பணிகளுக்கு உதவுகிறவர்களாகவும் தூண்டுகோலாகவும் இருந்தவர்களால் அச்சங்கம் நடத்தப்பட்டது. இச்சங்கம் நந்தன் கதை தலித்துகளை மரியாதைக்குறைவாகப் பேசுவதால் தடைசெய்யும் கோரிக்கையை எழுப்புமாறு தங்கள் தலைவர்களான எல். இளையபெருமாள் வீ. வீராசாமி (தொண்டு) (இருவருமே எம்பிகளாக இருந்தனர்) ஆகியோருக்கு வேண்டிக்கொண்டு ஒரு கடிதத்தை எழுதியது. 10.1.1953ஆம் நாளிட்ட கடிதம் அது. அதில் "கீழ்கண்ட செய்தியை தங்களின் இரு பேர்களுடைய கவனத்திற்கு அனுப்பியுள்ளோம். டெல்லி மக்கள் சபையில் எடுத்துரைப்பீர்களென்ற நம்பிக்கையில்: பக்த நந்தனார் நவீன நந்தனார் போன்ற நாடகங்களில் நம்மக்கள் இழிவுபடுத்துகின்றனர். அதுமட்டுமா? ரிக்கார்டுகள் மூலமாகவும் நம்மை இழிவுப்படுத்தப்படுகிறது. அடா பறையா என்ற ரிக்கார்டை போன்ற மற்றும் பல ரிக்கார்டுகள் நம்மக்களை இழிவுபடுத்தி வருவதால் அந்த ரிக்கார்டுகளை அழிப்பதற்கு மக்கள் சபையிலே நீங்கள் எடுத்துரைக்க வேண்டும். இதை நம்மக்கள் உங்களுக்கு அறிவிக்கும்படி எம்மை சொன்னார்கள். நீங்கள் கட்சிப் பேதத்தைக்கொண்டு கைவிடாதீர்கள். அபிப்பிராய பேதமிருக்கலாம். நீங்கள் ஒரே லட்சியத்திற்காக பாடுபடுகிறீர்களென்பதை மறந்துவிடாதீர்கள். சமூகத்திற்கு இழிவுதரும் பழக்கத்தை அழியுங்கள்"[10] என்று சொல்லப்பட்டுள்ளது.

நந்தனார் கதையாடலைத் தடைசெய்யக்கோரும் இக்கடிதம் கதை நடந்ததாகக் கூறப்படும் 'புனிதத் தலமான' சிதம்பரம் பகுதியிலிருந்து சென்று பணியாற்றியவர்கள் அவ்வூர் பெயரிலேயே அமைத்துக்கொண்ட சங்கம் மூலமாக எழுதியிருக்கிறார்கள் என்பது குறிப்பிடத்தக்கது. மேலும், இக்கடிதம் இரண்டு விசயங்களைப் புலப்படுத்துகிறது. ஒன்று தங்கள் வகுப்பைச் சேர்ந்தவர்கள் எந்தக் கட்சியிலிருந்தாலும் இந்த

வகுப்பினரின் நலனைப் பிரதிபலிப்பதில் ஒரே கருத்தைக் கொண்டிருப்பவர்களாக இருக்க வேண்டும் என்ற எதிர்பார்ப்பை வெளிப்படுத்துகிறது. அவ்வாறு எதிர்பார்ப்பதில் தங்களுக்கு உரிமையும் நியாயமும் இருப்பதாக நினைத்து ஒருவிதக் கண்டிப்பான தொனியைக் கடிதம் கொண்டிலங்குகிறது. இது அச்சங்கத்தாரின் எதிர்பார்ப்பு மட்டுமல்ல; அக்கால தாழ்த்தப்பட்டோர் அரசியலில் நிலவிவந்த முறைமையாகவும் இருந்துவந்துள்ளது.

தாங்கள் நம்பும் வழிமுறைகள் வெவ்வேறாக இருந்தாலும் தம் வகுப்பாருக்கு நன்மையைப் பெற்றுத்தரும் விதத்தில் அந்த வழிமுறைக்கு உண்மையாக இருத்தல் என்ற நிலைப்பாட்டையே இவர்கள் மேற்கொண்டிருப்பதாகப் பார்க்க முடிகிறது. இந்த அணுகுமுறை பல சமயங்களில் வேறுபட்ட தளங்கள் என்பதைக் கடந்து இவர்களிடையே ஒத்த தன்மையும் ஏற்படக் காரண மாகியுள்ளது. இப்பண்பைத்தான் இக்கடிதமும் வலியுறுத்துகிறது.

இரண்டாவதாக நந்தனார் கதையாடலை மறுப்பதா? ஏற்பதா? என்ற விவாதத்திற்குள் இத்தகைய எதிர்ப்புகள் போகவில்லை. ஆனால், இப்போக்கு அக்கதையை நேரடியாக மறுக்கவில்லையே தவிர அக்கதையை நாடகமாகவோ பாடலாகவோ கையாள்வதிலிருந்தும் பார்ப்பதிலிருந்தும் இவர் களை விலக்கியிருக்கிறது. இழிவு பற்றிய வெறுப்பு அக்கதையையே விலக்குவதாக மாறிப்போனது. இது அயோத்திதாசரின் நந்தன் என்ற மாற்றுக்கதையாடல் காரணமாக நடந்தவையாக என்று தெரியவில்லை. மாறாக, சமூக அரசியல் விழிப்புணர்வு மூலம் இயல்பாக நடந்திருக்கிறது. ஆனால், இப்போக்கின் தொடக்கம் அயோத்திதாசர் என்று கருதுவதில் தவறில்லை. அயோத்திதாசரின் தாக்கம் பின்னாட்களின் இதற்கு எதிர்ப்பில் இருந்திருக்கலாம். எனினும், அது மறைமுகமானது.

இக்கடிதத்தில் குறிப்பிடப்படும் பெயர்களுள் ஒன்று எல். இளையபெருமாள். அவர் சிதம்பரம் வட்டாரத்தில் தலித்துகள்மீதான இழிதொழில் திணிப்புகளுக்கு எதிராகப் போராடியவர். அதில் பெரும் வெற்றியையும் ஈட்டியவர். அவரை நோக்கி இக்கடிதம் எழுதப்பட்டிருக்கிறது. ஏற்கெனவே இழிவுகளுக்கு எதிராகப் போராடிவருபவர் என்ற முறையில் கடிதத்தில் உள்ள நந்தனாரை முன்வைத்த இழிகுறிப்புகளை அவர் மறுக்க முடியாது. மாறாக, அறிந்தும் இருந்திருப்பார். ஆனால், இங்குதான் சுவையான முரண் இருக்கிறது. இளையபெருமாள்

ஆன்மிக நம்பிக்கையுடையவர்; காங்கிரஸ்காரர். சகஜானந்தரின் வழியைப் பின்பற்றி அவருக்குப் பின் நந்தனார் மடத்தையும் பள்ளியையும் நிர்வகித்து வந்தவர். சிதம்பரம் நடராஜன் ஆலய வழிபாட்டு நம்பிக்கை கொண்டவர். இதுபோன்ற சூழ்நிலையில் அவர் எத்தகைய முடிவெடுத்தார் என்பதை அறிய முடியவில்லை. ஆனால், நந்தனாரை ஏற்றல், நந்தனார் கதை மூலமான இழிவை மறுத்தல் என்ற இவ்விரண்டு போக்கையும் சந்தித்தவர். இதுதொடர்பாக வெளிப்படையான முடிவுகளைதையும் அவர் கூறியதாகத் தெரியவில்லை. ஆனால், அவர் இப்போக்கை உப்பக்கம் கண்டார் எனலாம். நந்தனாரை மறுக்காமலேயே அவரைப் பற்றிய கதையாடலைப் போற்றுவதையோ அதன்மூலம் தலித் இழிவை நினைவுபடுத்துவதையோ அவர் மேலெடுத்துச் செல்லவில்லை என்று தெரிகிறது. நந்தனார் சிறந்த பக்திமானாக விளங்கினார் என்ற அளவில் மட்டுமே அவரைப் பேசிக்கொண்டனர். அது தங்களாலும் / தங்கள் மத்தியிலிருந்தும் ஒழுக்கத்திலும் நற்பண்பிலும் உயர்ந்த பக்திமான் ஒருவன் உருவாகி பிறர் வணங்கத்தக்கவனாக உயர முடியும் என்ற செய்தியைக் காட்டுவதற்கானதாக மட்டுமே காட்சிகொண்டன. அதனால்தான் அம்பேத்கர்வரை நந்தனார் அறியப்பட்டிருக்கிறார். கெடுவாய்ப்பாக பௌத்த நந்தன் அவர் கவனத்திற்குச் சென்று சேரவில்லை.

அடிக்குறிப்புகள்

1. இதுபற்றிப் பேராசிரியர் க. கைலாசபதி எழுதிய 'புலைப்பாடியும் கோபுரவாசலும்' என்ற கட்டுரை புகழ்பெற்றது. அக்கட்டுரையில் அவர் கோபாலகிருஷ்ண பாரதியாரின் நந்தனார் சரித்திரக் கீர்த்தனைக்கு முன்னோடி பிரதிகளாக பெரியபுராணம், திருத்தொண்டர் திருவந்தாதி, திருத்தொண்டத்தொகை ஆகியவற்றைக் காட்டி அவற்றிற்கிடையிலான தொடர்பைச் சுட்டி ஒன்றின் தொடர்ச்சியாக ஒன்று வளர்த்தவிதத்தைக் காட்டுகிறார். திருத்தொண்டர் தொகையிலிருந்து நந்தனார் சரித்திர கீர்த்தனைவரை கதை வளர்ந்து வந்த விதத்தைக் காட்டுவதன்மூலம் சாதியமைப்பு வளர்த்தவிதத்தைக் காட்ட முயல்கிறார். இதன்படி இன்றைய சாதியமைப்பு அதன் சீரான வரலாற்று வளர்ச்சியில் வளர்ந்து வந்திருக்கிறது என்று பொருளாகிறது. இம்முடிவுக்கேற்ப இந்நான்கு பிரதிகளும் அடுக்கப்பட்டிருப்பதாக அவர் கருதுகிறார். மற்றபடி அப்பிரதி களின் கதையாடல், மாற்றுக் கதைவடிவங்கள், பிறவற்றின் தாக்கம், அதன் உண்மைத்தன்மை ஆகியவற்றின்மீது பேராசிரியருக்குக்

கேள்வியில்லை. அப்பிரதிகளை ஏற்று அது உருவாக்கியிருக்கும் சட்டகத்திற்குள் நின்றுகொண்டு தம்முடைய வரலாற்று வளர்ச்சி பற்றிய சட்டகத்தைப் பொருத்துகிறார். நந்தனார் சரித்திர கீர்த்தனை பிறந்த 19ஆம் நூற்றாண்டின் சூழலைத் திருத்தொண்டர் தொகை பிறந்த காலம்வரையிலும் நீடித்து பார்க்கும் முயற்சியே அவரிடமிருக்கிறது. எனவே, இதைப் பற்றிய விமர்சனம் வேறொரு ஆய்வுக் கட்டுரையாக அமைய வேண்டிய பொருள் என்பதால் இத்தோடு முடித்துக் கொள்ளலாம்.

2. ரெங்கையா முருகன் – சகஜானந்தரைச் செதுக்கிய வேதாந்த மரபு (அகம்புறம் கலை இலக்கிய பண்பாட்டு ஆய்விதழ், ஏப்ரல் – செப்டம்பர் 2015)

3. பூவிழியன் (தொகுப்பாசிரியர்) – சுவாமி சகஜானந்தா எழுத்தும் பேச்சும் கரிசல் பதிப்பகம் சென்னை, ஆகஸ்ட் 2011.

4. நந்தனாரைப் பறை பண்ணையடிமையாகக் காட்டியது கோபாலகிருஷ்ண பாரதியாரின் கீர்த்தனைதான். இக்கதைக்கான மூலமாகக் கூறப்படும் மூன்று பிரதிகளில் முதலிரண்டு பிரதிகளான திருத்தொண்டர் தொகையிலும் திருத்தொண்டர் திருவந்தாதியிலும் மங்கலான குறிப்புகளே கிடைக்கின்றன. இப்பிரதிகளுக்காகக் கூறப்படும் காலம் மறு ஆய்வுக்கு உட்படுத்தப் பட வேண்டும். பின்னர், எழுதப்பட்ட உரைகள், குறிப்புகள் மூலமே அர்த்தங்கள் தருவித்துக்கொள்ளப்பட்டுள்ளன. எனவே, அவையும் கவனமாக மறுவாசிப்பு செய்யப்பட வேண்டும்.

சுந்தரரின் திருத்தொண்டத்தொகையில் தனியடியார் அறுபத்து மூவர் சரிதக்குறிப்பும் தொகையடியார் ஒன்பதின்மர் குறிப்பும் கூறப்பட்டுள்ளன. அதில் “செம்மையே திருநாளைப்போவாக்கு மடியேன்” என்று ஒரடியில் இடம்பெற்றிருக்கும் குறிப்பையே பிற்கால நந்தனார் கதைக்கான முதல் தகவலாகக் கருதுகின்றனர். ஆனால், இக்குறிப்பில் அவர் சாதி பற்றியோ பிற்காலக் கதைக்கான தொடக்கத்தையோ காண முடியவில்லை. திருநாளைப்போவார் என்ற பெயர் மட்டுமே கிடைக்கிறது. இழிவுக்குறிப்பு தோன்றாமல் செம்மை என்ற பண்புப்பெயரால இது குறிப்பிடப்படுகிறது. இப்பெயரை மட்டுமே எடுத்துக்கொண்டு பின்னால் நந்தனார் என்ற பெயரைக் காரணப்பெயராக மாற்றி அக்காரணத்தை ஒரு கதையாக விவரிக்கிறார்கள். பிற்காலக் கதையாடல் ஒன்றைத் தொன்மையானதாகக்காட்ட முந்தைய பிரதியிலிருந்து ஒரு தரவைக் கட்டமைக்கிறார்கள் என்று இதைக் கூறலாம்.

அதாவது நமக்கு ஏற்கெனவே முன்வைக்கப்பட்ட வரிசையையும் சட்டகத்தையும் அப்படியே ஏற்று அதை ஆய்வுரீதியாக நிறுவ ஆய்வாகப் பார்க்கத் தொடங்கியிருக்கிறோம் எனலாம். எனவே, நந்தனார் கதைக்கான மூலப்பிரதிகள் என்று கூறப்படுபவற்றையே நிதானமாக மறுபரிசீலனை செய்துபார்க்க வேண்டியுள்ளது.

நம்பியாண்டார் நம்பி பாடிய பத்துப் பிரபந்தங்களில் ஒன்று திருத்தொண்டர் திருவந்தாதி. சுந்தரரால் ஒரு பெயராக குறிப்பிடப்பட்ட குறிப்பு நம்பியால் ஒரு பாடலாக விரிகிறது.

நாவார் புகழ்த்தில்லை அம்பலத் தானருள் பெற்றுநாளைப்
போவா னவனாம் புறத்திருத் தொண்டன்றன் புன்புலைபோய்
மூவா யிரவர்கை கூப்ப முனியாய வன்பதிதான்

மாவார் பொழில்திகழ் ஆதனூ ரென்பரிம் மண்டலத்தே

என்பதே அப்பாடலாகும். இப்பாடலிலுள்ள புன்புலைநோய் என்ற சொல்லையே 'நாளைப் போவானின்' சாதியாக ஆய்வாளர்கள் குறிப்பிடுகின்றனர். அச்சொல்லுக்கு முன் இடம்பெறக்கூடிய புறத்திருத்தொண்டர் என்பதைக் கோயிலுக்கு புறத்தே வழிபடக்கூடியவர் என்ற பொருளில் புரிந்துகொண்டு விளக்கம் தருகின்றனர். இத்தகைய விளக்கங்களின்படி பார்த்தால் மட்டுமே இதை நாளைப்போவானின் சாதி பற்றிய குறிப்பாகக் கொள்ளலாம். கைகூப்புகிறவர்கள் அந்தணர்கள் என்று நேரடியாகப் பாடலடிகளில் குறிப்பிடப்படவில்லை. ஆனால், பிற்கால நந்தனார் கதையை அறிந்துகொண்டவர்கள் நம்பியின் இச்சொற்றொடருக்குத் தில்லைவாழ் அந்தணர்கள் மூவாயிரவர் என்று உரை கூறியிருக்கின்றனர்.

இந்த வகையில் நந்தனார் சரித்திரக் கீர்த்தனைக்கு முன்னோடி என்று கூறத்தக்கது பெரியபுராணம்தான். சேக்கிழார் 37 விருத்தங்களில் நந்தனார் கதையைக் காவிய நடையில் பாடியிருக்கிறார். சுந்தரர் பதிகத்திலும் நம்பியின் அந்தாதியிலும் இல்லாத பல குறிப்புகள் கதையாகச் சித்திரம் பெறுவது இங்குதான். ஆனால், இக்கதையிலிருந்து பலதளங்களில் விரிவாக்கப்பட்டுப் பின்னர் எழுதப்பட்டதே நந்தனார் சரித்திரக் கீர்த்தனையாகும். கீர்த்தனை அக்காலச் சமூக வரலாற்றைப் பிரதிபலித்தது என்று கூறுவதைவிட தலித்துகள் எப்படி இருப்பார்கள் என்ற எதிர்பார்ப்பையே உயர்சாதியினரின் கற்பிதத்தின் வழியே அப்பிரதி நிகழ்த்திப் பார்த்தது எனலாம். எனவே, இதிலுள்ள கதையாடலை வரலாறாக நீட்டித்துக்கொண்டால் கதையாடலின் தன்மையைப் புரியாதவர்கள் ஆகிவிடுவோம். சமூக அமைப்பை அப்படியே பிரதிபலிக்கிறோம் என்பது

அதிலிருந்த விடுபடல்களை மாற்றங்களைக் கவனிக்கமறுத்து வரலாற்றைக் கறுப்புவெள்ளையாகப் பொருள்படுத்திக் கொள்ளவே பயன்படும். பெரியபுராணம் புராதனமானது என்று கூறுவதே பொய் என்கிறார் அயோத்திதாசர். சாதியமைப்பும், பறையர்களின் இன்றைய இழிநிலையும் பாரம்பரியமானது என்பதைக் காட்டுவதற்காகவே பிற்காலத்தில் எழுதப்பட்ட பெரியபுராணத்தைப் பழைமையானது என்று கூறிவருவதாகக் குற்றம்சாட்டினார் அயோத்திதாசர். பெரியபுராணம் பற்றிய அவரின் மதிப்பீடு சரியா? தவறா? என்பதைவிட சாதிய இழிவுக்குறிப்போடு ஒரு சொல்லை திரும்பத் திரும்பக் கையாள்வதிலுள்ள சமூக உளவியலை அவர் மதிப்பிட்டு இருக்கிறார். இதன் அடிப்படையிலும் பெரியபுராணம்மீது மட்டுமல்ல நந்தனார் சரித்திரக் கீர்த்தனை மீதும் புதிய பார்வையில் ஆய்வு செய்யப்பட வேண்டும். இந்த நோக்கில் ரவிக்குமார் எழுதிய மீளும் வரலாறு. நந்தனின் அறியப்படாத கதை (உலகத் தமிழாராய்ச்சி நிறுவன வெளியீடு) முக்கியமான நூலாகும்.

5. இந்த வரிகள் இடம்பெற்றிருக்கும் பாடலின் தலைப்பு உயிர்பெற்ற தமிழர் பாட்டு என்பதாகும். ஆனால், இதன் முழுத்தலைப்பு “எங்கள் மதம் – உயிர்பெற்ற தமிழர் பாட்டு” என்றே அறியப்படுகிறது. நாளடைவில் எங்கள் மதம் என்ற பதம் நீங்கிய வடிவமே நிலைத்திருக்கிறது. பறையனொருவன் நந்தன் வழியில் நடந்தால் பார்ப்பானாக ஆக முடியுமென்ற பார்வையைப் பகிரும் இப்பாடலின் தலைப்பில் எங்கள் மதம் என்ற தலைப்பும் இருந்ததென்பது பாரதி கற்பிதம் செய்த தேசம் – மதம் பற்றிய பார்வையைப் புரிந்துகொள்ள உதவும்.

6. பாரதி சாதியை எவ்வாறு புரிந்துகொண்டான் என்பது விரிவாக ஆராய வேண்டிய ஒன்று. அவனிடம் மரபு மீறல்களையும் அதில் அவனுக்கிருந்த வரையறைகளையும் காணலாம். அதேபோல அவருடைய கவிதைகளிலும் உரைநடைகளிலும் ஆரியர், பார்ப்பான், பறையன் போன்ற கருத்தாக்கங்கள் தனியாகவும் எதிரிடையாகவும் செயல்படும்விதம் ஆராய்ச்சிக்குரியன. அரசியல்ரீதியாகப் பார்ப்பனரைத் தாக்கும் பறையர்மீது கோபப்பட்டு பிற இந்துக்களை நோக்கி பறையர்களை அரவணைக்க கோரும் பாரதிக்கு சாதியை கடப்பதுபற்றி ஆன்மிக – தத்துவார்த்த பார்வை இருந்துவந்து இவ்விடத்தில் உடனடி கருத்தாக வெளிப்படுகிறதா என்றும் பார்க்க வேண்டியிருக்கிறது. அதேவேளையில் நீதிக்கட்சியின் வருகை பாரதியின் சிந்தனைமீது தாக்கம் செலுத்தி அவருடைய ‘நெகிழ்வுத்தன்மை’யை இறுக்கமாக்கியிருக்கிறது எனலாம்.

1917ஆம் ஆண்டு வாக்கில் பறையர் என்ற தலைப்பில் கட்டுரை எழுதிய அவர் ஹிந்து தர்மத்தின் பகிரங்க விரோதிகள் (நாயர் கட்சி எனப்படும் நீதிக்கட்சி) பறையரைக்கொண்டு பிராமணரை அடிக்கும்படி செய்யும்வரை சென்னைப் பட்டணத்து ஹிந்துக்கள் பார்த்துக்கொண்டிருந்தார்கள்! எதற்கும் ஹிந்துமத விரோதிகளின் பேச்சைக் கேட்கலாமா? நந்தனாரையும் திருப்பாணாழ்வாரையும் மற்ற ஹிந்துக்கள் கும்பிடவில்லையா? என்று தலித்துகளை நோக்கி அவர்களின் (பறையர்களின்) அடையாளம் பற்றிப் பேசும்போது நந்தனார் பெயரையே முதலில் எடுக்கிறார். 1913ஆம் ஆண்டே அவர் கனகலிங்கம் என்ற பறையர் வகுப்பு தலித்திற்கு பூணூலும் அணிவித்து 'பார்ப்பனனாக' மாற்றியிருந்தார். இப்பின்னணியில்தான் நந்தனைப் போல் ஒரு பார்ப்பான் என்ற இக்கவிதை வரியும் பொருள்பெறுகின்றன. இந்தத் தொடர்ச்சியிலேயே அவர் காலத்தின் நந்தனராக சகஜானந்தரைப் பார்த்திருக்க முடியும் என்று தோன்றுகிறது.

மேலே சுட்டப்பட்ட கட்டுரையில் நந்தனாரையும் திருப்பாணாழ்வாரையும் சுட்டும் தொடர்ச்சியில் "பறையனுக்கு நியாயம் செய்ய வேண்டியது முதற் கடமை. அவர்களுக்கு முதலாவது வேண்டியது சோறு. சென்னைப்பட்டணத்து 'பட்லர்'களைப் பற்றி பேச்சில்லை. கிராமங்களிலுள்ள பண்ணைப் பறையர்களைப் பற்றிய பேச்சு. அவர்களையெல்லாம் ஒன்றுதிரட்டி உடனே விபூதி நாமத்தைப் பூசு. பள்ளிக்கூடம் வைத்துக்கொடு. கிணறு வெட்டிக்கொடு. இரண்டு வேளை ஸ்நானம் பண்ணச் சொல்லு. அவர்களோடு சமத்துவம் கொண்டாடு" என்கிறார். இதே காலத்தில் சுதேச உயர்சாதியினரின் உதவியோடு செயல்படும் தாங்கள் விரும்பும் அரசியலுக்கு சகஜானந்தர் பயன் படுவார். உண்மையில் பெயரைச் சுட்டாவிட்டாலும் பாரதி சுட்ட வந்தது சகஜானந்தரைத்தான். அதனால்தான் இக்கட்டுரையின் கருத்தையே அடுத்து பஞ்சமர் என்ற தலைப்பில் எழுதிய கட்டுரையில் பிரதிபலிக்கும் பாரதி சகஜானந்தர் பெயரை நேரடியாகவே கூறிவிடுகிறார்.

இதேபோல 'வந்தே மாதரம் என்போம்' என்று தொடங்கும் பாடலில் இடம்பெறும்

> "ஜாதி மதங்களைப் பாரோம் – உயர்
> ஜென்மம்இத் தேசத்தில் எய்தினராயின்
> வேதியராயினும் ஒன்றே – அன்றி
> வேறுகுலத்தின ராயினும் ஒன்றே"

என்ற வரிகளும் இவ்விடத்தில் இணைத்து எண்ணத்தக்க தாகும்.

7. இரட்டைமலை சீனிவாசன் நீலகிரியில் இருந்த தம் ஆரம்பகாலங்களில் பௌத்தமத ஈர்ப்பு கொண்டிருந்ததாகத் தம் சுயசரிதையில் மங்கலாகச் சொல்லிச்செல்கிறார். ஆனால், அதில் நீடித்ததாகத் தெரியவில்லை. அவருக்கும் பௌத்தம் தழுவிய அயோத்திதாசருக்கும் நல்லுறவு நிலவியதாகத் தெரியவில்லை. இப்பின்னணியில் அவர் சமயம் தொடர்பாக அதிகம் ஈடுபாடு காட்டாமல் அரசியல் செயற்பாடுகள்சார்ந்து நின்றிருக்கிறார். அம்பேத்கர் இந்து மதத்திலிருந்து மாற வேண்டுமென்று சொன்னபோது, இந்துக்கள் அடக்கத்திலில்லாத தாழ்த்தப்பட்டோர் தனியாக மதம்மாற வேண்டியதில்லை என்று சொன்னதாகவே அவர் குறிப்பிடுகிறார்.

8. இவரையே பாரதி தன் பஞ்சமர் என்னும் தலைப்பிலான கட்டுரையில் சகஜானந்தரைக் குறிப்பிடும் இடத்தில் 'குந்தியில் ஸ்ரீகேசவப் பிள்ளை திவான்பகதூருக்கு' என்று கூறுகிறார்.

9. பூவிழியன் – எழுத்தும் பேச்சும்! சுவாமி சகஜானந்தா.

10. இக்கடிதத்தில் கோரியபடி நடந்ததா? உள்ளிட்ட தகவல்களை அறிய முடியவில்லை. இக்கடிதம் மட்டுமே கிடைத்தது. எனினும், இதுவொரு சூழ்நிலையைப் புரிந்துகொள்ள உதவும் ஆதாரம் என்ற முறையில் இங்கு எடுத்தாளப்பட்டது.

அதிர்வெண், பிப்ரவரி - மார்ச் 2017

12

திராவிடன் பறையன் தமிழன்

திராவிடன் தமிழன் பறையன் என்னும் மூன்று பெயர்களும் இன்றைய நிலையில் இனம், சாதி, மொழி என்ற பொருள்களில் பயன்படுத்தப்பட்டு வருவதைப் பார்க்கிறோம். ஆனால், இவை பெயர்கள் என்பதைத் தாண்டி சமூக, அரசியல் அடையாளங்களாக நிலைபெற்று தமிழ்நாட்டு சமூக அரசியல் சூழலுக்குள் நீண்டகாலமாக வினைபுரிந்து வருகின்றன. ஏற்கெனவே இப்பெயர்கள் மொழியையோ சாதியையோ குறித்து வந்தவை என்ற குறிப்புகள் உண்டெனினும், நவீன காலத்தில் தான் தனித்த அரசியல் அடையாளங்களாக அழுத்தம் கண்டன. காலனிய சூழலில் பல்வேறு புதிய அடையாளங்கள் / சொல்லாடல்கள் / சிந்தனைகள் அறிமுகம் ஆகி அவை தொடர்பான கேள்விகளும் சந்தேகங்களும் விவாதங்களும் தொடங்கி நடந்துவந்தன. இத்தகைய நீண்ட விவாதங்களின் வழியாகவே நிலைபேறடைந்த மேற்கண்ட அடையாளங்களும் சிந்தனைகளும் இன்றுவரையிலும் பயன்பாட்டில் இருந்து வருகின்றன.

ஆங்கிலேய அதிகாரிகளும் மிஷனரிகளும் இத்தகைய அடையாளங்களின் உருவாக்கத்தில் வகித்த பங்கு மிகுதி. எனவே, இத்தகைய அடையாளங்கள்

ஒரு வகையில் அரசாங்க ஆதரவு பெற்ற சொல்லாடல்களாகவும் பார்க்கப்பட்டன. நவீன அதிகார வெளியில் அதிகாரத்தைப் பெறவோ தக்கவைக்கவோ மேற்கண்ட அடையாளங்களைக் கையாள்வதில் சுதேச சாதிகள் பலவும் ஆர்வம் காட்டின. மேலும், இத்தகைய அடையாளங்களோடு தங்களை இணைத்து வரலாறு எழுதும் முயற்சிகளிலும் கோரிக்கைகளிலும் ஈடுபட்டனர். அவர்கள் உருவாக்கிய அமைப்புகளுக்குப் பெயர்களை இதன்படியே சூட்டிக்கொண்டனர்.

இந்த வகையில் தமிழ்ச்சாதியமைப்பில் குறிப்பிடத்தக்க எண்ணிக்கையில் வாழ்ந்த பறையர் வகுப்பார் நவீன அரசியல் மாற்றங்களையும் கருத்துகளையும் தங்கள் மீதான இழிவை மாற்றுவதற்கான வாய்ப்பாகக் பயன்படுத்த முயன்றனர். ஆங்கிலேய ஆட்சியில் உருவான பொதுவெளி (Public Space) என்ற அம்சம் இவர்களுக்கு அத்தகைய வாய்ப்பிற்கான வாசலைத் திறந்திருக்கிறது. இதேவேளையில் சாதியமைப்பின் உயர்தகுதியைக் கைப்பற்றிக்கொண்டிருந்த பிராமணர், வேளாளர் சாதியினரும் புதிய சூழலுக்கேற்ப அடையாளங்களைக் கைக்கொள்ளுதல், தங்களைத் தலைமையாக்கி வரலாறு எழுதுதல் ஆகிய முயற்சிகளில் இறங்கினர். அவரவர் மரபுகளும் சாதிக்குழுக்களும் பேரடையாளமாக மாற்றப்பட்டன. ஆனால், கட்டமைக்கப்பட்ட இந்த அடையாளங்களிலிருந்து ஒடுக்கப்பட்ட சாதிகளை விலக்கிவைத்துத்தான் சாதிய மறு புனைவுகளை எழுதினர். திராவிடன் தமிழன் ஆகிய அடையாளங்களைக் கைப்பற்றுவதன் மூலம் தமிழ் என்கிற புதிய ஓர்மையின் பண்பாட்டுத் தலைமையைக் கைப்பற்றிய வேளாளர்கள் நவீன தேசிய அதிகார அரசியலில் பிராமணர்களின் கை ஓங்கியபோது, அவர்களையும் எதிர்கொள்ளும் விதத்தில் இந்த அடையாளங்களை அரசியல் தளத்திற்கு நகர்த்தினர். அதுவே பிற்காலத்திய பிராமணர் அல்லாதார் அரசியலின் அடிப்படையாக மாற்றப்பட்டது. இச்சூழலில் பறையர் வகுப்பாரின் செயற்பாடுகளும் மேற்கண்ட முயற்சிகளை எதிர்கொண்டபடியேதான் அமைந்தன. மொத்தத்தில் அன்றைய நிலையில் திராவிடன், தமிழன், பறையன் என்னும் சொற்கள் இன்றுபோல் தீர்மானகரமான பொருளைப் பெறாமல் சாதியாகவும் இனமாகவும் கருத்தாகவும் விளக்கப்பட்டு இவையெல்லாம் ஒன்றோடு ஒன்று கலந்து தொடர்புடைய சொல்லாகவும் கையாளப்பட்டிருப்பதைப் பார்க்க முடிகிறது.

தாழ்த்தப்பட்டோர் அரசியல் முன்னோடிகள் தாழ்த்தப்பட்டோருக்கான அரசியல் மேம்பாடு பற்றிப் பேசவரும்போது,

அடையாளம், பெயர், மதம் என்னவாக இருந்திருக்கும் என்றும் தங்களுக்குள் கருத்துகளை வெளிப்படுத்திக் கொண்டிருந்தனர். இதைச் சார்ந்து ஒன்றுக்கொன்று முரண்பட்ட நிலைப்பாடுகள், விவாதங்கள் அவர்களிடையே எழுந்தன. தத்தம் நிலைப்பாடுகளிலிருந்து விவாதித்த அதேவேளையில் தாழ்த்தப்பட்டோரின் எளியநிலையை மாற்றத்தக்க அரசாங்க சலுகைக்கேற்ப தங்களின் நெடிய கருத்தியல் பார்வையையும் முரண்பாட்டையும் சமரசத்திற்கு உட்படுத்திக்கொள்ள வேண்டிய தேவையையும் இம்முன்னோடிகள் கொண்டிருந்தனர். இவ்வாறு பல்வேறு கருத்தியல், நபர் சார்ந்த முரண்பாடுகளும் உறவுகளும் சேர்ந்ததுதான் தலித் அரசியல் வரலாறு. அதைப் புரிந்துகொள்ள முயல்வது தலித் வரலாற்றியலின் அங்கமேயாகும்.

பொதுவெளியும் எழுத்துப் பண்பாடும்

நவீன அரசியல் சூழலோடு ஊடாடத் தொடங்கிய தாழ்த்தப்பட்டோர் காலனியத்தின் 'உண்மையாக' ஆக்கப்பட்டிருந்த "எழுத்துப் பண்பாடு" *(Print Culture)* சார்ந்து தங்கள் போராட்டத்தை நிகழ்த்தினர். அந்தவகையில் பார்க்கும்போது, தமிழ் இதழியல் வரலாற்றில் தலித்துகள் தனித்த இடம்பெறுகிறார்கள். சுதேச உயர்சாதிகள் இதழ்கள் தொடங்கிய காலத்திலேயே தலித்துகளும் இதழ்களைத் தொடங்கிவிட்டதாகத் தெரிகிறது. 'இக்குலத்தோருள் அனந்த பத்திரிகைகளும் புத்தகங்களும் வெளியிட்டிருக்கின்றார்கள்' என்று கூறும் அயோத்திதாசர் சென்னை மாகாணத்தில் முதன்முதலில் தமிழில் பத்திரிகை வெளியிட்டவர்கள் பறையர் குலத்தவர்தாம் என்றும் கூறுகிறார். சூரியோதயம் *(1869)*, பஞ்சமன் *(1871)* ஆன்றோர் மித்திரன் *(1886)* பூஞ்சோலை முத்துவீரப்புலவரின் பூலோகவியாசன் *(1900–1907)* டி.ஐ.சுவாமிக்கண்ணுப்புலவரின் மகாவிகடதூதன் போன்றவை இத்தகைய தொடக்ககால இதழ்களாகும். இவற்றில் மகாவிகடத்தூதன் *(1886–1927)*, பூலோக வியாசன் இதழ்களின் சில பிரதிகள் தவிர மற்றவை கிடைக்கவில்லை. சில இதழ்கள் பெயர்களாக மட்டுமே அறியப்படுகின்றன. காலனியத்தின் குறிப்பிடத்தக்க தருணத்தில் நடத்தப்பட்ட இந்த இதழ்கள் மூலம் தாழ்த்தப்பட்ட மக்களின் பிரச்சினைகள் உருவாகி வந்த பொதுவெளியின் கவனத்திற்குக் கொணரப்பட்டன. தலித் மக்களின் குறைபாடுகளையும் தேவைகளையும் அரசாங்கத்தை நோக்கிக் கொண்டுசென்ற இவ்விதழ்கள் அதேநேரத்தில் தாழ்த்தப்பட்ட மக்களிடையேயும் விழிப்புணர்வு செயல்பாடுகளை மேற்கொண்டன. மொத்தத்தில் அன்றைக்குச் சமூக மேம்பாட்டு

நடவடிக்கையின் தவிர்க்க முடியாத அங்கமாக இதழ் நடத்தும் பணி அமைந்திருந்தது. ஒரு குறிப்பிட்ட பிரச்சினையை / தேவையைப் பதிவுசெய்வது, அதை அரசின் கவனத்திற்குக் கொண்டு செல்வது, அதைத் தொடர்ந்து கவனித்து வலியுறுத்துவது என்பதாக இப்போக்கு அமைந்திருந்தது. இவ்வாறு இதழ்கள் நடத்தியவர்கள் அதற்கிணையாக அமைப்புகளையும் மாநாடுகளையும் நடத்தியதால் இச்செயற்பாடுகள் ஒன்றோடொன்று பிணைந்த அரசியல் நடவடிக்கையாக மாறி நின்றன. இத்தகைய இதழ்களில்தான் தாழ்த்தப்பட்டோரின் பெயர் உள்ளிட்ட அடையாளம் பற்றிய பேச்சுகளும் விவாதங்களும் இடம்பெற்றன. இவ்வாறு உருப்பெறும் அடையாளங்கள் அரசை நோக்கி இதழ்வழி எடுத்துச் செல்லப்பட்டன. இவ்வாறு தாங்கள் விரும்பும் அடையாளங்களின் பெயரிலேயே இதழ்களின் பெயர்களை அமைத்துக்கொண்டதோடு அந்த அடையாளத்திற்கான நியாயங்களும் அவ்விதழ்கள் வழியே வளர்த்தெடுக்கப்பட்டன. அதன்படி பறையன், தமிழன் என்ற பெயர்களில் தலித்துகள் நடத்திய இதழ்களையும் இதுதொடர்பான விவாதங்களையும் அங்கு காணலாம்[1].

திராவிடன் / தமிழன்

முதலில் திராவிடன் என்ற அடையாளம் ஒடுக்கப்பட்ட வகுப்பாரிடையே உள்வாங்கிக்கொள்ளப்பட்ட விதத்தைப் பார்க்கலாம். அந்தவகையில் அயோத்திதாசரின் சிந்தனையில் திராவிடன் என்ற பெயர் முக்கிய இடம்பெற்றிருந்தது. அவர் பறையர் வகுப்பாரைத் திராவிடன் என்ற பெயரால் விளித்தார். ரெவரண்ட் ஜான்ரத்தினம் என்ற தாழ்த்தப்பட்ட வகுப்பைச் சேர்ந்த கிறித்துவ மதத்துறவியோடு சேர்ந்து 1885ஆம் ஆண்டு திராவிடப் பாண்டியன் என்ற இதழை அயோத்திதாசர் நடத்தினார். திராவிடன் என்ற பெயர் குறியுடன் அவர் செயற்பட்ட முதல்தளமாக இவ்விதழைத்தான் அறிய முடிகிறது.

அதற்கடுத்து நீலகிரியில் திராவிட மகாஜன சபை (1891) என்ற அமைப்பில் செயற்பட்டார். இந்தவகையில் திராவிடர் என்ற அடையாளத்தை அரசியல் அமைப்பு என்ற அளவில் பயன்படுத்தியவர்கள் தாழ்த்தப்பட்ட முன்னோடிகளே என்று தெரிகிறது. 1898 முதல் தாழ்த்தப்பட்டோரின் விடுதலைக் கருத்தியலாக பௌத்த சமயத்தை ஏற்ற அயோத்திதாசர் அதற்கெல்லாம் முன்பே 1881ஆம் ஆண்டு ஆங்கிலேயர்களின் குடிமதிப்பு கணக்கெடுப்பின்போது, பறையர் வகுப்பாரை இந்துக்களாகப் பதிவுசெய்யக் கூடாது என்று விண்ணப்பம் மூலம்

கோரியிருந்தார். அதற்குப் பதிலாக 'ஒரிஜினல் தமிள்ஸ்' என்றே பதிவுசெய்ய வேண்டுமெனவும் விருப்பம் தெரிவித்திருந்தார். இக்கோரிக்கை ஏற்கப்பட்டதற்கோ அவ்வாறு பதிவு செய்யப் பட்டதற்கோ சான்றில்லை. இவ்விடத்தில் அவர் மதம் என்பதற்குப் பதிலாக மொழி அடையாளத்தைப் பார்த்திருக்கிறார். அதேவேளையில் மொழி அடையாளம் என்பதை என்னென்ன பொருளில் புரிந்திருந்தார் என்பதையும் பார்க்க வேண்டும். பறையர் வகுப்பாரை ஒரிஜினல் தமிழராகக் கருதும் குறிப்பு கால்டுவெல்லின் திராவிட மொழிகளின் ஒப்பிலக்கணம் (1856) நூலிலிருந்துதான் அவருக்குக் கிடைத்திருக்க வேண்டும். புதிய அரசியல் அதிகார வெளியில் பறையர் வகுப்பாருக்கான அடையாளம் பற்றிய விவாதங்கள் எழுந்தபோது, கால்டுவெல்லின் இக்குறிப்பு அயோத்திதாசருக்குப் பயன்பட்டிருக்கிறது என்றே கருத வேண்டியிருக்கிறது.

தமிழர் என்பதற்கான மறுசொல்லாகவே திராவிடன் என்ற சொல்லை அயோத்திதாசர் புரிந்திருந்தார் என்பது குறிப்பிடத்தக்கது. சாதிபேதமற்ற திராவிடர்கள் பெரும்பாலும் தமிழ் பாஷா விருத்தியைக் கோரி நின்றவர்களாதலின் தென்னாட்டுள் தமிழரென்றும் வடநாட்டார் திராவிடரென்றும் திராவிட பௌத்தாள் என்றும் வழங்கிவந்தனர் (ப.115.II) என்று அயோத்திதாசர் குறிப்பிடுவதைப் பார்க்கலாம். தமிழ்ப் பரப்பில் இடைப்பிறவலாக ஏற்கெனவே புழக்கத்தில் இருந்தவந்த 'திராவிடம்' என்ற சொல் மொழியியல் தளத்தில் எல்லீஸ் (1816) என்ற ஆங்கில அரசின் நிர்வாகியாலும், சமூக அரசியல் பண்பாட்டுத் தளத்தில் கால்டுவெல் (1856) என்ற மிஷனரியாலும் கையாளப்பட்ட பின்னர்தான் நவீன அரசியல் சூழலில் அது ஓர் அடையாளமாக மாறியது. அச்சொல்லை நேரடியாகவும் ஒட்டாகவும் தாங்கிய அமைப்புகளும் இதழ்களும் வெளியாயின. எல்லாவற்றைக் காட்டிலும் பிராமணரல்லாத தமிழ் மரபின் / மொழியின் அடையாளமாகத் 'திராவிடம்' என்ற சொல் வரித்து கொள்ளப்பட்டது. அதேவேளையில் கால்டுவெல் தமிழர்களில் பறையர் சாதியினரின் பழமையையும் அவர்கள் வாழ்ந்து வீழ்த்தப்பட்டதையும் கூறியிருந்தார் அயோத்திதாசர் பேசிய அடையாள உருவாக்கத்தில் இக்கருத்தே பிரதிபலித்தது. ஆனால், அயோத்திதாசர் கால்டுவெல் பற்றித் தம் எழுத்துக்களில் எங்கும் குறிப்பிடவில்லை. எனவே, இதை மறைமுகமான தாக்கம் எனலாம். அயோத்திதாசர் காலத்தில் 'பிராமணரல்லாதோர்' என்ற சொல்லே சிந்தனையோ எழவில்லை. கால்டுவெல் திராவிடன் என்ற அடையாளத்தைத் தானெழுதிய எழுத்துப்

பிரதி வழியே நவீன வரலாற்றுக்களத்தில் நிலைநிறுத்திவிட்ட சூழலில் அயோத்திதாசரும் பிராமணரல்லாதோரைத் 'திராவிடர்' என்றே புரிந்திருந்தார். ஆனால், சாதி இழிவு என்ற வகையில் திராவிடர்களின் சமூக நிலையும் பறையர்களின் 'தாழ்நிலையும்' ஒன்றானதில்லை என்றும் அவர் கருத்து கொண்டிருந்தார். இதன்படி பிராமணர் அல்லாத சாதியினரில் தீண்டப்படும் சாதியினரைச் 'சாதிபேதமுள்ள திராவிடர்' என்றும், தீண்டப் படாத வகுப்பினரைச் 'சாதிபேதமற்ற திராவிடர்' என்றும் பகுத்துக் குறிப்பிட்டு வந்தார். மேலும், பறையன் என்ற பெயர் இவர்களை ஒரு சாதியாகக் கருதி சூட்டிய பெயர் என்றும் இப்பெயரை ஏற்பது இவ்வகுப்பாரைச் சாதியமைப்புக்குட்பட்ட வர்களாக மாற்றுகிறது என்றும் கூறிய அவர் அப்பெயரையே புறக்கணித்தார்.

பிராமணரல்லாதார் என்னும் அடையாளம் பற்றி தலித்துகளின் பார்வை

தம் எழுத்துகளில் தீவிர பிராமண ஏதிர்ப்பை வெளிப்படுத்தி வந்த அயோத்திதாசர் பிராமணரல்லாத சாதியினரிலிருந்து பறையர் சாதியாரைத் தனியே பகுத்துச் சுட்டினாலும் பிராமணரல்லாதோரின் எதிர்மறையாக வைத்துப் பேசவில்லை. பலவேளைகளில் அவர்களோடு சேர்ந்து செயற்பட்டதோடு அவர்களின் சாதகமான செயல்களை தம் எழுத்துகளில் பதிவும் செய்தார். ஆனால், இந்த அணுகுமுறை அவரின் சாதியமைப்புக் குறித்த பார்வையில் குழப்பத்தை ஏற்படுத்தவில்லை என்பதையே அவரின் சாதிபேதமற்ற திராவிடர், சாதிபேதமுள்ள திராவிடர் என்ற பகுப்புக் காட்டுகிறது. பிராமணர் அல்லாதாராக இருந்தபோதும் சாதியையும் மதத்தையும் பின்பற்றுவோராக இருப்பதை வேறுபடுத்திக் காட்டவே அவர் இந்தப் பகுப்பை முன்வைத்தார். பிராமணரல்லாதோர் அமைப்பு ஒன்றை விமர்சிக்கும் அயோத்திதாசர் "பிராமணர் என்போரால் வகுத்துள்ள சாதிய ஆதாரங்களையும் சமய ஆசாரங்களையும் வைத்துக்கொண்டு 'நன்பிராமன்ஸ்' எனக்கூறுவது வீணேயாகும்" (அயோத்திதாசர் சிந்தனைகள், தொகுதி–1, பக்.183) என்றார். இதே தனித்துவத்தைப் பற்றிப் பின்னாளில் (1927) எம்.சி.ராஜாவும் பேசினார். அதாவது "'தாழ்த்தப்பட்ட வகுப்பினர்' என்ற சொல்லை 'பிற்பட்ட வகுப்பினர்' என்பதோடுவைத்து குழப்பக் கூடாது. 'பிற்பட்ட வகுப்பினர்' கல்வியில் மட்டும் பின்னடைந்தவர்கள். ஆனால், சமயம், சமுதாயம், பொருளாதாரம் ஆகியவற்றில் உண்மையிலேயே உயர்ந்திருப்பவர்கள். மாறாகத் 'தீண்டாத வகுப்பினர்' எனக் கூறப்பட்டு கல்வி, பொருளாதாரம், சமுதாயம்

ஆகியவைகளில் பின்தங்கியுள்ள சமுதாயத்தினர்தான் 'தாழ்த்தப் பட்ட வகுப்பினர்' என்ற பெயரில் அழைக்கப்படுகின்றனர். இம்மக்கள் சாதி இந்துக்களின் பன்னெடுங்கால மிகுந்த கட்டுப் பாடான கொடுமைகளாலும் சமுதாய அழுத்தல் போன்ற புறக்கணிப்பாலும் தாழ்த்தியே வைக்கப்பட்டு வந்துள்ளனர்" என்று கூறியிருப்பது கவனிக்கத்தக்கதாகும். தங்களின் பிரச்சினை தனித்துவமானது என்று கருதும் போக்கும் அதற்குகந்தவாறு பெயரையும் அடையாளத்தையும் கட்டமைத்துக் கொள்ளும் வழிமுறையும் இவர்களிடையே இருந்து வந்துள்ளது.

திராவிடர் என்னும் அடையாளம்

ஐரோப்பிய மனோபாவத்தை இந்தியர்களிடம் பரப்புவதில் மறைமுகமான பங்கை செலுத்திய கிறிஸ்தவ சமயத்தின் மிஷனரியான கால்டுவெல் முன்வைத்த 'திராவிடம்' என்ற அடையாளத்தைப் பயன்படுத்திக் கொள்வதால் அரசாங்கத்தின் ஆதரவு கிட்டும் என்று தாழ்த்தப்பட்டோர் உள்ளிட்ட அதிகாரத்தில் பங்கைக் கோரிய பல்வேறு வகுப்பினரும் விரும்பினர் என்றே தெரிகிறது. பிற்கால நீதிகட்சியிடமும் இந்த அடையாளம் வலுப்பட்டது. ஆனால், இந்த அடையாளத்தைப் பொறுத்தவரையில் தலித்துகள் அவர்களுக்கு முன்னோடி. இந்நிலையில் "திராவிட பாண்டியன் இதழின் ஆசிரியராக விளங்கிவந்த ரெவரண்ட் ஜான்ரத்தினம் தன் சமுதாயத்தின் முழு ஒத்துழைப்பையும் தென்னிந்திய நலவுரிமைச் சங்கத்திற்கு நல்கினார். திரு. பிட்டி தியாகராயர், டாக்டர் நாயர் ஆகியோரிடம் ரெவரண்ட் ஜான்ரத்தினம் 1885ஆம் ஆண்டில் தொடங்கப்பட்ட திராவிட பாண்டியன் என்ற இதழ் பல ஆண்டுகளுக்கு முன்பே நின்றுவிட்டபடியால் அப்பெயரிலுள்ள 'பாண்டிய' என்ற எழுத்துக்களை அகற்றிவிட்டால் 'திராவிடன்' என்றாகிறது என்று எடுத்துக்கூறினார். இதன் காரணமாகத் தென்னிந்திய நலவுரிமைச் சங்கத்திற்கெனத் திராவிடன் என்ற புதிய பெயரில் தமிழ்நாளிதழ் 1917 ஜூன் 1இலிருந்து வெளியிடப்பட்டு வந்தது" என்று எக்ஸ்ரே ந.அ. கருணாகரன் நீதிக்கட்சி 75ஆவது ஆண்டு பவளவிழா மலரில் (1992) குறிப்பிட்டிருப்பதன் மூலம் ஏதோவொரு வகையில் 'திராவிடம்' என்ற சொல் தாழ்த்தப்பட்டோரிடமிருந்து பிந்தைய பிராமணரல்லாத இயக்கத்தின்மீது தாக்கம் செலுத்தியது எனலாம். ஜான்ரத்தினம் திராவிட தூதன் என்ற இதழை நடத்தினார் என்ற குறிப்பு திரு.வி.க.வின் வாழ்க்கைக் குறிப்பு நூலில் காணக்கிடைக்கிறது. இது தவிர 1882லிருந்து 'திராவிட கழகம்' என்ற ஒரு அமைப்பையும் ஜான்ரத்தினம் நடத்தி

வந்ததாகவும் கூறப்படுகிறது. ஆனால், பிற்கால பிராமணர் அல்லாத வகுப்பினர் தங்களைத் திராவிடர்களாக உரிமை கொண்டாடிக் கொண்டபோது மீண்டும் தங்களின் 'தாழ்'நிலை வேறானது என்பதைக் குறிப்பதற்காக சாதி ஒடுக்குமுறை என்ற முறையில் தங்கள் தனித்துவத்தைக் கோர ஆதிதிராவிடன் என்ற சொல்லை நோக்கி தாழ்த்தப்பட்ட முன்னோடிகள் நகர்ந்ததையும் பார்க்கிறோம். தலித்துகள் திராவிடன் அடையாளத்தைக் கட்டமைப்பதற்குக் காரணமான கால்டுவெல்லின் பிரதியிலேயே அவர்களை ஆதிதிராவிடர்களாகக் கூறுவதற்கான இடமும் இருந்தது என்பது குறிப்பிடத்தக்கது. கால்டுவெல் பறையர் உள்ளிட்ட தாழ்த்தப்பட்ட குடியினரைப் பழம்திராவிடர்கள் என்று குறித்திருப்பதைத் தற்போது கண்டெடுக்கப்பட்டு மறுபதிப்பு (கவிதாசரண் பதிப்பு) செய்யப்பட்டுள்ள கால்டுவெல்லின் திராவிட மொழிகளின் ஒப்பிலக்கணம் நூலின் இரண்டாம் பதிப்பிலேயே கண்டுணரலாம். கால்டுவெல்லின் இக்கட்டுரை ஆதிதிராவிடன் என்ற அடையாள விவாதம் உருவாவதற்கு முன்பிருந்த நிலை பற்றியே பேசுகிறது என்பதால் அதுபற்றிய விவரத்திற்குள் இக்கட்டுரை நுழையவில்லை.

திராவிடர் என்ற சொல்லைத் தாழ்த்தப்பட்டோரை குறிப்பதாகப் பயன்படுத்தும்போது, அரசியல் நோக்கம் கொண்ட தாக மட்டுமில்லாமல் பண்பாட்டு நோக்கிலும் அயோத்தி தாசர் விளக்கினார். பிராமணரல்லாதோர் என்கிற பல்வேறு சாதிகளின் தொகுப்பைத் திராவிடர் என்று குறிப்பது பிற்காலத்தின் நவீன அரசியல் நோக்கம் கொண்ட அணுகுமுறையாகும். பிராமணரல்லாதோராகக் குறிப்பிடப்பட்ட வகுப்பினர் பிராமணர்களை அரசியல் அதிகாரத்தினின்றும் விலக்குபவர் களாக இருந்தார்களே ஒழிய பண்பாட்டு நிலையிலிருந்து விலக்குபவர்களாக இல்லை. இந்நிலையில்தான் பிற்காலத்தில் செல்வாக்குப் பெற்ற திராவிடர் என்ற அடையாளத்திற்கு அரசியல் முகம் இருந்ததே ஒழிய பண்பாட்டு முகம் இருக்கவில்லை என்பதைப் பார்க்கிறோம்.

எனவே, அயோத்திதாசர் பறையர் என்னும் வகுப்பாரை மட்டும் திராவிடர் என்று குறித்ததை இன்றைய புரிதலிலிருந்து அவரின் குறைபாடாகப் பார்ப்பதைக் காட்டிலும் அவர்காலத்தின் பிரதிபலிப்பாகவும், அவருக்கிருந்த பண்பாட்டு அணுகுமுறையின் வரையறையாகவும் பார்ப்பதே பொருந்தும். பறையர்கள் பண்பாட்டுரீதியான வாழ்க்கை வட்டச் சடங்குகளிலேயே பிராமணர்களை விலக்கியிருந்தனர் என்பது அவரது வாதம்.

இதற்கு உதாரணமாகப் பார்ப்பார் நின்ற இடத்தில் பறையர்களால் சாணிசட்டி உடைக்கப்படும் வழக்காறு அயோத்திதாசரால் பலமுறை சுட்டிக்காட்டப்படுவதைக் காணலாம். அதேபோல பறையர்களுக்கு மட்டுமல்லாமல் தமிழ்க்குடிகளுக்கும் அந்தணப் பணியாற்றியவர்கள் பறையருள் ஒரு பிரிவாகக் கருதப்படும் வள்ளுவர்களே. ஆனால், அவர்களின் இந்தத் தகுதியைப் பறித்துக் கொண்டவர்களே இன்றைய பிராமணர்கள் என்றார். (இதற்கான மற்றொரு சான்றாக தொ. பரமசிவன் எழுதிய பார்ப்பார் வரலாற்றுப் பார்வை என்ற கட்டுரையைப் பண்பாட்டு அசைவுகள் நூலில் பார்க்கலாம். காலச்சுவடு வெளியீடு). அதனாலேயே பிராமணர்களை வேஷ பிராமணர் என்றழைத்த அயோத்திதாசர் பறையர் வகுப்பாரை யதார்த்த பிராமணர் என்று குறிப்பிட்டார். பறையர், பிராமணர் ஆகிய இருவகுப்பாரிடையேயான இந்த முரண்பாட்டை ஜார்ஜ்.எல்.ஹார்ட் போன்ற அறிஞர் கூற்றுகளும், பிற சான்றுகளும் சுட்டியுள்ளன. அயோத்திதாசரின் பௌத்த சமயமும் திராவிடன் அடையாளமும் பண்பாட்டு விளக்கங்களை அடிப்படையாகக் கொண்டவை. இதன்மூலம் சமகாலத்தில் நவீன அரசியல் சார்ந்து உருவான அடையாளங்களுக்குத் தொன்மையையும் பண்பாட்டு அடையாளத்தையும் அவரால் மரபிலிருந்து கண்டுணர முடிந்தது எனலாம்.

எனவே, திராவிடர் என்று அவரால் விளிக்கப்பட்ட பறையர் வகுப்பாரின் இன்றைய இழிவாழ்வு பூர்வீகமானவை அல்ல. சாதிபேதமற்றுச் சிறப்பாக வாழ்ந்த பௌத்தர்கள் அதிகாரத் தலைகீழாக்கம் காரணமாகத் தீண்டாமைக்கு ஆளாக்கப்பட்டுப் பறையர் என்ற இன்றைய இழிநிலைக்குத் தாழ்த்தப்பட்டனர். அத்தகைய பொய்யான இழிநிலையைத் தக்கவைக்கும் பெயர்களும் கதைகளும் வாழ்க்கை நடைமுறைகளும் திணிக்கப்பட்டு மீண்டும் மீண்டும் பேசி இன்றைக்கு உண்மை போலாக்கப்பட்டுவிட்டன. இதன்படி சாதி இழிவைத் தக்கவைக்கும் வகையில் சுமத்தப்பட்ட பெயரே பறையன் என்பது அவர் கருத்தாகும். எனவே, பறையன் என்ற பெயரை ஏற்பது திணிக்கப்பட்ட சாதி இழிவை ஏற்பது போலாகிவிடும் என்பதால் அப்பெயரைப் புறக்கணிக்க வேண்டும் என்றார். திராவிடன் என்பதற்கு மறுபெயராகக் கருதி அவர் நடத்திய தமிழன் இதழில் (1907–1914) இக்கருத்துகளையே அவர் தொடர்ந்து எழுதிவந்தார்.

பறையன்

அயோத்திதாசரின் சமகாலத்தில் செயற்பட்டு அவர் காலத்திற்கு பின்பும் அரசியல் பணிகளை மேற்கொண்ட

இரட்டைமலை சீனிவாசன் (1860–1945) தாழ்த்தப்பட்டோருக்கான பெயர், மத அடையாளம், அரசியல் தேவைகள் சார்ந்து கைக்கொண்டிருந்த செயற்பாடுகள் தனித்துவமானவை. அந்த வகையில் சாதியையும் சமூகத்தையும் அவர் புரிந்துகொண்ட முறை, தாழ்த்தப்பட்டோருக்கான அடையாளம், அவை பிற முன்னோடிகளிடமிருந்து வேறுபட்டிருந்தவிதம் ஆகியவை ஆராயப்பட வேண்டியதாகிறது.

இரட்டைமலை சீனிவாசனின் அரசியல் வாழ்வு 1890களில் தொடங்கி 1940 வரை நீண்டிருந்தது. 1890 தொடங்கி 1900 வரை சென்னையில் அமைப்பு, இதழ் என்று செயற்பட்ட இரட்டைமலை சீனிவாசன் 1900 முதல் தென்னாப்பிரிக்கா உள்ளிட்ட நாடுகளில் வாழ்ந்து 1920இல் சென்னைத் திரும்பி சட்டமன்ற நியமன உறுப்பினர், தாழ்த்தப்பட்டோருக்கான அரசியல் உரிமைப்பணிகள் என்று செயற்பட்டார். இவரது வாழ்வைப் பொறுத்தவரையில் 1890 தொடங்கி 1900 வரையிலான காலகட்டத்தில் தாழ்த்தப்பட்டோருக்கான அரசியல் கோரிக்கை களோடு அவர்களுக்கான வரலாறு அடையாள உருவாக்கம் ஆகியவற்றை உருவாக்குவதில் ஆர்வம் காட்டி வந்தார். ஆனால், தென்னாப்பிரிக்காவிலிருந்து திரும்பி அரசியலில் ஈடுபட்ட 1920க்குப் பின்பு அவரது பணி முற்றிலும் அரசியல் நோக்கியே அமைந்திருந்தது. அந்தவகையில் 1890 முதல் 1900 வரையிலான அவரின் ஈடுபாடு இக்கட்டுரையில் கவனத்தில் கொள்ளப்படுகிறது.

அதாவது "1890ம் ஆண்டு சென்னைக்கு வந்து "பறையர்" என்போரை இதர ஜாதியாரைப் போல் மேல்நிலைக்குக் கொண்டு வந்து மதிக்கும்படி செய்வதெப்படி என்று மூன்று வருடமாய் பல ஆராய்ச்சிகள் செய்தேன். தெற்கு நோக்கி இரயில் மார்க்கமாகவும் பெரும்பாலும் நடந்தும் கும்பகோணத்தில் பாழாக்கப்பட்ட நந்தன் கோட்டை மதில், தோல்காசு நந்தன், கலம்பகம் பாடிய நந்தன், கம்மாளர் கட்டியிருந்த காந்தக்கோட்டையானது சாம்பவர் ராஜகுமாரியால் அழிக்கப்பட்டது, திருநாளைப்போவார் என்னும் நந்தனார் நின்று துதித்த ஓமக்குளக்கரை, அதையடுத்த மடம், திருச்சிராப்பள்ளி சாம்பவ சாம்பான், தஞ்சாவூர் பிறவியடை சாம்பான், பெரியநாயகி, மாரியம்மை, திருவாரூர் தியாகசாம்பான் முதலானவர்களை தகனம் செய்த இடங்களில் கட்டியிருக்கும் திருப்பணிகள், யானையேறும் பெரும்பறையன் சமாதி, அவர் சந்ததியாருக்கு திருவாரூர் தியாகசாம்பான் ஆலயத்தில் உள்ள உரிமைகள், அவர்கள் வளவில் ஓர் இரவு

தங்கி விசாரித்துக் கொண்டு பல தேவாலயங்களை அடுத்து ஆங்காங்கு உள்ள இவ்வினத்தவர்களைக் கண்டும் . . . அவர் படும் துயரத்தையுணர்ந்து பூர்வசரித்திரத்தையும் விசாரித்தறிந்து திரும்பினேன்” என்று அவர் கூறுவதன் மூலம் இக்காலக்கட்டத்தில் அவருக்கிருந்த ஈடுபாட்டை அறியலாம். பறையர் வகுப்பாரின் கோயில் உரிமைகள், அதற்கான தொன்மங்கள் பிரதிகள் சார்ந்தும் வழக்காறு சார்ந்தும் அவரால் கணக்கெடுக்கப்பட்டன. இவ்வாறு 1890களில் அவர்க்கிருந்த இதுபோன்ற ஈடுபாடு 1920க்குப் பின்பு இருந்ததாக அறிய முடியவில்லை.

காலனிய அரசியல் பின்னணியில் பல்வேறு அடையாள முயற்சிகளும் மாற்றங்களும் உருவாகிவந்த 19ஆம் நூற்றாண்டின் இறுதிச்சூழலில் இரட்டைமலை சீனிவாசனின் இந்தத் தலையீடு குறிப்பிடத்தக்கதாகும். தாழ்த்தப்பட்டோர் பற்றி அவர் முன்வைத்த அடையாளம், வரலாறு ஆகியவற்றில் அவருடைய மேற்கண்ட தேடலின் தாக்கம் இருந்தது. அதாவது “அநேக முக்கியமான ஆலயங்கள் ஆதிதிராவிட சமூகத்தைச் சார்ந்த பெரியோர்கள் தகனமான இடத்தில் கட்டப்பட்டனவென பறையன் என்ற பத்திரிகையிலும் சமீபகாலத்தில் துண்டுப் பத்திரிகையிலும் பிரஸ்தாபித்திருக்கிறேன்” என்று அவர் கூறுவதன் மூலம் தான் கண்டுகொண்ட பறையர் தொடர்பான பண்பாட்டு அடையாளங்களை வரலாற்றுத் தரவுகளாகக் கொள்வதில் அவர் கொண்டிருந்த முடிவை அறிய முடிகிறது. பறையன் என்கிற பெயரை இரட்டைமலை சீனிவாசன் அடையாளமாகக் கொண்டார். பறையர் மகாஜன சபா (1892) என்கிற அமைப்பையும் பறையன் (1893–1900) என்னும் வார இதழையும் ஆரம்பித்தார்.

நான் நான் என்ற மகாமந்திரத்தை ஜெபித்துக்கொண்டிருப்பவன் தன்னை உணர்ந்து சகலமுமறியும் ஞானியாகி தலைவனைக் காண்பதுபோல் நான்! நான்!! என்று எவனொருவன் தன்னையும் தன் இனத்தையும் மறுக்காமல் அச்சமும் நாணமும் இல்லாமல் உண்மை பேசி தன் சுதந்திரத்தைப் பாராட்டுகிறானோ அவன் மதிக்கப்பெற்று இல்வாழ்க்கையில் சம்பத்துள்ளவனாய் நித்திய சமாதானத்துடன் வாழ்வானாகையால் பறையர் இனத்தவனொருவன் “பறையன் என்பவன் நான்தான்” என்று முன்வந்தாலொழிய அவன் சுதந்திரம் பாராட்ட முடியாமல் தாழ்த்தப்பட்டு என்றும் தரித்திரனாய் இருப்பானாகையால் “பறையன்” என்னும் மகுடம் சூட்டி ஒரு பத்திரிகை பிரசுரித்தேன் என்று பறையன் என்ற பெயரில் இதழ் தொடங்கிய காரணத்தைக் கூறுகிறார் இரட்டைமலை சீனிவாசன். தாங்கள் எப்பெயரால்

தாழ்த்தப்படுகிறோமோ அப்பெயரையே தங்கள் உரிமைக்கான அடையாளமாக மாற்றிச் செயல்பட வேண்டும் என்ற எண்ணம் அவருக்கிருந்தது. பறையன் என்னும் வெறுக்கத்தக்க பெயரின் காரணமாகப் பலதலைமுறைகளாக அநேகக் கஷ்டங்களுக் குள்ளாக்கப்பட்டு வரும் ஜாதியினரை முன்னேற்றமடையவிக்கக் கருதி பறையன் என்னும் ஒரு பத்திரிகையைப் பிரசுரிக்க ஆரம்பித்தார் என்று சென்னை மாகாண அரசாங்கமும் அவருக்கு ராவ்சாஹிப் பட்டம் வழங்கும்போது, (1926) கூறி இதை அங்கீகரித்தது. பறையன் என்ற அடையாளத்தை குறிப்பிட அரசியல்ரீதியான நேரடி நோக்கம் அவருக்கிருந்தமை தெரிகிறது. இந்நோக்கம் அயோத்திதாசரின் நோக்கத்திலிருந்து வேறுபட்டது.

தாழ்த்தப்பட்ட வகுப்பினரைப் பறையன் என்னும் பெயரிலேயே அரசியல் சக்தியாக காட்டும் திட்டம் அவருக்கிருந்தது. மற்றபடி வேறெந்தப் புதிய பெயர்களும் அடையாளங்களும் அவர்களைச் சிதறடிக்கும்; அரசு சலுகைகளைப் பெறுவதில் அவை சிக்கல்கள் ஏற்படுத்தும் என்பதும் அவரது எண்ணமாக இருந்தது. பறையர்களின் அடையாள உருவாக்கத்தில் அவருக்குச் சமகால அரசியல் நோக்கமே மேலோங்கி இருந்தது தெரிகிறது. (இப்பண்பே அவருடைய 1920க்குப் பிந்தைய செயற்பாட்டில் முழுமைபெற்றது.) இந்த அடையாளத்தின்கீழ் அவரால் பெரும் திரட்சியைத் திரட்ட முடிந்தது. பறையர்களுக்காக அரசாங்கத்தை நாடியும் சீர்திருத்தங்களை வலியுறுத்தியும் வந்த பறையன் இதழை இவ்வினத்தார் ஆவலுடன் ஆதரித்தார்கள் என்றும் இவ்விதழ் அச்சடிக்கப்பட்ட இரண்டு நாட்களிலேயே சென்னை நகரில் நானூறு பிரதிகள் விற்கப்பட்டன என்றும் எங்கே கூடுகிறார்களோ அங்கங்கே அதைப் பற்றி உற்சாகமாய் பேசி வந்தார்கள் என்றும் அவர் இதைக் குறிப்பிடுவதைப் பார்க்கலாம். மேலும், இவர்களை தங்கள் உரிமைகளைக் கேட்டு அனுபவிக்கும்படி பெரியதோர் சமூகமாகச் சேர்க்க முயன்றேன். பத்திரிக்கையில் வெளியான விஷயங்களையுணர்ந்த இவ்வினத்தவர் தேசமெங்கும் கூட்டங்கள்கூடி தங்களுக்கிருக்கும் இடுக்கண்களைப் பற்றியும் தங்கள் அபிவிருத்தியைப் பற்றியும் பேசிவந்தார்கள் என்றும் அரசியல் தந்திரங்களையறிந்து ஆட்சியைக் கைப்பற்றும் முறையை நாடி உழைப்பதே உபாயம். அதற்கு ஆதிதிராவிடர் சமூகத்தை வலிவுசெய்ய வேண்டும் என்றும் தான் அப்போது கருதியதாக தான் எழுதிய ஜீவிய சரித்திர சுருக்கம் (1938) நூலில் குறிப்பிட்டிருப்பது இதற்கான சான்றாகும்.

இவ்வாறு இரட்டைமலை சீனிவாசன் பறையர் மகா ஜனசபா, பறையன் இதழ் மூலமாகத் தனது அரசியல் பயணத்தை

அமைத்துக்கொண்டார். அதன் பெயரிலேயே தொடர்ந்து மாநாடுகளையும் விண்ணப்பங்களையும் அவர் கையாண்டு வந்தார். தாழ்த்தப்பட்டோர் பிரச்சினையை அரசியல் பிரச்சினை யாகக் கருத வைத்ததிலும் உயர்சாதி சுதேசிகளின் அரசியல் கோரிக்கைகளை எதிர்கொண்டதிலும் இந்த அமைப்புக்குப் பெரும்பங்கிருந்தது. இம்முயற்சிகளில் இவர்களால் ஓரளவு வெற்றி காணவும் முடிந்தது. உதாரணமாக ஆங்கிலேயர் அரசாங்கம் இந்திய ஆட்சிப்பணிகளை மேற்கொள்ள அதிகாரிகளைத் தேர்வு செய்யும் ஐ.சி.எஸ் தேர்வை இங்கிலாந்தில் நடத்தியபோது, அதை இந்தியர்கள் பங்குபெறும் வண்ணம் இந்தியாவில்தான் நடத்த வேண்டுமென்று காங்கிரஸ் கோரியது. ஆனால், பறையர் மகாஜனசபா சுதேசிகளின் சாதிய நோக்கைச் சுட்டிக்காட்டி ஆங்கிலேயர்கள் அதிகாரிகளாக வருவதே சிறப்பு என்று போராடியது. இப்போராட்டம் அன்றைக்கு உருவாகிவந்த ஒற்றையான தேசியவாதத்திலிருந்து சாதி என்ற பிரச்சினையைத் தனித்த பிரச்சினையாகக் கருத வைத்ததில் முக்கியப் பங்கை வகித்தது. இம்முயற்சிகளைப் பற்றி ஓரிடத்தில் குறிப்பிடும் இரட்டைமலை சீனிவாசன், "அன்றுமுதல் இந்து சமூகத்தினின்று பிரிந்து பறையர் தனியானதோர் சமூகத் தவர்களாக அங்கீகரிக்கப் பட்டார்கள். பின் இந்த இராஜபிரதிநிதிகளும் கவர்னர்களும் இவர்களை தனியானதோர் சமூகமாக அங்கீகரித்தும் அனுசரித்தும் வருகின்றனர்" என்று குறிப்பிடுகிறார்.

அயோத்திதாசர் பங்குவகித்த திராவிடபாண்டியன் இதழும் (1885) திராவிட மகாஜன சபையும் (1891) இரட்டைமலை சீனிவாசன் தொடங்கிய பறையர் மகாஜன சபைக்கு (1892) சற்றே முந்தியது. இரட்டைமலை சீனிவாசன் பின்னர் பறையன் என்ற பெயரிலேயே அமைப்பையும் இதழையும் ஆரம்பித்தார். தாழ்த்தப்பட்டோருக்கான அடையாளம் எது என்பது பற்றி இருவரும் கொண்டிருந்த வெவ்வேறான பார்வையை இவை காட்டுகின்றன. இதேபோல பறையர் வகுப்பாரின் மத அடையாளம் எது என்பது பற்றியும் இருவரிடையே முரண்பட்ட பார்வை நிலவியது. அதாவது சாதிபேதமற்ற திராவிடர்களின் பூர்வ சமயம் பௌத்தமே என்பது அயோத்திதாசர் கருத்து. பின்னாளில் அவரே பௌத்தம் தழுவி (1898) பௌத்த சபைகளைத் தொடங்கி அவற்றை ஒருங்கிணைக்கும் தமிழன் என்ற இதழையும் நடத்தினார். இப்பார்வையிலிருந்து இரட்டைமலை சீனிவாசன் முற்றிலுமாக வேறுபட்டு நின்றார். அவர் மதம் போன்ற பண்பாட்டு அக்கறையைவிட அரசியல் உரிமையையே அதிகம் வலியுறுத்தி நின்றார். புதியமதம் தழுவுவது / உருவாக்குவது

எழுதாக் கிளவி

போன்றவை இம்மக்களைச் சிதைக்கும். கவனத்தைச் சிதறடிக்கும் என்று அவர் நம்பியதாகத் தெரிகிறது. 1920க்கு பின்னர் அன்றைய சூழலின் அரசியல் போக்கு கருதி தாழ்த்தப்பட்டோர் இந்துமத எல்லைக்குள் நிறுத்தப்படுவதையே இவர் ஏற்றிருந்தார். 1932ஆம் ஆண்டு இரண்டாம் வட்ட மேஜை மாநாடு செல்லுமளவிற்கு அம்பேத்கரோடு நட்பு கொணடிருந்த இவர் அம்பேத்கர் 1936ஆம் ஆண்டு மதமாற்றம் பற்றி அறிவித்தபோது, அதையும் ஆதரித்தவராக இல்லை. மாறாக, பின்னால் காந்தியோடு கோயில் நுழைவு பற்றி விவாதித்திருப்பதைப் பார்க்க முடிகிறது. (அயோத்திதாசர் தவிர எம்.சி. ராஜா, இரட்டைமலை சீனிவாசன், என். சிவராஜ் போன்ற யாரும் மதம் உள்ளிட்ட பண்பாட்டுக் காரணிகளுக்கு அதிக அழுத்தம் தராததையே பார்க்க முடிகிறது).

இவ்வாறு இருவருக்கிடையேயான முரண்பாடுகளையும் அவை சார்ந்த கருத்துகளையும் கவனிக்கும்போது, அவை கருத்து முரண்பாடு சார்ந்தவை என்று மட்டுமே அமைதியடைய முடியவில்லை. கருத்து முரண்பாடு என்றும் நபர் முரண்பாடு என்றும் இதைப் பற்றி இருவேறு கருத்துகள் கூறப்படுகின்றன. ஆனால், இரண்டிற்கும் வெளிப்படையான ஆதாரம் ஏதுமில்லை. மற்றபடி முரண்பாடு நிலவியது மட்டும் உண்மை. அவர்களின் நடவடிக்கைகளில் இவற்றிற்கும் பங்கிருந்தது என்ற வகையில் இவற்றையும் நாம் கணக்கிலெடுக்க வேண்டும். கருத்து முரண்பாடு, நபர் முரண்பாடு ஆகிய இரண்டில் எது முந்தையது என்பதைவிட இரண்டும் கலந்தும் கலக்காமலும் வெளிப்படச் செய்தன என்றே கூற வேண்டும். அதாவது தத்தம் முரண்பாட்டிற்கான கருத்தியல் நியாயமும், அவற்றிற்கான செயல் வீச்சும் அவர்களால் கட்டமைத்துக்கொள்ளப்பட்டிருந்தன. தத்தம் நிலைபாடு சார்ந்து உறுதிமிக்கச் செயற்பாடுகளை முன்னெடுத்து அவற்றிற்குரிய வாய்ப்புகளுக்காகப் போராடி அவர்களால் சாத்தியமாக்க முடிந்தது.

தாழ்த்தப்பட்டவர்கள் இயல்பாகவே இந்துக்கள் அடக்கத்தி லில்லை என்று கூறிக் கொண்ட இரட்டைமலை சீனிவாசன் இதனால் இம்மக்கள் மதம் மாற வேண்டியதில்லை என்று கருத்துக் கொண்டிருந்தார். 1890 தொடங்கி அம்பேத்கர் மதமாற்றம் பற்றி அறிவித்த 1936 வரையிலும் இவரது நிலைபாடு இதுவாகவே இருந்தது. ஆனால், அவர் இளமையில் (1882) நீலகிரியில் தங்கியிருந்தபோது, தியோசாபிகல் சொசைட்டியைச் சேர்ந்த பிளாவாட்ஸ்கியையும் ஆல்காட்டையும் சந்தித்துப் பழகி யோகானுபவ சங்கத்தில் சேர்ந்து தலைவராயிருந்த

ஆல்காட்டிடம் தீட்சைபெற்றார். பிறகு, அவரோடு சீனிவாசனுக்கு வேறுபாடு எழுந்ததாகத் தெரிகிறது. அதற்கான முழுப் பின்னணியை அறியும் சான்றுகள் கிடைக்கவில்லை. ஆனால், 1900ஆம் வருடம் ஆல்காட் பௌத்த மதத்தைத் தாழ்த்தப் பட்டோர் மத்தியில் நுழைக்கத் தொடங்கியதால் சமூகத்தில் பிரிவினையுண்டாகுமென அஞ்சி அவரை இதழ் மூலமாகத் தாக்கியதாகவும், அதில் விவாதங்கள் நடந்ததாகவும் இரட்டைமலை சீனிவாசன் தம் சுயசரிதையில் கூடுதல் விவரங்கள் தராமல் தகவலாக மட்டும் கூறுகிறார். அதேவேளையில் ஆல்காட் மூலம் பௌத்தம் தழுவிய தாழ்த்தப்பட்டவர்களைப் பெயரில்லாமல் பொதுவாகக் குறிப்பிடுகிறார். ஆனால், இவ்விடத்தில் அவரால் குறிப்படப்படுவது அயோத்திதாசர் என்பது வெளிப்படை. "சிலர் அம்மதம் புகுந்தார்கள் பறையர் என்பதைவிட பௌத்தர் என்பது சிலாக்கியமானதென்று சொல்லிக்கொண்டார்கள். சில இடங்களில் மடங்களைக் கட்டிக்கொண்டார்கள். பறையர் அல்லது ஆதிதிராவிடர்கள் என்னும் சமூகத்தவர்களுக்கு கல்வியிலும் பொருளாதாரத்திலும் சர்க்கார் கொடுக்கயேற்படுத்தியிருக்கும் உதவி பௌத்த மதஸ்தராய் மாறிய சமூகத்தவர்களுக்குக் கிடைக்கக்கூடாதாயிற்று" என்கிறார். இவ்வாறு கிடைக்கக் கூடாமற் போயிற்றா என்று தெரியவில்லை. ஆனால், பௌத்தர்களாய் மாறிய தாழ்த்தப்பட்டோருக்கான உரிமைகள் பற்றி அயோத்திதாசர் ஒருபுறம் தொடர்ந்து வலியுறுத்தி வந்தார் என்பது குறிப்பிடத்தக்கதாகும். மற்றபடி இரட்டைமலை சீனிவாசன் இக்கூற்றின் மூலம் இரண்டு விசயங்களைச் சுட்டிக்காட்டினார். தாழ்த்தப்பட்டோருக்கு மத அடையாளத்தைவிடக் கல்வியிலும் பொருளாதாரத்திலும் அடையும் முன்னேற்றமே முக்கியம் என்பது ஒன்று. மதம் மாறியவர்களுக்கு இந்து தலித்துகளுக்கான சலுகைகள் கிடைக்காது என்ற நடைமுறைக் காரணம் மற்றொன்று. இக்காரணங்களால் பௌத்தராக அடையாளப்படுத்துவதைவிடப் பறையர் என்றே கூற வேண்டும் என்ற நிலைப்பாட்டை அவர் கொண்டிருந்தார் என்பது முக்கியமானது.

இக்கூற்றுகளைக் கொண்டு பார்க்கும்போது, இவர்களுக் கிடையேயான முரண்பாடு எந்தளவிற்கு ஆழம் கொண்டிருந்தது என்பதை அறிந்துகொள்ள முடிகிறது. நடைமுறை காரணத் திற்காகத் தனித்த மத அடையாளமே தேவையில்லை என்று எதிர்நிலைபாடு எடுப்பதென்பது கருத்து முரண்பாடு சார்ந்தவை மட்டும்தானா என்ற கேள்வி எழுவது இங்கு தவிர்க்க முடியாத தாகிறது. அயோத்திதாசர் இரட்டைமலை சீனிவாசன் ஆகிய இருவருக்கும் பறையர்களை அரசியல் வகுப்பாக வெவ்வேறு

அடையாளங்களோடு ஒருங்கிணைக்கும் திட்டங்கள் இருந்தன. அயோத்திதாசர் பறையர்களுள் வள்ளுவர் என்ற உட்கிளையைச் சேர்ந்தவர். பறையர்களுக்கு மட்டுமல்லாமல் ஏனைய சாதிகளுக்கும் புரோகிதத் தொழில் பார்ப்பதால் ஏனைய பறையர் குழுக்களுக்கு மேலாகத் தங்களை நிறுத்திக்கொள்ளும் போக்கு வள்ளுவர்களிடம் இருந்தது. ஆனால், வள்ளுவர்களின் அந்தணத் தகுதியைப் பிராமணர்களுக்கு மாற்றாக வைத்து உரிமைகோரி வந்த அயோத்திதாசர் வள்ளுவர்களைப் பறையர் வகுப்பிற்குள்ளடக்கியே விளக்கி வந்தார். பறையர்களின் அடையாள ஓர்மைக்கு வள்ளுவர்களின் சாதிய நோக்கு தடையாக நிற்குமென்பதால் அயோத்திதாசர் அவர்களை விமர்சித்தார். அதாவது "தற்காலத்திலுள்ள வள்ளுவர்கள் பராயர் (பிராமணர்கள்) மதாசாரங்களை தழுவி ஒழுக்கமும் சீலமும் கெட்டு பொய்ப் பிராமணர்களைப் போல் பொருளாசை மேலிட்டு பராயர்கள் போதனைக்குட்பட்டு மதவித்தியாசமானதுமன்றி சாதிவித்தியாசமும் ஏற்படுத்திக் கொண்டு நமது வீடுகளில் சாப்பிடாமல் தங்கள் சாதியை உயர்த்திக்கொண்டு கருமக் கிரியைகளை மட்டும் அதினாந்தரார்த்தம் உணராது நடத்தி வருகின்றனர்" என்று 1910 மார்ச் 9 தேதியிட்ட தமிழன் இதழில் எழுதுகிறார் (ப.130.II) இங்கு நமது வீடுகள் என்று பறையர் வகுப்பினரை அவர் குறிப்பிடுவதைக் கவனிக்கலாம்.

இரட்டைமலை சீனிவாசனும் வேறுதிசையில் இத்தகைய ஒருங்கிணைப்பிலேயே ஈடுபட்டு வந்தார். இருவரின் பணிகளும் அடையாள உருவாக்க முயற்சியின் தொடக்கம். ஆனால், 1920க்குப் பிந்தைய அரசியல் சூழல் சார்ந்து பிற தீண்டப்படாத சாதிகளையும் குறிப்பதற்கான சொல்லாக ஆதிதிராவிடர் என்ற விரிவுபட்ட சொல்லை இரட்டைமலை சீனிவாசன் ஏற்றிருந்தார். அயோத்திதாசர் ஏற்கனவே 1914ஆம் ஆண்டு மரணமடைந்திருந்தார்.

இவ்வாறு முரண்பட்டுக் கொண்டாலும் பிறரின் சமகால அரசியல் நடவடிக்கைகள் சார்ந்து இருவரின் / இரு குழுவினரின் குரல்களும் எதேட்சையாக ஒரே புள்ளியில் சந்தித்தன. காங்கிரஸ் – பிராமணர் – சுதேசியம் எதிர்ப்பு, இதற்கிணையாக தாழ்த்தப்பட்டோருக்கான கல்வி நிலம் ஆகிய வற்றைக் கோருதல், அரசு ஆதரவு ஆகியவற்றில் இரண்டு தரப்பினரும் ஒரே கருத்தையே வெளிப்படுத்தி வந்தனர். தாழ்த்தப் பட்டோரின் குறைகள், சாதி இந்துக்களின் வன்கொடுமைகள் ஆகிய பதிவுகள் பறையன் இதழிலும் தமிழன் இதழிலும்

ஒன்றுபோல் பதிவுசெய்யப்பட்டுவந்தன. பறையர் வரலாறு, சீர்திருத்தம், சாதி பற்றிய கருத்து ஆகியவற்றில் ஒத்தபோக்கு வெளிப்பட்டது. ஆரியர் என்போர் நமது தேசத்தில் குடியேறி ஜாதி அனாச்சாரத்தைப் பரவச் செய்தபோது, நமது ஆதிதிராவிட முன்னோர்கள் அதைத்தடுத்து எதிர்த்தபோது, அவர்களின் சொத்து, சுதந்திரங்கள், ஆலயங்கள், நிலபுலங்கள் முதலியவைகளைக் கைப்பற்றிக்கொண்டு அன்னியராகப் பாவித்து நகரங்களுக்கப்பால் காட்டில் துரத்தினதுமல்லாமல் தீண்டப்படாதாவர்கள் என நசித்து நாசப்படுத்தினார்கள். அது முதல் பல ஆயிர வருடங்களாகப் பரிதவித்துப் பாடுபட்டுக் கொண்டிருக்குங் காலத்தில் ஆங்கிலேயர் இந்திய தேசத்தை நாடிவந்து நிலைத்து, அரசாள ஆரம்பித்தது முதல் ஆதிதிராவிட ஜன பல சமூகத்தவர்கள் சென்ற நூற்றைம்பது வருடங்களாக ஜாதி இந்துக்கள் செய்துவரும் கொடுமையினின்று நாளுக்குநாள் மீண்டு கொண்டு வருகின்றார்கள் என்று குறிப்பிட்டிருக்கிறார் இரட்டைமலை சீனிவாசன் (1938). இது அப்படியே சிற்சில வேறுபாடுகளுடன் அயோத்திதாசரின் பார்வையாகவும் இருக்கிறது. சீனிவாசனுக்கு முன்பே திராவிடன் என்ற அடையாளம் அயோத்திதாசரால் பயன்படுத்தப்பட்டாலும் பறையன் இதழ் நடத்திக் கைவிட்ட பின்னரே அயோத்திதாசர் தமிழன் இதழைத் தொடங்கி நடத்தி வந்தார். எனவே, இருவரிடையேயான முரண்பாடு பற்றிய சமகாலப் பதிவுகள் அயோத்திதாசரிடம் கிடைப்பதில்லை. இரட்டைமலை சீனிவாசனின் பதிவுகளும்கூடப் பின்னாளில் (1938) அவரே எழுதிய வாழ்க்கைச் சரித்திர நூலின் இரண்டொரு குறிப்புகளில் கிடைக்கின்றன.

இரட்டைமலை சீனிவாசன் தொடங்கிய பறையர் மகாஜனசபை அவர் இந்தியாவில் இல்லாதபோதும் செயல் பட்டு வந்தது. அப்போதும் அப்பெயருக்கான எதிர்ப்பு இருந்து வந்ததாகத் தெரிகிறது. நான் இந்தியாவில் இல்லாக் காலத்திலும் பறையர் மகாஜன சபையார் ஏகோபித்தும் தனித்தனி அங்கத்தினர்களாகவும் அரும்பிரயாசம் செய்து வந்திருக் கின்றார்கள் என்று கூறும் இரட்டைமலை சீனிவாசன் இப்போதும் இனஞ்சேரா சிலரைக் காண்கிறேன்என்று கூறுவதன் மூலம் எதிர்க்குழுவினர் செயற்பட்டு வந்ததைக் குறிப்பால் சுட்டுகிறார்.

திராவிட மகாஜன சபையும் பறையர் மகாஜன சபையும்

ஏறக்குறைய இதே காலக்கட்டத்தின் பதிவாகக் கிடைக்கும் அயோத்திதாசரின் கூற்றொன்று இம்முரண்பாடு சார்ந்த

அயோத்திதாசர் தரப்பு பதிவாகக் கிடைக்கிறது. அதாவது (சாதிபேதமற்ற) திராவிட மகாஜன சபை சார்பாக 2,713 கையொப்பங்கள் கொண்ட குறைகளைச் சுட்டி அதற்கென பிரதிநிதி வேண்டுமென்ற விண்ணப்பம் ஒன்று அரசாங்கத்தாருக்கு அனுப்பப்பட்டு "அது கவனத்தில் எடுக்கப்பட்டு சிலகுறைகள் நீக்கப்பட்டு இவ்வெழிய குலத்தோருக்காகும் மைனர் நியமனம் அறுபெயரிருக்கவேண்டும் என்றும் அறிவித்தார்கள்" என்று இதை 1909ஆம் ஆண்டு மே மாதத்தில் அயோத்திதாசர் ஒருதகவலை எழுதுகிறார். இதேபோன்ற விண்ணப்பத்தைப் பறையர் மகாஜனசபையும் அனுப்பியதாகத் தெரிகிறது. இதுபோன்ற தளங்களில் இவர்களிடையே போட்டியும் இதற்கான உரிமை பாராட்டல்களும் இருந்து வந்ததாகத் தெரிகிறது. பலவேளைகளில் இவ்வாறான போட்டியே பல புதிய கோரிக்கைகளுக்கும் சலுகைகளுக்கும் இட்டுச்செல்கின்றன என்பதும் உண்மை. இந்த இரண்டு அமைப்புகளின் செயற்பாடுகளையெல்லாம் இன்றைய நிலையிலிருந்து ஆய்கிறபோது, இவற்றையெல்லாம் உணர முடிகிறது. ஆனால், இத்தலையீடு சமகாலத்தில் செயற்பட்ட இரு குழுவினரிடையே குழு அரசியல் சார்ந்து குற்றம் சாட்டிக் கொள்வதின் மூலம் வெளிப்பட்டது. அதாவது திராவிட மகாஜன சபை கோரிய காரியங்கள் நிறைவேறி வரும் வேளையில் அதைத் தெரிந்துகொள்ளாமல் "வீணே சில அன்பர்கள் கூட்டங்கள் கூடி சத்துருக்களால் வைத்துள்ள இழிவுபெயரை வைத்துக்கொண்டு அதற்கு மகாஜன சபை என்னும் நாம காரணமிட்டு (அதாவது பறையர் மகாஜனசபை) இராஜாங்கத்தோருக்கு விண்ணப்பம் அனுப்புவதாகக் கேள்வியுற்று மிக்க விசனப்படுகின்றோம்" (பக்.114, தொகுதி.1) என்கிறார் அயோத்திதாசர். ஏற்கெனவே அனுப்பிய விண்ணப்பம் விசாரணையில் இருக்கும்போது, மற்றொரு குழுவால் வேறொரு விண்ணப்பமும் அனுப்பினால் எவற்றை ஏற்பது என்பதில் சிக்கல் இருக்கும் என்பது அயோத்திதாசர் சொல்லும் காரணமாக இருக்கிறது. மேலும் இத்தகைய அதிதீவிரப் போக்கால் அரசாங்கம் விண்ணப்பத்தைத் திருப்பி அனுப்பிவிடும் என்ற அய்யத்தையும் எழுப்பினார் அவர். இவ்வாறிருந்திருக்குமா என்றாலும் குழு சார்ந்த முரண்பாடு இவ்வாறு பேசவைத்திருக்கிறது. இக்கண்டனத்தைப் பதிவுசெய்யும் அதேவேளையில் திராவிட மகாஜனசபையின் செயற்பாட்டால் விளைந்த / விளையப்போகும் நலன்களையும் அவர் சுட்டிக்காட்டுகிறார். இதுவும் குழுசார்ந்த போட்டியில் தங்களின் தரப்பை நியாயப்படுத்தும் கண்ணோட்டம்தான் என்றால் அது மிகையாகாது. தொடர்ந்து பறையர் மகாஜனசபை

பற்றி அவர் எழுதும் ஆறுவரிகள் (பதிப்பில்) தெளிவில்லாததால் கண்டறிய முடியாமல் விடப்பட்டுள்ளன.

அக்காலச்சூழலில் இவ்விருவரின் செயற்பாடுகளும் அணுகுமுறையும் மட்டும் இருந்திருக்கவில்லை. தாழ்த்தப்பட்டோர் பற்றிப் பல்வேறு கருத்துநிலை கொண்ட பல்வேறு குழுக்களும் செயல்பட்டு வந்தன. அவை தத்தம் புரிதலுக்குட்பட்டுப் பணி களை மேற்கொண்டிருந்தன என்றாலும் அவை தங்களுக்குள் தீவிரமாக முரண்பட்டும் இயங்கின என்று தெரிகிறது. இதைப் பற்றி இரட்டைமலை சீனிவாசனே குறிப்பிடுகிறார். பறையர் மகாசபையின் செயற்பாடுகளைக் காங்கிரஸ்காரர்கள் சாதி இந்துக்கள், மதம் மாற்றும் செயலாளிகள் போன்று இந்த ஜனங்கத்தவர்களுக்குள்ளேயும் (அதாவது பறையருள் ஒரு பிரிவார்) எதிர்த்தார்கள். எதிர்பத்திரிகையும் வெளியிட்டார்கள் என்கிறார் அவர். மேலும், தான் தேசம் விட்டுப் போவதை அறிந்து தன்னைக் கைதுசெய்து அவமானப்படுத்த முயன்று பலிக்காமல் போய்விட்டது என்றும் அவர் கூறுகிறார். இவ்வாறு இரட்டைமலை சீனிவாசன் தென்னாப்பிரிக்கா சென்றதே அயோத்திதாசர் குழுவினர் தொடுத்த வழக்கு ஒன்றால்தான் என்று சொல்லப்படுகிறது. அதாவது 1896ஆம் ஆண்டில் பறையன் இதழின் கடிதக்காரர் ஒருவர் ஏதோ அவதூறான விஷயம் எழுதி இதழில் வெளியிட்டதைக் காட்டி சீனிவாசனை நீதிமன்றத்திற்கு இழுத்தார்கள். ஆனால், நீதிமன்றத்திற்குப் பறையர் வகுப்பார் “தலைச் சீராக்களிலும் மார்புகளிலும் பறையர் என்ற மகுடத்தை பூண்டு பணமுடிப்புகளுடன் வந்தார்கள்” என்கிறார் இரட்டைமலை சீனிவாசன். பறையன் என்ற அடையாளம் இவ்வகுப்பாரால் பரவலாக ஏற்கப்பட்டிருந்தது என்பதையும் இக்குறிப்பின் மூலம் அறிய முடிகிறது. அத்தகைய அடையாளத்தையும் துணிவையும் தந்தது பறையன் இதழே என்ற உரிமைகோரல் அவருக்கு இருந்தது. அதாவது அந்த “இனத்தவரின் வாய் திறக்கப்பட்டதற்கும் முன்னேறி வந்ததற்கும் சபைகளும் சமூகமுமேற்பட்டதற்கு பறையன் என்ற பத்திரிக்கையே மூலகாரணமென விளங்கும்” என்று அவர் கூறியிருப்பது இதை உறுதிப்படுத்துகிறது.

இவ்வாறு ஒத்துழையாத குழுவை மற்றொரு இடத்திலும் இரட்டைமலை சீனிவாசன் சுட்டிக்காட்டுகிறார். அதாவது 1895 டிசம்பரில் இந்திய கவர்னர் எல்ஜின் (Elgin) சென்னைக்கு வந்தபோது பறையர் மகாஜனசபை சார்பாக கவர்னருக்கு நேரில் வரவேற்பு பத்திரம் அளிக்க சிலரோடு சீனிவாசன் சென்றார். அப்போது அக்குழுவில் ஒருவர் இவ்வகுப்பாரைச்

சேர்ந்த கனதனவானையும் அழைத்துச் செல்லலாம் என்றார். ஆனால், அவர் தாமதம் செய்து வார்த்தைகளாடி வராமல் போனார் என்கிறார்.

இவ்வாறு தம் எழுத்துக்களில் பல இடங்களில் எதிர்க் குழுவினரைக் குறிப்பிட்டாலும் நேரடியாகப் பெயரையோ அமைப்பையோ இரட்டைமலை சீனிவாசன் குறிப்பிடவில்லை. இவ்வாறு குறிப்பிடப்படுகிறவர் அயோத்திதாசர் என்பதைப் பிற சான்றுகளின் பொருத்தத்தைக் கொண்டு ஊகிக்க முடிகிறது. இவ்வாறு இரட்டைமலை சீனிவாசனுக்கும் அயோத்திதாசருக்கும் தாழ்த்தப்பட்டோர் மேம்பாடு பற்றி வெவ்வேறு கருத்துகள் இருந்தன. அவை ஒன்றையொன்று விரோதிக்கும் அளவிற்கு வளர்ந்திருந்தன. இருவரும் சமகாலத்தில் செயற்பட்டு இருந்தும் இரட்டைமலை சீனிவாசனின் சகோதரியை மணந்த உறவினராக அயோத்திதாசர் இருந்தும் ஒருவரையொருவர் எங்கும் நேரடியாக குறிப்பிட்டுக் கொள்ளவில்லை என்பதையும் இதுவரையில் கிடைத்த ஆதாரங்கள் வழி அறிய முடிகிறது. அயோத்திதாசர் பறையன் இதழ் பற்றி ஒரேயொரு இடம் தவிர (1913 மார்ச் 12, தமிழன் இதழ்) வேறெங்கும் குறிப்பிடவில்லை. அந்த ஒரு இடம் கூட 1897இல் நடந்த ராகவன் என்ற தலித்தொருவரின் கொலை பற்றி எழுதவரும்போது, அப்பிரச்சினையைப் பதிவு செய்த இதழ் என்ற முறையில் பறையன் இதழை ஒருபெயராக குறிப்பிடுகிறார்.

இவ்வாறு அயோத்திதாசருக்கும் இரட்டைமலை சீனிவாசனுக்கும் முரண்பாடு இருந்து வந்த காலத்தில் சீனிவாசன் பறையன் இதழ் நடத்திவந்தார். அயோத்திதாசர் பின்னாளில் தான் (1907) தமிழன் இதழைத் தொடங்கினார். எனவே, அயோத்திதாசர் இக்காலத்தில் திராவிடப் பாண்டியன் இதழ் மூலமாக விவாதத்தில் ஈடுபட்டார் என்கிறார் ஆய்வாளர் ஜெ. பாலசுப்பிரமணியம். 1880களின் இறுதியில் ஜான் ரத்தினத்தோடு சேர்ந்து அயோத்திதாசர் நடத்திய இவ்விதழ் பறையன் என்ற அடையாளத்தை மறுத்திருக்கிறது. இதை "திராவிடப் பாண்டியனும் பறையனும் ஒருவரையொருவர் தூறிக்கொண்டன" என்று பூலோகவியாசன் என்ற தலித் இதழ் ஓரிடத்தில் கூறியுள்ளதன் மூலம் அறிய முடிகிறது. இரட்டைமலை சீனிவாசன் 1900ஆம் ஆண்டு தென்னாப்பிரிக்கா சென்றுவிட்ட பின்னாலும் செயற்பட்ட பறையர் மகாஜனசபையின் நிகழ்ச்சிப் பதிவுகள் பூலோகவியாசன் இதழில் வெளியாயின. அதேபோல பௌத்த சங்கம் சார்பாகச் செயற்பட்ட ஏ.பி. பெரியசாமி புலவரின் எழுத்துக்கள் இவ்விதழில் வெளியாயின. பௌத்த சமயம்

தழுவியிருந்த பூஞ்சோலை முத்துவீர நாவலர் நடத்திய இவ்விதழில் முரண்கொண்ட எழுத்துகளும் இடம்பெற்றன. இரண்டு தரப்பாரின் எதிரெதிர் விவாதங்களில் இரண்டுதரப்பாரின் நிலைப்பாடுகளும் மறைமுகமாகப் பிரதிபலித்தன. அடையாளம் சார்ந்த விவாதங்களாகவே இவை நீடித்தன.

இவ்வாறு சென்னையை ஒட்டி உருவாகியிருந்த தலித் விழிப்புணர்வுச் செயற்பாடுகளில் அயோத்திதாசர், இரட்டைமலை சீனிவாசன் போன்ற முன்னோடிகள் மட்டுமல்லாது வேறுபல குழுக்களும் செயல்பட்டன. திராவிடன், பறையன் போன்ற அடையாள முயற்சிகள் இருந்த அதேகாலத்தில் ஆதிதிராவிடன் என்ற அடையாளமும் இருந்தது. ஆனால், பிற்காலத்தில்தான் எம்.சி. ராஜா தலைமையில் ஆதிதிராவிடன் என்ற அடையாளம் தலித் அரசியலில் அழுத்தம் பெற்று அரசுப் பதிவுபெற்ற சொல்லாகவும் மாறியது. இவ்வாறு எம்.சி. ராஜா முன்னெடுப்பில் ஆதிதிராவிடன் என்னும் சொல் சட்ட அங்கீகாரம் பெற்ற காலத்தில்தான் பல ஆண்டுகள் வாசத்திற்குப் பின்னர் இரட்டைமலை சீனிவாசன் இந்தியாவிற்குத் திரும்பியிருந்தார். அயோத்திதாசரும் 1914இல் மறைந்துவிட்டிருந்தார். இந்நிலையில் தாழ்த்தப்பட்டோர் அரசியலில் அடுத்த தலைமுறையினர் தலைமையில் ஆதிதிராவிடன் அடையாளமே முன்னுக்கு வந்தது. இதற்கேற்ப எம்.சி. ராஜா ஆதரவோடு ஆதிதிராவிடன் என்ற இதழொன்று சென்னையிலிருந்தும் கொழும்பிலிருந்து ஒன்றும் வெளிவந்தது.

எம்.சி. ராஜா முன்னெடுத்த ஆதிதிராவிடர் அடையாளம்

தனக்கு முன்னர் அயோத்திதாசரும் இரட்டைமலை சீனிவாசனும் நடத்திவந்த அடையாள எதிர்வினையைப் பற்றி எம்.சி. ராஜா ஏதும் கூறவில்லை. அவரும் பறையன் என்னும் பெயரை ஏற்றவரில்லை. அதேவேளையில் 1920க்குப் பிறகு இந்தியா திரும்பி மாற்றத்திற்குள்ளாகியிருந்த புதிய அரசியல் சூழலோடு இரட்டைமலை சீனிவாசன் ஊடாடத் தொடங்கியபோது, ஆதிதிராவிடன் என்ற அடையாளம் செல்வாக்குப் பெற்றிருந்தது. அரசின் நியமனப் பிரதிநிதியான அவர் அரசாங்கத்தின் பதிவுபெற்ற சொல்லான ஆதிதிராவிடன் அடையாளத்தையே பயன்படுத்த ஆரம்பித்தார். அதேவேளையில் ஆதிதிராவிடன் அடையாளத்தைப் பறையன் என்ற அடையாளத்தின் தொடர்ச்சி யாகவே விளக்கினார். கூடுதலாக இம்மக்கள் விருத்திபெற இவர்களை ஒரு சமூகமாக நிலைநாட்டிய தன்னுடைய முயற்சியே

இதற்கு மூலகாரணம் என்று கூறிக்கொண்ட இரட்டைமலை சீனிவாசன் பறையர் மகாசபை தான் இல்லாத காலத்தும் தொடர்ந்து நடைபெற்றே வந்தது என்றும் காலவரையறுத்தல் முன்னிட்டு பெயர் மாற்றப்பட்டது என்றும் கூறுவதைக் கவனிக்கலாம். மொத்தத்தில் தன் முயற்சியின் தொடர்ச்சியே ஆதிதிராவிடன் அடையாளம் என்று கூறுவதன் மூலம் நடந்திருக்கும் சமகால மாற்றத்திற்கு ஏற்ப தன்னைத் தகவமைத்துக் கொள்ள முயன்றார் என்று புரிந்துகொள்ளலாம். பிறகு, ஆதிதிராவிடன் என்ற பெயர் பறையன் என்ற ஒற்றைச் சாதிப் பெயரிலிருந்து சற்றே விரிந்தது. நவீன அரசியலின் அடிப்படையை உள்வாங்கிய சொல்லாகப் பரிணமித்த அது தாழ்த்தப்பட்டோர் பட்டியலில் கொணரப்பட்ட பிற சாதி களையும் குறிப்பதற்கான சொல்லாக மாறியது.

இதேபோல ஆதிதிராவிடன் பெயரில் உள்ள ஆதி என்ற முன்னொட்டிற்குத் தொன்மையானவர்கள் என்ற பொருளோடு மற்றுமொரு பரிணாமமும் தலித் முன்னோடிகளால் தரப்பட்டது. தொன்மை / முந்தைய / முதல் காலம் என்பதே அச்சொற்களாகும். இதற்குச் சாதிபேதமில்லாத காலம் என்ற பொருளும் அவர்களால் தரப்பட்டது. தற்காலச் சாதி இழிவை ஒத்துக்கொண்டாலும் தங்களுக்கான கடந்த காலம் ஒன்று இருந்தது. அது சாதிபேதமற்ற காலம். அக்காலத்தில் இன்றுபோல் தாழ்த்தப்படாமல் இருந்தவர்களே இன்றைய தாழ்த்தப்பட்டோர் என்ற விளக்கமும் அதில் இருந்தது. அதாவது நிகழ்காலத்தை மறுக்காமல் கடந்த காலத்தைக் கட்டமைத்தது அது. அதாவது, நவீன காலத்தின் சாதி மறுப்புக்கருத்தியலை உள்வாங்கி அதற்கேற்ற கடந்த காலம் கட்டமைக்கப்பட்டது. ஏறக்குறைய எல்லா தலித் முன்னோடிகளும் இதேபோன்ற கருத்தைக் கொண்டவர்களாகவே இருந்தனர். இந்த வகையில் அயோத்திதாசரின் சாதிபேதமற்ற திராவிடன் என்ற கருத்தின் தொடர்ச்சியில் ஆதிதிராவிடன் என்ற சொல்லாடலைப் பொருத்த முடியும். அதாவது, தொடக்ககாலத்தின் (19ஆம் நூற்றாண்டின் இறுதியில்) அடையாளம், மதம், பெயர் பற்றிய விவாதங்கள் ஏதோ ஒருவகையில் கண்ணுக்குத் தெரியாத வகையில் பிற்காலத்தின் (20ஆம் நூற்றாண்டு) தீர்மானகரமான அடையாள முடிவுகள் மீது தாக்கத்தைச் செலுத்தியிருந்தன எனலாம். ஏறக்குறைய முன்னோடிகளின் திராவிடன், பறையன் என்னும் இரு அடையாளங்களும் வெவ்வேறாகத் தெரிந்தபோதிலும் பிந்தைய ஆதிதிராவிடர் அடையாளத்தின்மீது இவை தொடர்ச்சியைக் கொண்டிருந்ததைப் பார்க்கிறோம்.

தலித் தொடர்பான அரசியல், பண்பாட்டுப் பார்வைகளிலும் செயல்பாடுகளிலும் ஒற்றையான அணுகுமுறை மட்டுமே இருந்து வந்தது என்று சொல்ல முடியாது. அதில் பலதரப்பட்ட கருத்துகளும் பன்முகப் பார்வையும் ஊடாடின என்பதே உண்மை. அப்பன்முகப் பார்வைகளை அங்கீகரித்து புரிந்துகொள்ள முயல்வதுதான் கடந்த காலத்தை அதனதன் பொருளில் புரிந்து கொள்ள உதவும்.

அடிக்குறிப்புகள்

1. பஞ்சமன் என்ற பெயரிலான இதழையும் இங்கே எடுத்துக்கொள்ள வேண்டும். பஞ்சமன் இதழின் பெயரைத் தவிர இன்றைக்கு அவ்விதழோ அவற்றில் வெளியான செய்திகளோ கிடைக்கவில்லை. ஆனால், பஞ்சமன் என்ற பெயர் இங்கு கவனத்திற்குரியதாகிறது. பறையன் என்ற சொல்லைப் போலவே பஞ்சமன் என்ற சொல்லும் தலித்துகளை / பறையர்களைக் குறிக்க அன்றைக்கு வழங்கப்பட்டு இருக்கிறது. ஆனால், பறையர் என்ற பெயரைப் போல இலக்கியங்களிலோ கல்வெட்டுகளிலோ இப்பெயர் காணப்படவில்லை. மேலும், இப்பெயர் மக்கள் வழக்கில் இருந்தமைக்கான ஆதாரமும் இல்லை. எனவே, இது மிகவும் பிற்காலத்தில் இந்துக்களின் பரிந்துரையில் காலனீயம் வழங்கிய பெயராகவே தெரிகிறது. குறிப்பாக, தாழ்த்தப்பட்ட சாதியோர்மீது பரிவுகொண்ட பிறர் கையாண்ட சொல் இது. இதைப் பற்றிக் கூறும் அயோத்திதாசர் "நமது கருணை தங்கிய ராஜாங்கத்தார் பறையரென்னும் பெயரை மாற்றிப் பஞ்சமரென்னும் பெயரை அளித்துக் காசோலைகளில் வழங்கச் செய்தார்கள்" என்கிறார். மேலும், "சாதிபேதமற்ற எளிய பிள்ளைகளின் இலவச கலாசாலை என்று அரசாங்கத்தார் வகுத்திருந்தால் பெரும் உபகாரமாக இருந்திருக்கும். அங்ஙனமின்றி இவ்வகுப்பாருக்கு எதிரிகளாக விளங்குவோரின் அபிப்ராயங்களை கேட்டுக்கொண்டு பஞ்சமர் கலாசாலை என்று வகுத்துவிட்டார்கள். இதனால் வேஷ பிராமணர்களுக்கு பருப்பில் நெய்யை விட்டது போலும் பாலில் பழம் விழுந்தது போலும் ஆனந்தம் பிறந்துவிட்டது" என்றும் கூறுகிறார். அக்காலத்தில் தாழ்த்தப்பட்டோருக்கெனப் பிறரால் தொடங்கப்பட்ட பள்ளிகளும் அமைப்புகளும் இப்பெயரைக் கொண்டிருந்தன. தலித் அல்லாத பிறரின் இப்பகுப்பை ஏற்றிருந்த தலித்துகள் சிலர் அப்பெயரால் தங்களை அழைத்துக்கொள்ளவும் செய்தனர் என்று தெரிகிறது. ஆனால், நாமறிந்து இப்பெயரால் அழைத்துக்கொண்ட தலித் அமைப்புகள் ஏதுமில்லை.

பிற்காலத்தில் இப்பெயர் தாழ்த்தப்பட்ட முன்னோடிகளால் கடுமையாக எதிர்க்கப்பட்டுச் செல்வாக்கு இழந்து போனது. (காந்தி சூட்டிய அரிஜன் என்ற பெயர் தலித் செயற்பாட்டாளர்களால் ஏற்கப்படாமல் வழக்கிழந்து போனதைப் போல் பஞ்சமன் என்ற சொல்லும் வழங்குவாரற்றுப் போனது)

சாதியமைப்பின் சட்டகமாகக் கூறப்படும் நான்குவகை வருணத்தில் தீண்டப்படாதார் சேர்க்கப்படாமல் சாதியற்றவர்கள் என்ற பொருளில் வெளியே நிறுத்தப்படுகின்றனர். அங்கு நான்கு வகை பகுப்புக்கு மேல் எந்தப் பகுப்பும் இல்லை. ஆனால், பஞ்சமன் என்று சொல்லுவதன் மூலம் தீண்டப்படாதார் சாதியமைப்புக்குள் கொணரப்படுகின்றனர். அதாவது, தீண்டப் படாதாரைப் புதிதாக ஐந்தாம் சாதியாக்குகிறது. இதனால்தான் பஞ்சமர் என்ற பெயர் பொருளற்றது என்று கூறி அப்பெயரையே அயோத்திதாசர் எதிர்த்தார். இவ்வாறு சாதியமைப்புக்குள் கொணரப்படும் பஞ்சமன் என்ற பெயருக்கு நேரெதிராகச் சாதிபேதமற்ற என்ற பெயரை அவர் கையாண்டார். பஞ்சமர் என்ற ஐந்தாவது சாதியை ஏற்படுத்தியது அவர்கள் கீழ்மக்களாகக் கருதப்பட வேண்டும் என்ற காரணத்துக்காகவே என்று கூறி எம்.சி. ராஜாவும் இப்பெயரைப் பின்னர் மறுத்தார். ஆனால், இப்பெயர் பற்றி பஞ்சமன் இதழின் கருத்துகளை அறிய அவ்விதழ் கிடைக்கவில்லை.

2. திராவிடர்களாகக் கூறிக்கொண்டோரிலிருந்து தங்களை வேறுபடுத்திக்காட்ட அயோத்திதாசர் வழங்கிவந்த சாதிபேதமற்ற திராவிடர் என்ற சொல் அவரால் கருத்தியல் தளத்தில் கையாளப் பட்டு வந்தாலும், அரசியல் தளத்தில் ஆதிதிராவிடர் என்ற சொல்லே அழுத்தம் பெற்றது. அயோத்திதாசர் காலத்திலேயே சிறிய அளவில் புழக்கத்திலிருந்த இச்சொல் அவர்காலத்திற்குப் பிறகு அரசியல்ரீதியான அழுத்தம் பெற்றதோடு இச்சொல்லைக் கொண்டே அமைப்புகளும் கோரிக்கைகளும் எழுந்தன. இந்த அடையாளத்திற்கான அழுத்தத்தில் எம்.சி. ராஜா முதன்மையாக இயங்கினார். சாதி இந்துக்கள் தீண்டாதாரை வெகுகாலமாகப் 'பறையர்' என்றே அழைத்து வந்தார்கள். "இப்பெயர் வந்தவழி எவ்வாறாக இருப்பினும் சாதி இந்துவின் நாவிலிருந்து 'பறையர்' என்ற வார்த்தை வெளிப்பட்டது என்றால், அதில் கீழ்த்தரமான வெறுக்கத்தக்க பொருள்தான் தொனிக்கிறது. தூய்மை, மதிப்பு மிக்கது போன்ற வார்த்தைகளின் எதிர்ப்பதங்கள்தான் இவ்வார்த்தைக்கு இந்நாட்களில் பொருள். தன்மான உணர்ச்சியின் காரணமாக ஆதிதிராவிட மக்கள் 'பறையன்' என்ற பதத்தை

வெறுத்து அதற்கு எதிர்ப்புத் தெரிவித்தனர். தென்னிந்தியாவின் முதல் குடிமக்கள் என்ற பொருள் தொனிக்கும்படியாக ஒருபெயர் தங்களுக்கு இருத்தல் அவசியம் என்றுணர்ந்த மக்கள், மிக மோசமான சாதிமுறைக்கும் தங்களுக்கும் யாதொரு சம்பந்தம் இல்லை எனக் கண்டார்கள். பூர்வீக மக்கள் என்பது தெளிவாகத் தெரியும்படியாக ஒருபெயர் தங்களுக்கு வேண்டும் என்று விரும்பினார்கள்" என்று ஆதிதிராவிடர் பெயர் வந்தவிதம் பற்றிக் கூறும் எம்.சி. ராஜா, தங்கள் இனத்துக்கு ஒருபெயர் சூட்டிக் கொள்ள விரும்பிய இம்மக்கள் 'திராவிடர்' என்று பெயர் மாற்றிக் கொண்ட சூத்திரர்களிடமிருந்து தாங்கள் தனிப்பட்டவர்கள் என்பதை விளக்கும் வகையில் 'ஆதி திராவிடர் என்ற பெயரைத் தேர்ந்தெடுத்துக் கொண்டனர்' என்றும் கூறுவதன் மூலம் திராவிடராக மாற்றம் பெற்ற சூத்திரர்களிடமிருந்து வேறுபட விரும்பியே 'ஆதிதிராவிடர்' என்ற சொல்லைத் தேர்ந்தெடுத்ததை அறிந்துகொள்ள முடிகிறது. ஆதிதிராவிடன் என்ற சொல்லை வரலாற்றுப் பூர்வமாக நிறுவக்கருதி அவராலும், அவர் சகாக்களாலும் 1920களில் மட்டும் மூன்று நூல்கள் எழுதப்பட்டன. எம்.சி. ராஜா தொடர்பில் ஆதிதிராவிடன் என்ற இதழும் வெளியானது. திராவிடன் என்ற அடையாளத்திலிருந்து தலித்துகள் தனிஅடையாளம் கோருவதைப் பிராமணல்லாதோர் இயக்கமும் விரும்பியதாகவே தெரிகிறது. நீதிக்கட்சி காலத்தில் அப்பெயர் அரசு பதிவுபெற்ற சொல்லாக மாறியது.

உயிர் எழுத்து, ஏப்ரல் 2014